கருங்கடலும் கலைக்கடலும்

## ஆசிரியரின் காலச்சுவடு வெளியீடுகள்

**நாவல்**

- அமிர்தம்
- மோக முள்
- மலர் மஞ்சம்
- அன்பே ஆரமுதே
- அம்மா வந்தாள்
- உயிர்த் தேன்
- செம்பருத்தி
- மரப்பசு
- நளபாகம்

**சிறுகதை**

- கொட்டு மேளம்
- சிவப்பு ரிக்ஷா
- சிலிர்ப்பு
- தி. ஜானகிராமன் சிறுகதைகள் (முழுத் தொகுப்பு)
- கச்சேரி (தொகுப்படாத கதைகள்)
- பாயசம் (தேர்ந்தெடுக்கப்பட்ட சிறுகதைகள்)

**பயண நூல்**

- நடந்தாய்; வாழி, காவேரி! (சிட்டியுடன்)

**வாழ்வியல் சித்திரம்**

- அபூர்வ மனிதர்கள்

**கட்டுரைகள்**

- தி. ஜானகிராமன் கட்டுரைகள்

தி. ஜானகிராமன்

# கருங்கடலும் கலைக்கடலும்

காலச்சுவடு பதிப்பகம்

அன்பார்ந்த வாசகருக்கு,

வணக்கம்.

காலச்சுவடு நூலை வாங்கியமைக்கு நன்றி.

நூலின் உள்ளடக்கம், உருவாக்கம், அட்டைப்படம் இன்ன பிற அம்சங்கள் பற்றிய உங்கள் கருத்துகளையும் ஆலோசனைகளையும் காலச்சுவடு வரவேற்கிறது. தகவல், எழுத்து, வாக்கியப் பிழைகள் தென்பட்டால் கட்டாயம் தெரிவித்து உதவுங்கள். நூல் தயாரிப்பில் கடும் குறைபாடு இருப்பின் மாற்றுப் பிரதி உங்களுக்குக் கிடைக்கக் காலச்சுவடு ஏற்பாடு செய்யும்.

மின்னஞ்சல்: publisher@kalachuvadu.com

காலச்சுவடு நாகர்கோவில் தலைமையகத்துக்கும் கடிதம் அனுப்பலாம்.

தங்கள்
எஸ்.ஆர். சுந்தரம் (கண்ணன்)
பதிப்பாளர் — நிர்வாக இயக்குநர்

கருங்கடலும் கலைக்கடலும் ❖ பயணக் கட்டுரை ❖ ஆசிரியர்: தி. ஜானகிராமன் ❖ © உமா சங்கரி ❖ முதல் பதிப்பு: அக்டோபர் 1974 ❖ காலச்சுவடு முதல் பதிப்பு: டிசம்பர் 2017, நான்காம் பதிப்பு: ஜூலை 2023 ❖ வெளியீடு: காலச்சுவடு பப்ளிகேஷன்ஸ் (பி) லிட்., 669, கே.பி. சாலை, நாகர்கோவில் 629001

karunkaTalum kalaikkaTalum ❖ Travelogue ❖ Author: Thi. Janakiraman ❖ © Uma Shankari ❖ Language: Tamil ❖ First Edition: October 1974 ❖ Kalachuvadu First Edition: December 2017, Fourth Edition: July 2023 ❖ Size: Demy 1 x 8 ❖ Paper: 18.6 kg maplitho ❖ Pages: 160

Published by Kalachuvadu Publications Pvt. Ltd., 669 K.P. Road, Nagercoil 629001, India ❖ Phone: 91-4652-278525 ❖ e-mail: publications@kalachuvadu.com ❖ Printed at Adyar Students xerox Pvt. Ltd., No. 275 Habibullah Road, Triplicane high Road, Opp Triplicane Post Office, Triplicane, Chennai 600005

ISBN: 978-93-86820-37-2

07/2023/S.No. 817, kcp 4624, 18.6 (4) uss

# முன்னுரை

பண்பாட்டுப் பரிமாற்றத் திட்டத்தின் கீழ், ரொமானியாவுக்கும், செக்கோஸ்லவாகியாவுக்கும் நிகழ்ந்த பிரயாணம் இது.

இதை ஏற்பாடு செய்த இந்திய கல்வி – பண்பாட்டு அமைச்சிற்கும், எங்களை வரவேற்று வசதிகள் செய்து தந்த ரொமானிய எழுத்தாளர் சங்கத்திற்கும், செக்கோஸ்லவாகிய பண்பாட்டு அமைச்சிற்கும் என் நன்றி உரித்தாகிறது. புறப்படுவதற்கு முன் பல வசதிகள் செய்துதவிய இந்திய கல்வி அமைச்சு உதவிச் செயலர் திரு.டி.எஸ். ஸ்வாமிநாதன் அவர்களுக்கு தனிப்பட்ட முறையில் நன்றி கூறுகிறேன்.

நூலாக வெளியிடும் வாசகர் வட்ட அதிபர் திரு.கே. கிருஷ்ணமூர்த்திக்கும், திருமதி லக்ஷ்மி கிருஷ்ணமூர்த்திக்கும், வழக்கம்போல் பொறுமையுடன் நூல் வடிவில் உருவாக உதவிய சிட்டிக்கும், விசுவேஸ்வரனுக்கும் கடமைப்பட்டிருக்கிறேன். காகிதம், அச்சுக்கூலி எல்லாம் ராக்கெட்டுகளோடு போட்டியிடும் வேளையில், இந்நூலை வெளியிடத் துணிந்த வாசகர் வட்டத்தினர்க்கும் என் இரக்கமும் அன்பும் வெள்ளமாக உரியவை.

தி. ஜானகிராமன்

(முதல் பதிப்புக்கு எழுதியது)

இப்பதிப்பில் உதவிய தஞ்சாவூர்க் கவிராயருக்கு நன்றி

# 1

ப்ராட்டிஸ்லாவாவில் கவி ஒருவர் ஒரு கதை சொன்னார்.

"செக்கோஸ்லவாகியா வருவதற்கு முன்னால் நீங்கள் எங்கெங்கு போயிருந்தீர்கள்?"

"ரொமானியாவுக்கு."

"அப்படியா!... அங்கு எத்தனை நாள் இருந்தீர்கள்?"

"கிட்டத்தட்ட ஒரு மாதம்."

"தெரிகிறது."

"என்ன?"

"ஒரு மாதம் முழுசாக நீங்கள் அங்கு இல்லை யென்று."

"எப்படி?"

"நீங்கள் கருங்கடல் கரைக்குப் போனீர்களோ?"

"போனோம், கான்ஸ்டன்ஸாவிலிருந்தோம். மமாயா போனோம். மங்காலியா போனோம். எஃபோரி நார்டிலிருந்தோம்."

"அதற்கெல்லாம் வடக்கே ஒரு சிகிச்சை விடுதி – ஆரோக்ய விடுதி இருக்கிறதே – அங்கே போயிருக்க மாட்டீர்கள்."

"நாங்கள் ஒரு விடுதிக்கும் போகவில்லை. இந்தியாவிலிருந்து புறப்பட்டது முதல் உடம்பு நல்லபடியாக இருக்கிறது. தலைவலிகூட இல்லை."

“நல்லது. ஆனால், ஒரு மூன்று மாதம் ரொமானியாவில் அந்த விடுதியில் இருந்திருந்தால், கட்டிளங் காளையாக இங்கு வந்திருப்பீர்கள்.”

“நாங்கள் ரொமானியாவில் இருந்தபொழுது அந்த விடுதி யைப் பற்றிக் கேள்விப்பட்டிருந்தோம். ஆனால், போய்ப் பார்க்கவோ, தங்கவோ நேரமும் இல்லை; பணமும் இல்லை.”

“அடுத்த தடவை ஐரோப்பாவுக்கு வந்தால் ரொமானியாவில் ஒரு நாலு மாசமாவது தங்குங்கள். அந்த விடுதிக்குக் கட்டாயம் போய் தங்குங்கள். சென்ற வருஷம் இங்கிருந்து ஒரு அம்மாள் சென்றாள். அவருடைய கணவருக்குக் கடுமையாக வேலை. அதனால் அவர் போக முடியவில்லை. அதனால் அந்த அம்மாள் தன் மாமனாரைத் துணைக்கு அழைத்துக்கொண்டு போனாள். மூன்று மாதம் கழித்துத் திரும்பி வந்தாள். அவரைப் பார்த்ததும் அவர் கணவருக்கு ஒரு பக்கம் சந்தோஷம். ஒரு பக்கம் கோபம். அவர்களுக்குக் குழந்தை இல்லை. அதனால் அந்த அம்மாள் ஒரு ஹங்கேரியக் குழந்தை, ஒரு இத்தாலியக் குழந்தை, ஒரு ஜிப்ஸிக் குழந்தை என்று மூன்று குழந்தைகளைத் தத்து எடுத்து வளர்த்து வந்தாள். இப்பொழுது இன்னொரு குழந்தையும் அழைத்து வந்திருந்தாள். அவளைத் தனியாகக் கூப்பிட்டு அவர் கடிந்துகொண்டார். ‘டார்லிங், நாம் முதலாளி சமூகம் இல்லை. பின்னே என்ன அர்த்தம்? ஏற்கனவே மூன்று குழந்தை களை ஸ்வீகாரம் செய்து கொண்டாகிவிட்டது. இப்போது இன்னொரு குழந்தையா? இது ஐக்ய நாடுகள் தத்து நிலையமா?’ என்று முகத்தைச் சுளித்துக்கொண்டார். ‘நீ இனிமேல் ஒரு பிரயாணமும் போகவேண்டாம். இப்படி குழந்தைகளைச் சேர்த்துக்கொண்டுமிருக்க வேண்டாம்.’

‘எனக்கு ஒன்றுமே புரியவில்லையே. நீங்கள் என்ன சொல்கிறீர்கள்?’

‘எனக்கா? என்ன புரியவில்லை? நாலாவது ஸ்வீகாரம் வந்து நிற்கிறதே – எனக்கா புரியவில்லை?’

‘அடாடா – அந்தப் பையனா? அது உங்கள் தகப்பனா ரல்லவா?’ என்று சிரித்தாள் அந்த அம்மாள்.

‘யாரு! – என்ன உளறுகிறாய்?’

‘உளறவில்லை. சிகிச்சை விடுதியில் நாங்கள் இருவரும் இருந்தோம். உங்கள் அப்பா, தனக்குக் கொடுத்த மருந்தை எல்லாம் ஓவர்டோஸாகச் சாப்பிட்டுவிட்டார். அதன் பலன் இது.’

'என்னது! ஓவர்டோஸா!'

'நீங்களே பாருங்கள். உங்களால் நம்ப முடியாது. நான் அளவோடு சாப்பிட்டேன். இருபது வயது குறைச்சலாகத் தெரிகிறது. அவர் அளவுக்கும் மீறிச் சாப்பிட்டார். 50 வயது குறைவாகிவிட்டது. நன்றாகப் பாருங்கள். உங்கள் அப்பாவுக்கு அறுபத்தஞ்சு வயசா? பதினஞ்சு வயசா?'

கணவருக்கு ஆச்சரியம் தாங்க முடியவில்லை. அதனால் தான் சொன்னேன். நீங்கள் அடுத்த தடவை வந்தால் கட்டாயம் அந்த விடுதியில் இரண்டு மாசம் இருக்க வேண்டும்."

உண்மைமாதிரியே சொல்லிக் கொண்டு வந்தார் கவிஞர். நாங்களும் விடவில்லை.

"அந்தப் பையனை இப்பொழுது பார்க்க முடியுமா?" என்று கேட்டோம்.

"என்ன பிரயோசனம்? நீங்கள் அந்தக் கிழவரைப் பார்த்ததில்லையே. அவர் பையனானதை மட்டும் பார்த்தால், நீங்களும் நம்பமாட்டீர்கள். நானும் ஏதோ பொய்யன் என்று ஆகிவிடும். மேலும், அந்தக் கிழவர் போட்டோவும் எடுத்துக் கொள்ளவில்லை – ஒத்திட்டுப் பார்க்கலாம் என்றால்."

கதை கார்ட்டூன் மாதிரி இருந்தது. மிகைப்படுத்தியது. ஆனால், மிகைகூட ஒரு ஆதாரம் இல்லாமல் சாத்தியமாகாது. நான் காலாவது நம்பத் தயார்.

ரொமானியாவில் ஒரு பிரசித்தி பெற்ற டாக்டர் இந்த காயகல்ப சிகிச்சை செய்து வருகிறார். அதற்காக கருங்கடல் கரையில் ஒரு தனி விடுதி நடத்தி வருகிறார். அவர் கொடுக்கிற மருந்துகளில் மிகவும் சிறந்தது என்று ஒரு மருந்தைச் சொல்கிறார்கள். பெயர் எழுத்துக்கெழுத்து ஞாபகமில்லை. 'கைரோவிட்டால் 3' என்று ஞாபகம். அல்லது அந்தமாதிரி ஒரு பெயர். மருந்து, ஓய்வு, குளியல், ஒத்தடம் முதலிய பல முறைகள் சேர்ந்த சிகிச்சை. கட்டாயமாக இருபது வயது குறைந்து வருவார்கள் சிகிச்சை பெற்றவர்கள், என்று ரொமானிய நண்பர்களில் சிலர் சொன்னார்கள். தங்களுக்கு அங்கு போக வசதியும், நேரமும் இல்லையே என்ற குறையும் ஓரிருவர் குரலில் தொனித்தது.

இந்த காயகல்ப சிகிச்சைக்காக அமெரிக்கா, ஸ்வீடன், இங்கிலாந்து முதலிய பல நாடுகளிலிருந்து வருகிறார்கள் என்று சொன்னார்கள்.

ரொமானிய மக்களைப் பார்த்தால் பொதுவாக எல்லோருமே இந்த சிகிச்சை பெற்றிருப்பார்களோ என்று மயக்கம் தோன்றும். இளமையும் ஆரோக்யமும் அந்த நாடு தன் மக்களுக்குத் தந்திருக்கும் பேறு.

ரொமானியாவுக்குச் சென்ற மறுநாள் காலையில் ரொமானிய எழுத்தாளர் சங்க உறுப்பினர்கள் சிலரைச் சந்திக்க ஏற்பாடாகியிருந்தது. சங்க மாளிகையை (மாளிகைதான். எழுத்தாளர் சங்கங்களுக்கு என்று நம் நாட்டில் காணப்படும் முக்குச் சந்து ஒண்டுக் குடி வீடல்ல) அடைந்து அங்கு வந்திருந்த ஏழெட்டு நாவலாசிரியர்கள், கவிகளோடு பேசிக்கொண்டிருந்தோம். பத்து நிமிடம் கழித்து வாட்டசாட்டமாக ஒரு கம்பீரமான மனிதர் வந்தார். எல்லோரும் எழுந்துகொண்டார்கள். "இவர்தான் ஸஹாரியா ஸ்தான்க்கு. ரொமானிய நாட்டு எழுத்தாளர் சங்கத் தலைவர்" என்று அறிமுகப்படுத்தினார்கள்.

ஸ்தான்க்கு "நான் உங்கள் இந்தியாவுக்கு வந்திருக்கிறேன். திரும்பி வரும்போது ஒரு பத்து வயதை அங்கே போட்டுவிட்டு வந்துவிட்டேன்" என்றார்.

"உங்களுக்கு என்ன வயது?" என்று கேட்டேன்.

"எழுபது ஆகப்போகிறது."

"அப்படியானால் இன்னொரு பன்னிரண்டு வயதை எந்த நாட்டில் போட்டுவிட்டு வந்தீர்கள்?"

"சும்மா சொல்லாதீர்கள்."

"நான் ஏதோ திருப்திக்காக, இரண்டு வயது கூட்டியிருக்கலாம். ஆனால், உங்களைப் பார்த்தால் ஐம்பது வயதுக்குமேல் யாரும் மதிக்கமாட்டார்கள் என்று நான் எந்தக் கோவிலுக்குப் போயும் சத்தியம் பண்ணத் தயார்" என்றேன்.

நான் மெய்யாக உணர்ந்ததும் அதுதான். ஸஹாரியா ஸ்தான்க்குவின் முகத்தில் அத்தனை இளமை. உடலில் அத்தனை உரம், நிமிர்வு.

ரொமானிய நினைவுகளில் இது ஒரு மறக்க முடியாத நினைவு எனக்கு.

உங்களுக்கும் அலுப்பாக இருக்கும். "என்ன சுத்த இவனாக இருக்கிறான்! புது நாடுகளைப் பார்த்துவிட்டு வந்தவன், அங்கு எல்லாரும் சின்னப் பையன்மாதிரி இருக்கிறார்கள். மிடுக்காக இருக்கிறார்கள்!... என்று உடம்பு, வயசைப் பற்றியா பேசுவான்!

என்னமோ கொஞ்சம் பக்குவப்பட்டவன் என்று நினைத்தால் ..." என்று அலுப்படையலாம்.

அடையுங்கள். நீங்கள் இளமைக்கு ஆசைப்பட வேண்டாம். பழுத்த, முதிர்ந்த விவேகப் பழமாக இருங்கள். வானப்பிரஸ்தர் களாக இருங்கள். நான் புருமன்னன் கட்சி. மாளவியாஜி கட்சி.

ரொமானிய ஹோட்டல்களில் வந்து தங்குகிறவர்களுக்கு, முக்கியமாக அயல்நாட்டார்களுக்கு, இந்தச் சிகிச்சை விடுதி பற்றிய விளம்பரம் கிடைக்கும். எங்களுக்கும் கிடைத்தது. ஆனால், சிகிச்சைக்குப் போனால் இரண்டு மாதமாவது இருக்கவேண்டும். டாலரில் பணம் தரவேண்டும். எங்களிடம் மாதமுமில்லை. டாலரும் இல்லை.

ஆனால், புக்காரெஸ்டின் பிரதான சாலையில் வேடிக்கை பார்த்துக்கொண்டே வந்தபொழுது, ஹெர்பல் மருந்துகள் என்று சொல்வதுபோல ஒரு கடை பார்த்தோம். கூட வந்த துபாஷிப் பையன் ரொமானியாவில் மூலிகைகள் நிறைய உண்டென்றும், அந்த மூலிகைகளைக் கொண்டே செய்யும் நாட்டு மருந்துகளும் விதவிதமாக உண்டென்றும் சொன்னான். உடனே உள்ளே புகுந்தோம். அந்த கைரோவிட்டால் போன்ற பெயருடன் ஒரு மருந்து இருந்தது. எங்களுக்கு அதேதானா என்று சந்தேகம். இல்லை யென்றான் அவன். இருந்தாலும் படி ஏறிவிட்டு சும்மா வரக்கூடாது என சின்னக் குழாய்களாக (மாத்திரைகள் அடங்கியவை) ஐந்தாறு வாங்கி வந்தோம். சாப்பிட்டுப் பார்த்தோம். ஒரு மாத்திரையே ஓய்ச்சல், களைப்பையெல்லாம் மூன்று நாளைக்கு வராமல் விரட்டிவிட்டது.

* * *

ஏதோ கதைசொல்லிவிட்டுத் தொடங்கினால், நீங்கள் மேலே மேலே உற்சாகமாகப் படிப்பீர்கள் என்றோ அல்லது இளமை, காயகல்பம் என்றால் விழுந்து விழுந்து படிப்பீர்கள் என்றோ இதை எழுதவில்லை. இந்தப் பிரயாணத்தில் ஆழமாக நினைவில் பதிந்திருந்த செய்திகளில் இது ஒன்று என்பதனால் எழுத நேர்ந்தது.

# 2

ரொமானியா, செக்கோஸ்லவாகியா போய் வந்து ஒரு ஆண்டாகிவிட்டது.

எதெது நினைவிருக்கும்?

எல்லாம்தான்.

அப்படியென்றால் மனது என்ன காற்று புகாமல் பூட்டிவைத்த மளிகைக் கடையா?

ஒரு ஆண்டு பூட்டிவைத்த மளிகைக் கடையைத் திறந்து பார்த்தால், என்னதான் காற்று புகாமல மூடியிருந்தாலும், புளி விறைத்திருக்கும், பருப்பில் சற்று புழு அந்துக்கள் விளையாடியிருக்கும், கர்ப்பூரம் கரைந்திருக்கும். இல்லாவிட்டால் இப்படி மூடிவிட்டான்களே என கோபக்கார இளம் எலிகள் சாக்குகளையாவது, மர டப்பாக்களையாவது பல்லால் அறுத்திருக்கும். பூசணம் இருக்கும். எண்ணெய் பிசுக்கு நெடி சேர்ந்திருக்கும்.

நினைவும் அப்படித்தான். அப்படி அப்படியே இருந்து விடாது.

ஆனால் எத்தனையோ நினைவில் இருக்கின்றன – பசுமையாக, ஒரு அசைவு, மணம், ஓசை விடாமல்.

மிக மிக ஓங்கி நிற்பது தெருக்களின் சூன்யம்.

முக்கிய சாலைகளை நான் சொல்லவில்லை. எந்த நகரத்திலும் ஒரு அண்ணாசாலை (ரவுண்ட்டாணா), சைனா பஜார், ஜாம் பஜார், சாந்தினி சௌக், டைம் 'ஸ்குயர்', பிக்காடிலி ஸர்க்கஸ், சாம்ப்ஸ் எலிஸ்ஸி போன்ற நெருக்கடியும்

இரைச்சலும் துளைக்கும் முக்கிய இடங்கள் இருக்கும். ஆனால் என் நினைவில் ஓங்கி இருப்பது இந்த இடங்கள் அல்ல. இந்த முக்கிய சாலைகளிலிருந்து ஒதுங்கி ஒரு முப்பது கஜம் அல்லது நூறு கஜம் நடந்து இணையாகவோ, செங்கோணமாகவோ உள்ள தெருக்களில் போனால், திடீர் என்று ஒரு அமைதி, ஒரு நிசப்தம், நடமாட்டம் முற்றிலும் அற்றுப்போன ஒரு சூன்யம். வீட்டுக் கதவுகள் சாத்தியிருக்கும். நீள நடந்துபோனால், எப்போதாவது ஒரு மனிதர், அல்லது செல்லநாயையோ சின்னக் குழந்தையையோ ஒரு கையில் பிடித்துக்கொண்டு ஒரு பேரிளம்பெண் எதிர்ப்படுவதுண்டு. அல்லது இரண்டு சிறு பையன்கள் கோலி விளையாடிக்கொண்டிருப்பார்கள். அல்லது ஒரு ஜோடிப் பறவை இஷ்ஷென்று தெருவைக் கடந்து மேலே பறந்துபோகும். புகாரெஸ்ட், ப்ராஹா, ப்ரூனோ, ப்ராட்டிஸ்லாவா போன்ற நகரங்கள் எங்குமே இப்படித்தான். நகரத்தின் பிரதான சாலையைத் தவிர, மற்றைய பக்கத்துத் தெருக்கள், சாலைகளில் எல்லாம் இப்படி சந்தடி, நடமாட்டம் இல்லாத ஒரு அரைக்கண் நிலை—நம் ஊரில் பிற்பகல் வெயிலில் இருப்பதுபோல. அதனால் ஒரு சிறு ஒலி ஓசை எங்காவது எழுந்தால்கூட காதில்படும். இந்தத் தனிமையில் நம் புலன்களும் கூர்ந்து விடுவதால், சிறிய மணங்களைக்கூட நுட்பமாக நாம் நுகர்வதுபோல் தோன்றும்.

ஐரோப்பாவில் பல ஊர்களுக்குப்போய் தெருக்களில் நடந்தபொழுது இதன் காரணம் புரிந்தது.

'அக்லாபச்சா அபீ நஹீம்.'

'தோ யா தீன் பச்சே பஸ்.'

இத்தகைய பெரும் சுவரொட்டிகள் மருந்துக்குக் கூடக் கிடைக்கவில்லை. சிறிய குடும்பம் பெரிய இன்பம் என்ற மனப்போக்கு சென்ற ஐம்பது ஆண்டுகளாகவே நிலைபட்டிருக் கிறது என்று நண்பர்கள் சொன்னார்கள். ஜனத்தொகை பெருகவில்லையே என்று ஒரு செக் நாட்டு நண்பர் கவலையாகக் கூடச் சொன்னார். அவர் சொன்ன சூழ்நிலை துயரும் வறட்சியும் லேசாக இழைந்த ஒரு இடம். ப்ராஹாவில் தங்கியிருந்தபொழுது, வ்ல்த்தாவா நதிக்கருகில் தேசிய நாடக அரங்கு மாளிகைக்கு எதிரே உள்ள ஸாவர்னா என்ற உணவு விடுதிக்குப் போகிற வழக்கம் நாங்கள். விசாலமான விடுதி. ஆனால் உணவு அருந்தியவர்களில் பெரும்பாலோர் *60, 70* என்ற வயதான கிழவர்கள், கிழவிகள். இளைஞர்களை அதிகமாகக் காணவில்லை. காரணம் கேட்டேன். இரண்டாம் உலகப் போரில் பல இளைஞர்களும், நடுவயதுக்காரர் களும் போர் முனைகளில் மாண்டுவிட்டதாகவும், அதனால் இளைஞர் தொகை இனித்தான் பெருகவேண்டும் என்றும்

நண்பர் சொன்னார். என்னுடைய டில்லி நண்பர் ஒருவர் கூறியதை அவரிடம் சொன்னேன். நாற்பது வயதுக்கு மேற்பட்ட வர்கள்தான் போர்முனைக்குப் போக வேண்டும்; பட்டாளத்தில் சேர்க்கப்படவேண்டும் என்று உலக அளவில் ஒரு ஒப்பந்தம் ஏற்பட்டுவிட்டால், போரே இந்த உலகத்தில் தோன்றாது என்று டில்லி நண்பர் சொல்லுகிற வழக்கம். செக் நண்பர் ஒரு தடவை சிரித்தார். "அப்படியா சொன்னார்? எங்கேயிருக்கிறார் அந்த நண்பர்? நான் பார்க்கவேண்டுமே அவரை! என்ன அருமையான யோசனை! உண்மைதான். உலகம் முழுவதும் அரசியல் நடத்துபவர்கள் பெரும்பாலும் நடுவயது அல்லது கிழத்தடியர்கள்தான். சண்டையைத் தொடங்குபவர்கள் அவர்கள் தான். ஆனால், அவர்களுடைய மடமைக்கும் வெறிக்கும் போர்க்களத்தில் பலியாகிறவர்கள் இளைஞர்கள்தான். என்ன அருமையான யோசனை! ஆனால் பூனைக்கு யார் மணி கட்டுவார்கள்?" என்று யோசனையில் ஆழ்ந்தார் நண்பர்.

'குட்டி குரைத்து நாய் தலையில் வைத்தாற்போல' என்று தமிழில் பழமொழி. ஆனால், போர்கள் எல்லாம் நாய் குரைத்து குட்டி தலையில் வைக்கிற பாடமாக நடக்கின்றன.

"ஐக்ய நாடுகள் இளைஞர் ஸ்தாபனம் என்று தனியாக இருக்க வேண்டும். இன்றேல் ஐக்ய நாடுகள் ஸ்தாபனமே இளைஞர் ஸ்தாபனமாக மாற்றி அமைக்கப்பட வேண்டும். அப்படி ஏதாவது அடிப்படையாகச் செய்தால்தான் போர் ஒழியும். அப்போதுகூட வயதானவர்கள் வந்து சூழ்ச்சி செய்து, இளைஞர்கள் மனதைக் கலைத்து விஷ வித்துகளை ஊன்றாமல் பார்த்துக்கொள்ள வேண்டும்" என்றார் நண்பர்.

என் ஊர், என் ஜில்லா, என் ராஜ்யம், என் தேசம், இந்த எல்லா 'என்'களும் நமது உலகம் என்ற பெரும் கலத்துள் முரண் இன்றி, உதைப்பின்றி அந்தந்த இடத்தில் அடங்குமா என்று எண்ணியவாறு, உணவு விடுதியில் ஆங்காங்கு அமர்ந்திருந்த கிழவர்களையும், கிழவிகளையும் பார்த்தோம். இத்தனை 'என்' களுக்கும் தங்கள் வயிற்றில் பிறந்த இளைஞர்களை இரையாகக் கொடுத்தவர்கள் இவர்கள்.

இல்லை, இளைஞர்கள் இளைஞர்கள் என்று இளமையைப் பற்றி ஒரு மாய உணர்வைப் படைத்துக்கொள்வது மோஸ்தரா? எல்லோரும் இளைஞர்களாக இருந்துதான் மூப்படைந்திருக் கிறார்கள். இளமை மட்டும் இந்த 'என்', அழுக்காறு, சுரண்டல் – இவை யாவும் இல்லாத சுத்த ஸத்துவமா?

* * *

இளமை எனும்போது, இன்னொரு நினைவும் வருகிறது. ரொமானியாவில் நீள்முடி இளைஞர்களைக் காண முடியவில்லை. மினி உடை இளைஞிகளையும் காணமுடியவில்லை. நீள்முடி இளைஞர்களைக் கண்டால் தாணாக்காரர் அவர்களைப் பிடித்து எச்சரித்தோ, அல்லது அருகில் உள்ள முடிவினைஞர் கடைக்கு அழைத்துச் சென்று நீள்முடியைக் கத்தரித்தோ விடுவாராம். அதேபோல, அளவுக்குமிஞ்சி 'தூக்கலான' மினிஉடை அணிந்த பெண்களைக் கண்டால் அவர்களை மடக்கி 'கௌரவமான' உடை அணியுமாறு எச்சரித்து வீட்டுக்கு அனுப்பிவிடுவாராம். இது எத்தனை தூரம் உண்மையென்று தெரியவில்லை. ஆனால் ஓரிரண்டு சம்பவங்கள் இப்படி நடந்திருப்பதாக எங்களுடைய துபாஷி மாணவர் கேப்ரியல் நியாகு சொன்னார். நீள்முடி இளந்தலைகளை பொதுவாகக் காணாததால், இது உண்மையாகத்தான் இருக்கும் என்று பட்டது.

ஆனால் செக்கோஸ்லவாகியாவில் பல நீள்முடி இளைஞர் களைக் காணமுடிந்தது. ஆனால் அங்கும் அதிகமாக இல்லை.

நீள்முடி எதன் குறியீடு என்று நிர்ணயமாகச் சொல்ல என்னால் முடியவில்லை. பழைய தலைமுறைக்கு எதிர்ப்புத் தெரிவிக்கும் சின்னமா? அழகின் சின்னமா? புது மோஸ்தரின் சின்னமா? அல்லது இளமையின் உற்சாகத்தின், சுதந்தரப் போக்கின் சின்னமா? பொதுவாக, கடைசியாகச் சொன்னதுதான் சரியென்று தோன்றுகிறது.

அப்படியானால் கட்டுக்குடுமி வைத்துக்கொண்டிருக்கும் புரோகிதர்களையும், பூஜாரிகளையும் என்னவென்று சொல்வது?

நான்கூட இளமையில் கட்டுக்குடுமி வைத்துக் கொண் டிருந்தேன். தைலங்களிட்டு அதற்குச் சேவை செய்திருக்கிறேன். உச்சிக் குடுமியை ஒழிக்கும் கோஷத்திற்கும், கட்டுக்குடுமிக்கும் சம்பந்தமில்லை என்று வீம்புடன் காத்துவந்திருக்கிறேன். தூங்கும்பொழுது அதைக் கத்தரித்துவிடுவதாக சக மாணவர்கள் பயமுறுத்தியதுண்டு. நான் சாம்சன் இல்லை என்று தெரிந்தும், ஏன் இந்த பயமுறுத்தலை அவர்கள் செயல்படுத்தவில்லை என்றும் தெரியவில்லை. இதையெல்லாம் செய்தால்மட்டும் பிரபல சினிமா நடிகராகிவிட முடியாது என்று அவர்களுக்குத் தோன்றியிருக்கவேண்டும். கடைசியில் நானும் குடுமியைக் களைந்து கிராப்பு வைத்துக்கொள்ளும் காலம் வந்தது. நான் கடைசியாகப் படித்த கல்லூரியில் இருநூறு பேர்களில் இரண்டு மூன்று குடுமிகள்தானிருந்தோம். அடையாளம் கண்டுகொள்வார்களே என்று பயந்து, குடுமிக்கு விடைகொடுத்தேன். கூட்டத்தோடு

கூட்டமாகக் கலந்து, தெரியாமல் நிற்பதின் ஆனந்தத்திற்கு ஒப்பான ஆனந்தம் ஏது?

இப்போதும் ஒன்றரை மாதங்களுக்குமேல் முடியை வளர விட்டுவிட்டால், புளிக்கூடையைத் தலைமீது வைத்தாற்போல் ஆகிவிடுகிறது. நசநசப்பு – வேர்வை. எங்கள் குருநாதர் தாடியும் நீள்முடியும் வளர்த்துக்கொண்டிருக்கிறார். அவருடைய எண்ணங்களும், உணர்வுகளும் எவ்வளவு நறுமணம் வீசுகின்றனவோ, அத்தனைக்கத்தனை தாடியும் முடியும் நெடுநல் வாடையாக வீசுவது வழக்கம். அந்த வாடையை எதிர்த்து அவருடைய உள்ளத்தின் நறுமணத்தை அடைந்து நுகரவேண்டும். மடமை, வஞ்சகம், போலி, பொய், அனைத்தையும் எதிர்த்து நிற்கும் அவர், ஏன் இப்படி எங்களை இந்த வாடையால் சித்திரவதை செய்கிறார் என்று தெரியவில்லை. அவரைப் போலவே, நேர்மையும் புதுமையும் கொண்டு விளங்கும் இளைஞர்களின் நீள் முடியிலிருந்தும் வாடை வீசுகிறது. நம்முடைய நாடும் மேற்கத்திய நாடுகளைப்போல், வெப்பம் வேர்வை எல்லாம் இல்லாத குளிர் நாடாக ஆகுமாக.

* * *

வெப்பம் வேர்வையற்ற குளிருக்கு வேண்ட இன்னொரு காரணம். வெப்பம் வேர்வை இல்லாமல் இருந்தால் என்னைப் போன்ற சாதாரண மனிதர்கள் அதிகத் துன்பமில்லாமல் பஸ்ஸுக்குக் காத்திருக்கலாம். எத்தனை மணி இல்லை, நாட்கள் வேண்டுமானாலும் காத்திருக்கலாம். புளியாக மனிதர்களை அடைக்கிற ரயிலிலும் அப்பொழுது இதமாக இருக்கும். புளியடைக்கிறாற்போல் அடைந்து பிரயாணம் செய்தால்தான் இந்திய ரயில் நிர்வாகம் நஷ்டமின்றி நடக்கும் என்று சொல்லும் நிர்வாக மேதைகளை எதிர்த்து யாரும் பேசமாட்டார்கள். பத்திரிகை ஆசிரியர்களுக்குக் கடிதம் எழுதமாட்டார்கள்.

ரொமானியாவின் தலைநகரான புகாரெஸ்ட்டில் ட்ராம் வண்டிகள் நிமிஷத்திற்கு ஒன்றாக ஓடிக்கொண்டிருக்கின்றன. அதோடு மின்சாரத்தால் ஓடும் ட்ராலிகள் அல்லது பஸ்கள் ஓடுகின்றன. என் அப்பன் ஆணையாக நான் ஒரு முறைகூட ஒரு நிமிடத்திற்குமேல் பஸ்ஸுக்காகவோ, ட்ராமுக்காகவோ காத்திருக்கவில்லை.

இதைச் சொல்வது, நான் சாதாரண மனிதன் என்ற முறையில் – அதாவது டில்லியில் வாழும் சாதாரண மனிதன் என்ற முறையில். நம்முடைய நாட்டில் தலைவர்கள், அமைச்சர்கள், உயர் அதிகாரிகள் எல்லோரும் சாதாரண மனிதனுக்கு சதா பூஜைபோட்டுக் கொண்டிருக்கிறார்கள். ஆனால் டில்லியில்,

தி. ஜானகிராமன்

சோஷலிசத்தை நோக்கி வெற்றி நடை போடும் அரசின் தலைநகரில், குறைந்தபட்சம் அரைமணியாவது காத்திராமல் நீங்கள் ஒரு பஸ்ஸில் ஏறிவிடுங்கள். நான் ஐந்து பைசா உங்களுக்கு இனாம் தருகிறேன். (சில்லறை கிடைக்காததால், இந்தப் பணயம், ஒரு ரூபாய் நோட்டாகக் கொடுப்பது சுலபம்). நான் டில்லிக்கு வந்து நாலரை வருடமாகிவிட்டது. பஸ்ஸில் ஒருமணி இரண்டு மணி காத்திருந்து ஏறிய பிறகு பலமுறை சட்டை கிழிபட்டும், கசங்கியும் இறங்கியிருக்கிறேன். அப்படி இறங்குகிற நூற்றுக்கணக்கான பெண்களைப் பார்த்திருக்கிறேன். இறங்கிய பிறகு ‘பையில் பத்து ரூபாய் நோட்டு இருந்தது; காணவில்லை’ என்று பறிகொடுத்து ஏங்கும் பல வயதானவர்களைப் பார்த்திருக் கிறேன். நாலரை வருடங்களுக்குப் பிறகு, இப்போது நிலைமை மாறிவிட்டது. அதாவது இந்த நெரிசல், கிழிசல், மிதி எல்லாம் பழக்கமாகிவிட்டன. பஸ்தான் இன்றும் ஒரு மணிக்குள் கிடைக்கவில்லை.

ஆனால் நாள் தவறினாலும், ஆள் தவறாமல் விஞ்ஞான பவனத்திலும் வேறு பவனங்களிலும் பொது மனிதன்தான் எங்கள் கடவுள், பொது மனிதன் எங்கள் ராஜா என்று பேராசிரியர்கள், தலைவர்கள் எல்லாரும் வாய் ஓயாமல் பேசிக் கொண்டிருக்கிறார்கள். அவர்கள் அனைவருக்கும் கார் இருக்கிறது. சிலருக்கு அயல் நாட்டுக் கப்பல்கார்களே இருக்கின்றன.

ஆனால், ஒரு நோக்கில் பார்த்தால் இப்படியெல்லாம் நான் சொல்வது மடமையினால் என்றே தோன்றுகிறது. ஐம்பது கோடி மக்களும், ஐயாயிரம் பதினாயிரம் ஆண்டு வரலாறும் உள்ள ஒரு நாட்டில் நாலரை வருடம் ஒரு பெரிதா? இன்னும் நூறு வருடத்திற்குள், என் கொள்ளுப் பேரனின் பேரனுக்கு நிச்சயமாக டில்லியில் பஸ் ஸ்டாப்புக்குப் போன கணமே பஸ் கிடைக்கப் போகிறது.

இந்த சாதாரண மனிதனுக்கே எப்போதும் திமிர் அதிகம். மந்திரிகள் மாதிரி, அரசாங்கக் காரியதரிசிகள், துணைக் காரியதரிசிகள், தொழிலதிபர்கள் மாதிரி அவனும் காரில் போகவேண்டுமாம்! இல்லாவிட்டால் பஸ்ஸிலாவது நிற்காமல் போகவேண்டுமாம். என்ன ஆணவம்! தலைவர்கள்மாதிரி ஒரு தியாகம் செய்ததுண்டா, ஒரு கூட்டத்தில் பேசினதுண்டா, ஒரு தேர்தலில் ஜெயித்ததுண்டா? ஆசையைப் பாருங்களேன் ஆசையை! இதையெல்லாம் முளையில் கிள்ளி எறியாவிட்டால், நானும் சுங்கவரியில்லாமல் தங்கம் கொண்டு வருவேன், கடிகார மூட்டை கொண்டுவருவேன், வைரம் கொண்டுவருவேன் என்றெல் லாம் ஆரம்பித்து விடுவான். ஜாக்ரதையாக இருக்கவேண்டும்.

சாதாரண மனிதா! பொறாமைப் படாதே! உன் கொள்ளுப் பேரனுக்கும், எள்ளுப்பேரனுக்கும்தான் எல்லாரும் உழைத்துக் கொண்டிருக்கிறார்கள்! கங்கையும் காவிரியும் இணையப் போகின்றன! டில்லிபோன்ற நகரங்களில் பூமிக்கடியில் ரயில் ஓட்ட, எண்ணம் முளைத்திருக்கிறது. பஞ்சப் பனாதைபோல் பறக்காதே! தன்னடக்கம் பழகு!

* * *

இன்னும் எத்தனையோ நினைவுகள் வருகின்றன. கருங்கடல், முர்ஃபத்லாரில் உள்ள மாபெரும் திராட்சை மது உற்பத்தி சாலை, பைசான்ஷியன் கோயில் சிற்பங்கள், ரொமானிய ஜிப்ஸிகள், க்ளூஷ் நகரத்தின் அமைதி, புகாரெஸ்ட்டின் கிராம மியூசியம், நவீன சிற்ப ஓவியங்களின் பிடிப்பு, ப்ராட்டிஸ்லாவாவில் புதுக் கட்டிடங்கள் எழும் காட்சிகள், கார்லோவிவாரி, மரயான்ஸ்கியின் தாதுநீர் ஊற்றுகள், இந்தியக் கலைகள் – இலக்கியங்களின்மீது செக்நாடு கொண்டுள்ள பற்று, செக்கோஸ்லவாகியாவின் இசைப்பற்று, அறிவாளிகளின் போராட்டங்கள், கார்ப்பேதியன் மலைத் தோற்றங்கள், கவிஞர்கள், திரைப்படங்கள், பில்சன் பீர், பாஸ்போர்ட்டை ஒரு ஹோட்டலில் மறந்துவிட்டுத் தவித்த தவிப்பு, வழக்கம்போல சாக பட்சிணிகள் படும்பாடு, வல்த்தாவா நதி, ப்ராஹாவின் பழைய கோட்டை – அரண்மனை, ஆட்டுப்பாலாடை, பல்கலைக்கழக மட்ரிகாலா பாடக – பாடகிகள், அவர்கள் பாடிய பாட்டு, வெவ்வேறு வயதுக் குழந்தைகளுக்கான பொம்மலாட்ட அரங்குகள், நாவலாசிரியர்கள், வங்காளி மொழியை வங்காளிபோலவே தண்ணீர்பட்ட பாடாகப் பேசிய ஹானா, ஷ்பாவிதெல், இலக்கணமாகத் தமிழ் பேசிய பேராசிரியர் வாத்ஸெக், ப்ரூனோவில் தூணில்லாத பிரம்மாண்ட எஃகு மண்டபத்தில் நிகழ்ந்த நுகரும் பொருட்காட்சி, அப்பளத்திற்கு இனிய சகோதரியான ஒப்ளாத்கி................

மிக மிக மறக்கமுடியாத நினைவு ஒன்று இருக்கிறது. அது சுபாஷ் முகோபாத்யாயா. வங்காளத்தின் பிரபல கவிஞர் அவர். வலதுசாரி பொதுவுடைமைக் கட்சிக்காரர். எடுப்பான தோற்றம். தலை நிறைய சுருள் சுருளாக முடி. சீவுவதே சிரமம். மிருதுவான குரல். மிதமான பேச்சு. சாகித்ய அகாதெமி கௌரவம் பெற்றவர். நுண்ணிய, புதிய பார்வை படைத்தவர். அசாத்திய மனஉரம் கொண்டவர். நடக்கிறது நடக்கட்டும் என்று தோற்றமளிக்கும் போக்கு. அபாரமான இங்கிதமும் இனிமையும் நிறைந்தவர். இந்தப் பயணத்தில் அவருடைய தோழமை கிடைத்தது ஒரு அதிர்ஷ்டம்தான். ரொமானிய – செக்கோஸ்லவாகிய பயணத்திற்கு அவரையும் என்னையும் இணைத்திருந்தார்கள். அவருடைய பட்டியலில் ஹங்கேரியும் இருந்தது. அதுவரையில் இணை பிரியாமல் திரிந்தோம்.

# 3

கடிகார முள்ளைத் திருப்பிவைக்க மனம் இல்லை. முன்பு ஜப்பான் சென்றிருந்த பொழுது, பதினைந்து நாட்கள்வரை என் கடிகாரம் இந்திய நேரத்திலேயே இருந்தது. முதல் முதலாக வெளிநாடு சென்றால் அது ஒரு பொழுதுபோக்கு. சில பேருக்கு ஒரு தோழமைகூட. ஜப்பானில் இறங்கிய மறுநாள் காலை எழுந்தபொழுது சூரியன் எழுந்துவிட்டது. என் கையில் மணி இரண்டரை. ஊரில் ஜாமத் தூக்கமாகத் தூங்கிக்கொண்டிருப்பார்கள். ஒன்பதரை மணிக்கு நான் பயிற்சிப் பள்ளிக்குக் கிளம்புகையில், ஊரில் துயில்நீங்கி பல் விளக்குவார்கள். இரவு எட்டரை மணிக்குச் சாப்பிடும்போது, ஊரில் குழந்தைகள் பள்ளி விட்டு வீட்டுக்கு வந்துகொண் டிருப்பார்கள். இரவு கின்சாவில் நாயர் ஹோட்டலில் சாப்பிட்டு, வீதிகளில் உலாவிவிட்டு, நடுநிசிக்கு விடுதிக்குத் திரும்புகையில், ஊரில் சாப்பாடு நடந்து கொண்டிருக்கும்.

அதே சபலம்தான் இப்பொழுதும். டில்லி பாலம் விமான நிலயத்திலிருந்து காலை எட்டரை மணிக்கு விமானம் எழுந்ததும், அப்பொழுது மாஸ்கோவில் காலை ஆறு மணி என்றும், விமானம் நடுவில் எங்கும் இறங்காமல், ஆறேகால் மணி நேரம் பறந்து மாஸ்கோ போய்ச் சேரும் என்றும் அறிவித்தார்கள். விமானத்தில் ஆறேகால்மணி நேரம் முடங்கிக்கிடப்பதுபோன்ற வேதனை கிடையாது. புத்தகம் படிக்கவும் தோன்றாது. கீழே மாறி மாறிச் செல்லும் மலைகளையும், மேகங்களையும் பார்த்துக் கொண்டேயிருக்கவேண்டும். காபூல் பிராந்தியத்தில் பனிமூடிய மலைச் சிகரங்கள். பீரும், ஷாம்பேனும்

அருந்திக் கொண்டிருந்தால், பொழுது அவ்வளவு சுமையாக உட்கார்ந்திராது. முகோபாத்யாயா, நான் வேண்டிக்கொண்டதன் பேரில், தம் கவிதைகளில் சிலவற்றை வங்காளி மொழியிலும், ஆங்கிலத்தில் மொழி பெயர்த்தும் சொல்லிக் கொண்டு வந்தார். கண்ணுக்குத் தெரியாத உயரத்தில் பறக்கிறது விமானம். இங்கே ஒரு கவிதை பாய்ந்து செல்வது கீழே யார் காதில் விழுந்திருக்கும்?

தூங்குவது சிரமமாக இருந்தது. கடைசியில் சற்றுக் கண் அயரும்பொழுது பெல்ட்டைப் போட்டுக்கொள்ளும் உத்தரவு வந்தது. மாஸ்கோ நெருங்கிவிட்டது. பெல்ட்டை நெருக்கிக் கீழே பார்த்தோம். விமானம் இறங்க இறங்க, வெள்ளை வேளேர் என்று பூமியெங்கும் பனிப் போர்வை. ஃபர், பாப்ளார் மரங்கள். விமானம் தரை தட்டிற்று. இதுவா மாஸ்கோ? இல்லை, மாஸ்கோ விமான நிலையம். நகரத்தின் சிகரங்கள், ஸ்தூபிகள், வெங்காய வடிவ கோபுரங்கள் – ஏதும் தெரியவில்லை. நகரம் தூரத்தில் இருக்கிறதாம்.

மாஸ்கோ நகரத்துள் போக எங்களுக்கு விசா இல்லை.

மணி 12½. என் கடிகாரத்தில் மணி மூன்று. உட்கார்ந்திருந்த பிடிப்பு தீர கால்களை உதறிக்கொண்டே நடந்து, சுங்கம், பண அறிவிப்புச் சடங்குகளைச் செய்து விட்டு, விமானம் மாறும் பிரயாணிகளுக்கான கூடத்தில் உட்கார்ந்துகொண்டோம்.

உங்களை ஹோட்டலுக்கு அழைத்துச் செல்லப் போகிறோம். ரொமானியா செல்லும் விமானம் நாளைக் காலை பத்து மணிக்கு. அதுவரையில் நீங்கள் ஹோட்டலில் இளைப்பாறலாம் என்று, ஆங்கிலம் பேசும் ரஷ்ய மங்கை ஒருத்தி சொல்லிவிட்டுப் போனார். அரைமணி ஆயிற்று. ஒருமணி ஆயிற்று. ஒன்றரைமணி ஆயிற்று. ஹோட்டலையும் காணோம். மங்கையையும் காணோம். அடிக்கடி எழுந்து எழுந்து விசாரித்தோம். இதோ இதோ என்று பதில் கிடைத்தது. கடைசியில் சிற்றுண்டி, இரவுணவு, காலைப் பலகாரம் மூன்றுக்கும் கூப்பன் கொடுத்து, “வாருங்கள் ஹோட்டலுக்குப் போகலாம்” என்றார் ரஷ்ய மங்கை. “உங்கள் பெட்டி வந்து சேரும்” என்று எங்களை மட்டும் அழைத்துப் போனார். ஹோட்டலுக்குப் போக, கார், பஸ் ஏதாவது நிற்கும் என்று வெளியே வந்தோம். சாலையைக் கடந்தோம். “எங்கே ஹோட்டல்?”

“அதோ.”

சாலைக்கு அப்பால் ஒரு கட்டிடம். “அதுதான்.”

இதற்குத்தானா இரண்டுமணி நேரம் காத்திருந்தோம்? ஏரோப்ளோட் நிறுவனத்தின் விடுதி அது. வாசல் கதவை

இடித்ததும் யாரோ ஒரு மாது வந்து திறந்தாள். முதல் மாடியில் ஒரு சிறிய அறையில் இரண்டு பேரையும் வைத்தார்கள். ஹோட்டல் வாசல் வருவதற்குள் இரண்டு முறை பனியில் சறுக்கி, ஆளுக்கொரு தடவையாக விழுந்திருந்தோம். நல்ல வேளையாக உள்ளே குளிர் இல்லை. வெப்பப் படுத்தியிருந்தார்கள். ஆனால் ஹோட்டல் சம்பிரமங்கள் ஏதும் இல்லை. கூட்டம், மனித நடமாட்டம், சங்கீதம், ஏதாவது வேண்டுமானாலும் வாங்கிப் பருகவோ, தின்னவோ ஒரு கடை – ஒன்றும் இல்லை. வெறும் தங்கும் விடுதி அது. நிசப்தமாக இருந்தது. சும்மா உட்கார்ந்திருப்பானேன் – ஜன்னல் வழியாக போட்டோவாவது பிடிப்போம் என்று காமிராவை எடுத்ததும், "ஹ்–ம்! அதெல்லாம் கூடாது. விமான நிலையங்களை போட்டோ பிடிக்க எங்கும் அனுமதிக்கமாட்டார்கள். அதுவும் இங்கு நிச்சயமாக அனுமதிக்கமாட்டார்கள். ஏன் வீண் தகராறு?" என்றார் முகோபாத்யாயா. அதுவும் இல்லையா?

முகோபாத்யாயா தான் கொண்டு வந்த பத்திரிகைகளை விழுந்து விழுந்து படித்துக்கொண்டிருந்தார். எனக்கு எப்போதுமே புத்தகம் என்றால் கொஞ்சம் வேம்பு. உத்தரத்தைப் பார்த்தவாறு படுத்திருந்தேன். பேசவும் ஆளில்லை. பணியாள மங்கைகளில் இரண்டு மூன்று பேர் ஆபீஸ் அறையில் உட்கார்ந்திருந்தார்கள். அவர்களுக்கு ஆங்கிலம் தெரியாது. விடுதியின் அதிகாரிப் பெண் என்னமோ எழுதிக்கொண்டிருந்தாள். அவளுக்கு ஆங்கிலம் தெரியும். ஆனால், பேச நேரம் இல்லை.

ஏழெட்டு நாட்களுக்கு முன்பே, நான் மாஸ்கோ வழியாகச் செல்வதாகவும், விமான நிலையத்தில் சந்திக்கு மாறும் பூர்ணம் சோமசுந்தரத்திற்கு எழுதியிருந்தேன். அவருடைய தங்கை லக்ஷ்மி டில்லியிலிருந்து பதர்ப்பேணி செய்து அவரிடம் கொடுக்குமாறு அனுப்பியிருந்தார். அதைக் கொடுத்தாக வேண்டும். ஆனால், அவர் வரவில்லை.

விடுதி அதிகாரிப் பெண்ணிடம் செய்தியைச் சொன்னேன். அயல் மொழி நூல்கள் வெளியீட்டு நிலையத்தில் தொடங்கி, எங்கெங்கோ போன் செய்து பத்து நிமிஷத்திற்குள் ஆளைப் பிடித்துவிட்டார் அவர். உடனே புறப்பட்டு வருவதாகச் சொல்லி விட்டு போனைக் கீழே வைத்தார் பூர்ணம். அவர் வந்து சேர இரண்டு மணி நேரமாயிற்று. விசேஷ அனுமதி பெற்று, பொருள்கள் ஏதும் பரிமாறிக் கொள்வதில்லை என்று உத்தரவாதம் கொடுத்துவிட்டு அவர் விடுதிக்குள் வந்தாராம்.

முகோபாத்யாயா அவரை சரமாரியாகக் கேள்விகள் கேட்டுக்கொண்டிருந்தார். தஞ்சாவூர்க்காரர்கள், வங்காளிகள், சர்தார்ஜிகள், நம்பூத்ரிமார்கள் எல்லாரையும் பற்றி விகடத்

துணுக்குகள் இருக்கின்றன. ரஷ்யாவைப் பற்றியும் குறைவில்லை. சாதாரண மனிதர்கள் வேறு என்ன பேசப் போகிறோம்? சிரித்தோம். அரட்டை அடித்தோம். உலகத்தின் கவலைகளைத் தூங்கும்போதும் சுமந்துகொண்டிருக்கிற அரசியல்வாதிகளோ, மேதைகளோ, ராஜதந்திரிகளோ அல்ல நாங்கள். ரஷ்யாவில் சாப்பாட்டுக் கவலை இல்லை. வேலையில்லாத் திண்டாட்டம் இல்லை. உணவு மலிவு. பிரயாணம் மலிவு. பெரிய பதவி வகிக்கிறேன் என்று பத்துப் பதினைந்து ஹால்களும் அறைகளும், தோட்டமும் கொண்ட பெரிய மாளிகையில் ஒருவன் வாழ முடியாது. குடும்பத்தின் அளவுக்கு ஏற்ப வீட்டு வசதி கிடைக்கும். பூர்ணம் சொன்ன இந்தச் செய்திகளையெல்லாம் கேட்டு ரஷ்யாவிற்கே குடிபோய் விடலாமா என்று தோன்றிற்று. நம் ஊரில் சம்பளப்படிதான் வீடு கொடுக்கிறார்கள். குமாஸ்தாவுக்கு மூன்று குழந்தையிருந்தாலும், ஒன்பது குழந்தையிருந்தாலும் இரண்டு அல்லது ஒரு அறை வீடுதான். இன்னொன்றும் சொன்னார் பூர்ணம். ரஷ்யாவில் ஒரு ஆணோ பெண்ணோ குறிப்பிட்ட காலம் – 30 ஆண்டோ, 25 ஆண்டோ – மேலும் இருக்கலாம் – எவ்வளவு என்று ஞாபகமில்லை – வேலை செய்தால் போதும். வயோதிக கால பென்ஷன் கிடைத்துவிடுமாம். ஒரு கடையிலும், ஒரு சர்க்கார் காரியாலயத்திலும், பின்பு ஒரு வீட்டு ஆளாகவும் வெவ்வேறு இடங்களில் வேலை செய்தாலும் சர்வீஸ் அறுந்துவிடாது. வேலை செய்த அத்தனை காலத்தையும் கணக்கில் எடுத்துக் கொண்டு, பென்ஷன் கொடுப்பார்கள் என்று சொன்னார். இந்தியாவின் சாதாரண மனிதனே! கவலைப்படாதே. இந்தியாவிலும் நூறு வருடத்திற்குள் இதெல்லாம் வந்து விடும். சோஷலிச சூரியன் அடிவானத்தின்கீழ் வந்து விட்டான். அவன் எழுந்து, அந்த வெயிலில் வேறுபாடு, வஞ்சகம், சுயநலம், அனாவசிய உரிமை, சலுகை எல்லாம் வெந்து சாம்பலாகும். நல்ல வீடு, மலிவான பயணம் எல்லாம் கிடைக்கப் போகிறது. கவலைப்படாதே. அனுமார் சொன்ன வார்த்தை ஞாபகமிருக்கட்டும். 'ஒரு மனிதன் நூறு வருடம் பொறுமையோடு, நம்பிக்கையோடு மட்டும் வாழ்ந்தால், நிச்சயம் ஆனந்தம் வந்து சேரும்' என்று அவர் சொல்லியிருக்கிறார். நெய் போன்ற கொழுப்புப் பதார்த்தங்கள், மஸ்து உணவு – இவற்றைத் தீண்டாமல், கால் வயிறு உண்டு, யோகாசனங்கள் பயின்றுகொண்டு, நூறு வருடம் வாழ முயலு. உனக்கும் நூறே ஆண்டுகளில் குடும்பத்திற்கேற்ற வீட்டு வசதி, மலிவான உணவு எல்லாம் கிடைக்கும்.

சொர்க்க மயமாகத் திகழும் ரஷ்யாவை உள்ளே போய்ப் பார்க்க ஆசை. ஆனால், விசா இல்லை. விசா இருந்திருந்தால் சோமுவின் வீட்டுக்குப் போய், சிறிது மாஸ்கோவைச் சுற்றிப்

பார்த்துவிட்டு காலையில் விமானத்திற்கு வந்திருக்கலாம். டில்லியில் விசா வாங்காமல் வந்துவிட்டோமே என்று வருத்தமாக இருந்தது.

பூர்ணத்துடன் இன்றைய தமிழ் – ரஷ்ய – வங்காளி எழுத்துபற்றி அளவளாவினோம். பூர்ணம் இந்திய எழுத்துகள் பலவற்றை ரஷ்ய மொழியில் பெயர்த்திருக்கிறார். தமிழ் – ரஷ்ய அகராதி வெளியிட பாடுபட்டிருக்கிறார். தமிழ் மொழி ஆராய்ச்சியில் ஈடுபட்டுள்ள ஆந்த்ரனோவ், ரூதின் போன்ற ஆய்வாளர்களைப் பற்றிப் பேசினார்.

இடை இடையே பதர்ப்பேணியை அவரிடம் எப்படிக் கொடுப்பது என்று எனக்கு அரிப்பு. அவரோ பொருள் பரிமாறிக் கொள்வதில்லை என்று உத்தரவாதம் கொடுத்திருக்கிறார். மூட்டையை அவிழ்த்து அவருக்கும் சுபாஷுக்கும் இரண்டு பேணிகளைக் கொடுத்துவிட்டு ஆபீஸ் அறையிலிருந்த மங்கைய ரிடமும், அதிகாரியிடமும் பேணிகளைக் கொடுத்தேன். தின்றார்கள். ரொம்ப நன்றாக இருக்கிறது என்றார்கள். இந்தியாவில் இவருடைய தங்கைதான் செய்தாள் என்றேன். லக்ஷ்மியை வாழ்த்தினார்கள். மூட்டையை அவிழ்த்துக் காண்பித்தேன். பூர்ணத்தின் குழந்தைகளுக்கும், மனைவிக்கும்தான் லக்ஷ்மி இதைச் செய்து அனுப்பியிருக்கிறார் என்றேன். “இதென்ன சாப்பாட்டுப் பண்டம்தானே. தாராளமாகக் கொடுங்கள்” என்றார் அதிகாரி.

“ரொம்ப தாமதமாகிவிடவில்லையா உங்களுக்கு?” என்று கை கடிகாரத்தைப் பார்த்தேன். மணி பதினொன்றரை.

“அப்படி ஒன்றும் இல்லை. ஒன்பதுதான் ஆகிறது” என்று விடை பெற்றுக்கொண்டார் பூர்ணம்.

வெளியே வந்து, முட்டு முட்டாக ஓரங்களில் குவிந்திருந்த பனி முட்டுகளுக்கிடையே நடந்து, ஒரு தடவை மீண்டும் சறுக்கி விழுந்து, சாலையில் அவருக்கு விடை கொடுத்தோம். விமான நிலையத்தில் உள்ள உணவு விடுதியை நோக்கி நடந்தோம். அங்குதான் உணவு கிடைக்கும்.

எழுபது கொப்பெக் (90 கொப்பெக் ஒரு டாலர் – அதாவது ஏழரை ரூபாய்) கொடுத்து இரண்டு கிண்ணம் ஒயினும், பச்சைப் பட்டாணி சூப்பும், கறிகாயும், ரொட்டியும், பாலும் அருந்திவிட்டு வெளியே வரும்போது மணி ஒன்று. அதாவது ரஷியாவில் பத்தரை மணி.

பூர்ணம் விமான நிலையத்திற்கு வராத காரணம், இன்னும் அவருக்கு என் கடிதம் கிடைக்கவில்லையாம். ஒரு வாரம் முன்பு

இந்தியாவில் தபாலில் சேர்த்தாலும் ரஷ்யாவில் தணிக்கை ஆபீஸுக்குப் போய் வருவதால் தாமதமாகலாம் என்றார் அவர். இந்தத் தணிக்கைத் தாமதம் வேறு சில இடங்களிலும் காண நேரிட்டது.

தபால் போக்குவரத்துச் சுருக்கில் இந்தியாவுக்கு ஈடான நாடு இல்லை என்றே தோன்றுகிறது. காஷ்மீரத்தில் போட்ட கடிதம் கன்யாகுமரியில் நான்காம் நாள் காலையில் கிடைத்துவிடும். தனி விமானக் கட்டணம் இல்லை. அமெரிக்காவில் இதற்கு பத்து நாள் ஆகலாம். ஐரோப்பாவில் இரண்டு நாள் அதிகமும் பிடிக்கலாம். இது என் அனுபவம்.

மறுநாள் காலை விமானம் பத்து மணிக்கு. ஐந்து மணிக்கே எழுந்து சவரம் செய்துகொண்டு, சாமான்களை அடுக்கி பெட்டியில் வைத்துத் தயாரானோம். ஏழரை மணிக்கு விமான நிலைய உணவு விடுதியில் காலை உணவு. எதிரே உட்கார்ந்த ஒரு ஐரோப்பியர் வேடிக்கையாகப் பேசிக்கொண்டிருந்தார். குருஷ்சாவைப் பற்றி ரஷ்யாவில் அப்போது வழங்கும் இரு விகடத் துணுக்குகள் சொன்னார்.

பிரதமராக இருந்தபொழுது குருஷ்சாவ் ஒரு ஓவியக் கடைக்குப் போனாராம். அங்கு நூற்றுக்கணக்கில் அவர் படங்களே மாட்டியிருந்தன. சிரிப்பது, திரும்புவது, வாழ்த்துவது, யோசிப்பது – இப்படி பல நிலைகளில். குருஷ்சாவுக்கு சந்தோஷம். 'இதோ பாரு, மற்றவர் படங்களையும் மாட்டப்பா. நான் மட்டும்தானா அகப்பட்டேன்! மார்க்ஸ் இல்லையா, லெனின் இல்லையா, எங்கெல்ஸ் இல்லையா? அவர்கள் ஓவியங்களையும் கொண்டு வை' என்றாராம்.

'எல்லாம் இருந்தன. ஆனால், ஒன்றுவிடாமல் விற்றுப் போய்விட்டன' என்றாராம் கடைக்காரர்.

குருஷ்சாவ் அமெரிக்காவிலிருந்து கோதுமையை இறக்குமதி செய்தபொழுது, மக்களுக்கு வெட்கமாக இருந்ததாம். கோதுமைக்காக நீண்ட க்யூவில் நின்றிருந்த ஒருவன் வெகு கோபமாக, ஒரு ஆளைத் தன்னிடத்தில் நிறுத்திவிட்டு, 'இதோ போய் பிரதமரைத் தீர்த்துவிட்டு வந்து விடுகிறேன்' என்று ஓடினானாம். இரண்டு மணி நேரம் கழித்துத் திரும்பி வந்தானாம். 'என்னப்பா ஆச்சு? தீர்த்தாச்சா ஆளை?' என்று கேட்டாராம் மாற்றாள். 'இல்லை; அங்கும் இதேமாதிரி நீளமான க்யூ நிற்கிறது' என்றானாம் திரும்பி வந்தவன்.

* * *

தி. ஜானகிராமன்

புகாரெஸ்டுக்குப் போகும் விமானம் காலை பத்து மணிக்குப் புறப்பட்டது. ரஷ்ய விமானம், ஜெட் விமானம், போயிங் 707, காரவல் போலன்றி, சாய்வாக ஏறாமல், செங்குத்தாக ஏறுவது போன்ற பிரமையை ஏற்படுத்தியவாறு, ஐந்தே நிமிஷத்திற்குள் மேகங்களைக் கடந்து, ஸ்வச்சமான உச்சநிலையை அடைந்துவிட்டது. மாஸ்கோவுக்கும் புகாரெஸ்டுக்கும் 1000 மைல். விமானத்தில் கூட்டம் அதிகம் இல்லை. முகோபாத்யாயா கண்ணயர்ந்துவிட்டார். ஆங்கிலம் பேசுகிற ஆளும் இல்லை. ஆனால், முன் இருக்கையில், லூதியானா, கேசர்கஞ்சில் ஆடை தயாரித்து ஏற்றுமதி செய்யும் தாப்பர் என்ற வணிகர் உட்கார்ந் திருந்தார். அவருக்குப் பக்கத்தில் போய் அமர்ந்துகொண்டேன். சிறிது நேரம் பேசிவிட்டு அவரும் கண்ணயர்ந்தார்.

நான் தனியாக ரஷ்யாவைப் பற்றி யோசித்துக் கொண் டிருந்தேன். சாதாரண மனிதன் உணவு, துணி, குடியிருப்பு – இதற்கெல்லாம் திண்டாடாமல் செய்துவிட்டார்களே, எப்படி என்று யோசனை. நமக்கு தேச பக்தி இல்லையா? நம் நாட்டில் என்ன குறைகள்? நாமாகத் தயாரித்துக் கொள்ளக்கூடிய பல்பசை, கருவடாம், சோப்பு, சைக்கிள், பால் புட்டி போன்ற பலவித பண்டங்களுக்குக்கூட அயல்நாட்டு மூளைகளையும் இயந்திரங்களையும் நம்பிவிடுகிற கபோதித்தனமா, தடித்தனமா? மூலாதாரமான தொழில்களை விட்டுவிட்டு, இவை இல்லா விட்டால் குடிமுழுகிப் போய்விடாது என்றாலும் ஆடம்பர வசதிப் பொருட்களை வெட்கமில்லாமல் அயல்நாட்டுக் கடன், மூளை, மூலங்களுடன் தயாரிக்கும் வீண் அமைப்புகளா? கவிதை, நாவல், நீளமயிர் என்று அகில உலகீயம் என்ற போர்வையில் கடன்வாங்கும் அடிமன அடிமைத்தனமா? நம்முடைய வரிப்பணத்தில் நன்றாகப் படித்து விட்டு, இங்கு ஆராய்ச்சிக்கு ஆதரவு இல்லை, ஆட முற்றம் போதவில்லை என்று சுக வாழ்வு ஆசையை ஆராய்ச்சிப் பசி என்ற பெயரில் மறைத்து, வெளிநாடுகளுக்குக் குடியேறும் இளம் மேதைகளின் அகில தேச நோக்கா?

பதவி, தலைமை வந்ததும் உரிமை, சலுகைகளைக் கொண்டாடி, சாதாரண மனிதனிடமிருந்து தனித்து வாழ்வது மனித இயல்பு. இது இல்லாத நாடு எங்கு இருக்கிறது? மா சே துங்கு இந்த சலுகைகளை எதிர்த்துத்தான் பண்பாட்டுப் புரட்சியைத் தூண்டி விட்டதாக ஒரு வானொலிப் பேச்சைப் படித்தோமே? அது எங்கு? எப்போது? மகாத்மா காந்தி, வினோபா, சாஸ்திரிபோல செல்வாக்கு வந்தும், எளிய வாழ்வு வாழ எல்லாத் தலைவர்களுக்கும் மனம் வருமா? ஒரு பதினாயிரம் மனிதர்களைவிட தனக்குச் சற்று அதிகமாக அறிவு இருக்கிறது,

புகுந்தடிக்கும் ஆற்றல் இருக்கிறது, வாய்வீச்சு இருக்கிறது என்பதற்காக தனிச் சலுகை, உரிமை, வசதிகளை அடித்துப் பிடுங்கி வாழும் மனிதர்கள் மிருகங்களா, மனிதர்களா?

கேள்வி கேட்கும் ஆங்காரம் இருந்தது. ஆனால், பதில் காணும் படிப்போ, சிந்தனையோ, பார்வையோ எனக்கு இல்லை. சாப்பாடு பரிமாறத் தொடங்கிவிட்டார்கள்.

உயரம் குறைந்துகொண்டிருந்தது. புகாரெஸ்ட் நெருங்கிக் கொண்டிருந்தது. பனி, வெள்ளைத் திட்டுகளே இல்லை. எங்கு பார்த்தாலும் நீர், ஆறுகள், ஓடைகள், பச்சை. புகாரெஸ்ட் மாஸ்கோவிற்கு ஆயிரம் மைல் தெற்கு. வசந்த காலம் தொடங்கிய தோற்றம்.

பனியாஸா விமான நிலையம் சிறியது – நாகபுரி, காசி, திருச்சி, மதுரை நிலையங்கள் போல. (ஒரு பெரிய அகில தேச விமான நிலையம் அங்கிருந்து இரண்டு மைலில் தயாராகிக் கொண்டிருந்தது. நாங்கள் ரொமானியாவுக்குப் போய் இரண்டு வாரங்களுக்குப் பிறகு அதைத் திறந்து வைத்தார் ரொமானியப் பிரதமர் சொச்செஸ்கு. விமான நிலையத்தில் எங்களை வரவேற்க மூன்று ரொமானிய எழுத்தாளர்களும், ரொமானிய எழுத்தாளர் சங்கத்தில் பணிபுரியும் ஸ்ரீமதி பாலா பொப்பெஸ்குவும் வந்திருந் தார்கள். ராது லூபான் என்பவர் நாவலாசிரியரும் விமர்சகரும். பெர்னார்ட் ஷாவைப் பற்றியும் ஹெமிங்வேயைப் பற்றியும் திறனாய்வு நூல்கள் எழுதியிருக்கிறார். இன்னொருவர் பீட்டர் ஸாலமன். கவி. ஷெல்லி போன்ற ஆங்கிலக் கவிஞர்களின் நூல்களை ரொமானிய மொழியில் ஆக்கியிருக்கிறார்.

நாங்கள் ஏறிச் சென்ற கார் போகும் வழி எல்லாம் இலை யுதிர்ந்த மரங்கள் – சில மரங்கள் தளிர்க்கத் தொடங்கியிருந்தன. வசந்தகாலம் அடி எடுத்துவைத்துக் கொண்டிருந்த தருணம். பனியே இல்லை. மாறாக, வெயில் இதமாக இருந்தது.

நகரத்திலிருந்து விமான நிலையம் அதிகத் தொலைவில்லை. பத்து நிமிடங்களுக்குள் புகாரெஸ்ட்டின் பிரதான சாலையான மகேரு வீதியில் உள்ள அம்பாஸடர் ஹோட்டலில் கொண்டு வந்து எங்களை விட்டுவிட்டார்கள். சிறிது காத்திருந்தோம்.

"நாளைக் காலையில் 10 மணிக்கு துபாஷிப் பையன் வருவார். அதுவரையில் நீங்கள் இளைப்பாறலாம். இன்று ஒரு சினிமாவுக்குப் போய் வாருங்கள்" என்று சினிமா டிக்கட்டுகளைக் கொடுத்துவிட்டுப் போனார் ஸ்ரீமதி பாலா.

மூன்றாவது மாடியில் உள்ள அறைகளுக்குச் சென்றோம். பீட்டர் ஸாலமன் சிறிது நேரம் பேசிவிட்டு, விடைபெற்றார்.

# 4

நாங்கள் தங்கியிருந்த அம்பாஸடர் ஹோட்டலுக்குப் பக்கத்திலேயே, சினிமா ரிபப்ளிகா என்று ஒரு திரைப்பட அரங்கம். அங்கு 'ஃப்ராலின் டாக்டர்' என்று ஒரு படம் பார்த்தோம். யுத்தத்தின் பயங்கரங்களையும், அதற்கிலக்கானவர்களின் இன்னல்களையும் சித்தரிக்கிறது. ஜெர்மன் நாட்ஸிகளின் அரக்கக் கொடுமைகளின் தழும்பு ஐரோப்பாவின் இதயங்களினின்று இன்னும் மறைந்த பாடில்லை. இந்தப் பயணத்தில் நாங்களாகப் பார்த்த, எங்களுக்குக் காட்டப்பட்ட முக்கால்வாசித் திரைப்படங்கள், யுத்தத்தின் அவலங்களை, யூதர்கள் பட்ட இன்னல்களை, நாட்ஸிகள் செய்த சித்திரவதைகளை, அல்லது வேறு கொடுக்கோலர்களின், அந்நிய ஆட்சியின் பகிரங்கமான அல்லது நுட்பமான சுரண்டல்களை சித்தரிக்கும் வகையாகவே இருந்தன. தற்காலக் கொடுங்கோலர்களைச்சித்தரிக்க அரசியல் சதுரங்கக் காரணங்களால் பயமாக இருந்தால், அதை நூறு இருநூறு ஆண்டுகளுக்கு முன்னர் நடந்த வரலாற்றுக் கொடுமைகளைச் சித்தரித்து, சூசனையாகக் காட்டுகிறார்கள். ஆனால், பார்க்கும் மக்களுக்கு இது யாரைக் குறிக்கிறது என்று தெரிந்துவிடும். கரகோஷம் செய்வார்கள். கரகோஷம் ஒரு வாரம் நீடித்திருந்தால், அந்தப் படங்களை நிறுத்தி சுருட்டிப் பெட்டியில் போட்டுவிடுவதும் உண்டு என்று கேள்விப்பட்டோம். இன்றும்கூட இரண்டாம் உலகப் போரைப் பற்றிய படங்கள் வந்துகொண்டிருக்கின்றன. பழைய அளவில் இல்லாவிடினும், இந்தப் படங்கள் யுத்தம் மிருகங்கள் செய்கிற செயல் என்று ஓரளவுக்காவது சுரணை

ஊட்டியிருக்கின்றன. சராசரி ஐரோப்பியன் போரை வெறுக்கிறான். அவன் குடும்பம் ஒவ்வொன்றிலும் போர்முனைக்குச் சென்று பலியான ஒரு தந்தை, அண்ணன் அல்லது தம்பி உட்காரும் நாற்காலி காலியாக இருக்கிறது. சராசரி ஐரோப்பியன் போரைப் பார்த்திருக்கிறான். இளம் தலைமுறை சினிமாவில் பார்க்கிறது. அதன் நீடித்த இன்னல்களை வாழ்வில் காண்கிறது. தன்னுடைய நாட்டில் ஒரு நவீனகாலப் போர் வந்து சிதைக்கும்பொழுதுதான், போரின் மிருகத்தனத்தை ஒரு மனிதன் அறிந்துகொள்ள முடிகிறது. இந்தநோக்கில் பார்க்கும்பொழுது தங்கள் மண்ணில் போரையே ஒரு நூற்றாண்டுக்குமேல் காணாத அமெரிக்காவின் இளைஞர்கள், வியத்நாம் போன்ற போர்களை வெறுக்கிறார்கள் என்றால், அது அந்த இளைஞரின் தேர்ந்த பண்பாட்டையும் மனிதப் பண்பையும்தான் குறிக்கிறது என்று சொல்லவேண்டும். அமெரிக்க நடுவயதினர்களையும், மூத்தோர்களையும் சற்று மறந்துவிட்டு இந்த இளைஞர்களுக்கு அஞ்சலி செய்யத் தோன்றிற்று எங்களுக்கு. அமெரிக்காமட்டும் இல்லை. எந்த நாட்டிலும் இளமையைக் கடந்த முன் அல்லது பின் நடுவயதுத் தடியர்கள்தான் போரையும், பொறாமையையும் தூண்டுகிறார்கள். இதை எதிர்த்து நிற்காமல், உலக இளைஞர்கள், இது பொல்லாத உலகம் என்று மரணகீதம் பாடிக்கொண்டும், கஞ்சாவிலும் ஹஷீஷிலும் புகுந்தும், வாழ்விலிருந்து அந்நியமாகிவிட்டோம் என்று ஏலியனேஷன் ஒப்பாரிகளையும் தோல்விக் கவிதைகளையும் பாடிக்கொண்டும், அழுக்கு ஆடையுடன் வாடை வீசிக்கொண்டும் திரிவதால், போரோ வஞ்சகமோ சுரண்டலோ நின்றுவிடாது. மேலும் பிற மக்களைச் சுரண்டும் நாடு முதலாளி நாடோ, சோஷலிச நாடோ, கம்யூனிஸ நாடோ–எதுவாயிருந்தாலும் வெறுப்புக்குரியதுதான்.

* * *

அன்றிரவு ‘ஃப்ராலின் டாக்டர்’ படம் பார்த்துவிட்டு ஹோட்டலுக்குத் திரும்பியதும், வரவேற்பாளரிடம் போய் யாராவது எங்களைத் தேடி வந்தார்களா, அல்லது போன் செய்தார்களா என்று விசாரித்தோம். இல்லை என பதில் வந்தது. விமான நிலையத்தில் எங்களை ரொமானிய எழுத்தாளர்கள் மூன்றுபேர் அழைத்துச் செல்ல வந்திருந்தபொழுது, இந்திய தூதரகத்திலிருந்து ஒரு குமாஸ்தாவாவது வந்திருப்பார் என்று எங்களுக்கு நம்பிக்கை. பிரிட்டன், அமெரிக்கா போன்ற நாடுகளில் வாழும், படிக்கும், வேலைபார்க்கும் இந்தியர்கள் ஏராளம். அங்கு மொழிக் கஷ்டமும் கிடையாது. ரொமானியா முழுவதையும் சலித்தால் மாணவர்களோ, என்ஜினீர்களோ, ஆசிரியர்களோ முப்பது இந்தியர்கள்கூடத் தேற மாட்டார்கள்.

அதனால் யாரோ இந்தியாவிலிருந்து வருகிறார்களோமே என்று நம் தூதரகச் சிப்பந்திகள் யாராவது நிச்சயம் வருவார்கள் என்று எங்களுக்கு நப்பாசை. யாரும் வரவில்லை. போனும் செய்யவில்லை. பின்புதான் எங்களுக்குப் புத்தி வந்தது. நாங்கள் சாதாரண மனிதர்கள் என்றும், பார்லிமெண்ட் உறுப்பினர்களோ, மற்ற வகைப் பிரமுகர்களோ, நடிகர்களோ, நடன மேதைகளோ, தலைவர்களோ இல்லை என்றும், எழுத்தாளர்கள் தாம் என்றும் சுரணை வந்தது. ப்ரோட்டோக்கோல் விதிகளும் நினைவுக்கு வந்தன. உடனே மனதிலேயே ஒரு செருப்புப் பண்ணி, அதனால் எங்கள் சபல புத்தியை அடித்துக்கொண்டே சாப்பிட்டுவிட்டு, நான் 305-ஆவது அறையிலும், சுபாஷ் 311-ஆவது அறையிலுமாகப் படுக்கப் போனோம்.

மறுநாள் காலையில் எங்கள் அறையிலேயே காலை உணவைக் கொணரச் சொல்லி அருந்தினேன். பில் பத்து லீ என்றாள் கொண்டுவந்த பெண். லீ என்பது ரொமானிய நாணயம். ஏறக்குறைய பத்து லீக்கு நான்கு இந்திய ரூபாய். நம் ஊர் போலவே அதை நூறாக வகுத்திருக்கிறார்கள். நூறு பானி ஒரு லீ. சில ஹோட்டல்களில் காலை உணவு வாடகையில் அடங்கியிருக்கும். அது இந்த ஹோட்டலில் இல்லை என்று புரிந்தது. மறுநாள் காலையிலிருந்து வெளியேபோய் உணவு விடுதி ஏதாவது ஒன்றில் சாப்பிடத் தொடங்கினோம். ரொமானியாவில் முதல்தரமான கெட்டித் தயிர் கிடைக்கும். இப்போது கொட்டை வறுத்துப் பொடி செய்து போட்ட உயர்ந்த ப்ரேசில் காபி கிடைக்கும். துணியை நனைத்த தண்ணீர்போல் வாடை வீசும் திடீர் காபியை ஐரோப்பாவில் யாரும் சாப்பிடுவதாகத் தெரியவில்லை. நல்ல கொட்டை வறுத்த நறுமண காபி பஞ்ச மில்லாமல் கிடைத்தது. வெள்ளை எள் பூசிய மிருதுவான ரொட்டி இரண்டும், ஒரு கால் லிட்டர் தயிரும் ஒரு சின்ன கப் காபியும் போதும். நீண்ட வயது வாழும் மனிதர்கள் உள்ள நாடுகளில் காலையில் தயிர் அருந்தும் பழக்கம் உண்டு என்று ஒரு நூலில் படித்த ஞாபகம். எள்ளில் செய்த பொருட்கள் பெண்களுக்கு ஆரோக்கியம் தருவன என்றும் படித்த ஞாபகம்.

***

காலை பத்தேகால் மணிக்குப் பிறகு ஸ்ரீமதி பாலா பொப்பெஸ்கு ஒரு இளைஞனை அழைத்து வந்து அறிமுகப் படுத்திவிட்டார். அவர் பெயர் கேப்ரியல் நியாகு. 20, 22 வயதிருக்கும். ஒல்லி. நீலக்கண். கூரிய மூக்கு. கவர்ச்சியான புன்னகை. உயரத்தினால் லேசான முதுகு வளைவு. "நீங்கள்

ரொமானியாவில் இருக்கிறவரை இவர்தான் உங்கள் தோழர், துபாஷி, வழிகாட்டி, ஆலோசகர். இவர் உங்களை எழுத்தாளர் சங்கத்திற்கு இன்று அழைத்து வருவார். அங்கே சந்திக்கலாம்" என்று விடைபெற்றார் பாலா.

கேப்ரியல் நியாகு ஆங்கில இலக்கியம், மொழி படிக்கும் பி.ஏ. மாணவர். பொறுமையும், இங்கிதமும் தெரிந்தவர். நகைச்சுவை நிறைந்தவர். வெளிநாட்டாருடன் தொடர்புகொண்டு பழக, இத்தகைய ஆட்களைத் தேர்ந்தெடுப்பதில் வியப்பில்லை.

அவரை அறைக்கு அழைத்துப்போய், ஊரிலிருந்து கொண்டு வந்திருந்த குஞ்சாலாடுக்களில் இரண்டையும் நேந்திரங்காய் வறுவலையும் ஒரு தட்டில் வைத்தேன்.

குஞ்சாலாடுவைச் சுவைத்து ரசித்தார். "மிகவும் நன்றாக யிருக்கிறது. ஆனால், இத்தனை தித்திப்பு நாங்கள் சாப்பிடுவ தில்லை. இதேமாதிரி எங்கள் நாட்டில் செய்யும் வழக்கம் உண்டு. ஆனால், சதுர கேக்காகச் செய்வோம். தவறாக நினைக்காதீர்கள். மாதா கோயிலில், யாராவது இறந்து போனால், நண்பர்களுக்கு வழங்குவோம்" என்றார்.

"எங்கள் நாட்டில் இது பெரும்பாலும் கலியாணப் பட்சணம். ஆனால், ஈமச் சடங்கிலும் செய்வதுண்டு. சாவுகூட ஒரு நோக்கில் கலியாணம் மாதிரி. எத்தனையோ பிரச்னைகள் தீர்கின்றன" என்றேன்.

"முளைப்பதுபோல" என்றார் நியாகு. "ரொமானியா கிராமங் களில் ஒரு பழமொழி உண்டு. 'எத்தனை வீடோ, அத்தனை வழக்கங்கள்' என்பது அந்தப் பழமொழி" என்றார்.

நியாகு எத்தனையோ பழமொழிகள் சொன்னார் எங்களோடு இருந்த நாட்களில். பின்பு சொல்லுகிறேன்.

"இந்தியாவைப் பற்றி நான் கொஞ்சம் படித்திருக்கிறேன். முக்கியமாக பால் ப்ரண்டன் எழுதிய ஸீக்ரெட் பாத் முதலிய புத்தகங்கள் மூலம் உங்கள் நாட்டு ரமண ரிஷி போன்ற மகான் களைப் பற்றிப் படித்தேன். தத்துவ நிபுணர் ராதாகிருஷ்ணனைப் பற்றியும் படித்திருக்கிறேன். உங்கள் நாட்டு ஆத்மிக வளத்தைப் பற்றியும், காந்திஜி நேரு போன்றவர்களையும் தெரிந்துகொண் டிருக்கிறேன்" என்று பணிவோடு தொடர்ந்தார்.

"உங்கள் நாட்டைப் பற்றிச் சொல்லுங்கள். உங்கள் கண் எப்படி இவ்வளவு நீலமாக இருக்கிறது?" என்று கேட்டேன்.

“என் பெற்றோரைக் கேட்கவேண்டும். என் அப்பா ரொமானியர். என் அம்மா ஹங்கேரியர். ரொமானியர்கள் கொஞ்சம் அழுத்தமாக, உணர்ச்சிகளை அடக்கிக் கொண்டு வாழும் இயல்பினர் என்று சொல்லும் வழக்கம். ஹங்கேரியர்கள் கல கலவென்று சிரித்தும், உணர்ச்சிகளைக் கொட்டியும் புரு புரு வென்று இருப்பார்கள். என் அப்பா – அம்மாவைப் பார்த்தாலே இந்த வித்தியாசம் தெரியும். என் அம்மா சில சமயம் என்னை கபோர் என்று கூப்பிடுவாள். கேப்ரியலின் ஹங்கேரிய வடிவம் கபோர். என் மனைவியும் கபோர் கபோர் என்று அம்மாவைப் போன்ற குரலில் என்னைக் கூப்பிடுகிற வழக்கம்.”

“ஓ, கலியாணமாகிவிட்டதா உங்களுக்கு?”

“ஆகிவிட்டது. அவளும் படிக்கிறாள்.”

“இப்படி பல மாணவர்கள் கலியாணம் செய்து கொண்டு படிக்கிறார்களா?”

“பல இல்லை, சில. நான் பெற்றோர்களோடு இருக்கிறேன். காதலித்தேன். அம்மாவும் கலியாணம் செய்து கொள் என்று சொன்னாள். எல்லோரும் சேர்ந்து வாழ்வதால் கலியாணம் செய்துகொண்டது கட்டுபடியாகிறது.”

கேப்ரியலின் தந்தை ஒரு கணக்கு நுட்பர். புகாரெஸ்டின் ஏரிப் பகுதியில் கிட்டத்தட்ட இரண்டு லட்சம் மக்களுக்காகக் கட்டப்பட்டுள்ள புதிய பன்மாடிக் கட்டிடப் பெரும்பணியில் அவர் முக்கியமான பதவி வகிக்கிறாராம். “அதையெல்லாம் கொண்டு காண்பிக்கிறேன்” என்றார் கேப்ரியல்.

ரொமானியர்கள் நல்ல வளர்த்தியும், ஆரோக்யமும்; கண்ணைப் பறிக்கும் உரித்த சேப்பங்கிழங்காக இல்லாத, கண்ணுக்குக் குளிர்ச்சியான வெள்ளை நிறம். சிவப்பு, பழுப்புப் புள்ளிகள் இல்லாத வெண்ணிறம். டேஷ்யர்களும், ரோமர்களும் அந்தக் காலத்தில் கலந்த கலப்பு இன்றுள்ள ரொமானியர்கள் என்று சொல்லலாம்” என்றார் கேப்ரியல்.

இரண்டாயிரம் ஆண்டுகட்கு முன்பு ரொமானியாவில் வாழ்ந்த டேஷ்யர்கள் மிகவும் உயரமும், பலமும் நிறைந்தவர்களாம். கி.பி. முதல் நூற்றாண்டு முடிந்ததும் ரொமானியர்கள் டேஷ்யர் களின் அரசை வென்று, டேஷ்யாவைத் தங்கள் பேரரசின் ஒரு மாகாணமாக ஆக்கிவிட்டார்கள். பல ரோமர்கள் இங்கு குடியேறி டேஷ்யரோடு கலந்தார்கள். சுமார் 170 ஆண்டுகள் கழித்து ரொமானிய ஆட்சியும் படைகளும் திரும்பிச் சென்று

விட்டன. பின்பு கோத் போன்ற நாடோடிகளின் படையெடுப்பு களுக்கு ஆளாகி ஏழு நூற்றாண்டு காலம் சில்லறை நாடுகளாகச் சிதறுண்டு கிடந்தது இந்த நிலம். பின்பு மாக்யார்கள் படை யெடுத்து அரசாண்டார்கள். இதனால், ஹங்கேரியர்களுக்கும் ரொமானியர்களுக்கும் இடையே கசப்பும் எல்லை மாறுதல்களும் அடிக்கடி நிகழ்ந்தன. பின்பு கி.பி. 1300ம் ஆண்டு வாக்கில், உதிரி நாடுகள் எல்லாம் சேர்ந்து வல்லாச்சியா, மொல்டாவியா என்று இரு நாடுகளாகத் திரண்டு உருவாயின. 1600ம் ஆண்டுவாக்கில் இவை இரண்டும் ட்ரான்சில்வேனியாவுடன் சேர்ந்து ஒரு பெரும் அரசாக உருவாயின. ஏறக்குறைய இவை மூன்றும் சேர்ந்ததுதான் இன்றைய ரொமானியா. துருக்கியர்களின் தொல்லை அப்பொழுதே தாங்கவில்லை. அவர்களுக்குப் பணிந்து கப்பம் கட்ட வேண்டியதாயிற்று. மீண்டும் ஆஸ்ட்ரியர், ஹங்கேரியர் படையெடுப்பு – ஆட்சி, ரஷ்யர்களின் படையெடுப்பு, ஜெர்மானியர் தொல்லை என்று பல எல்லை மாறுதல்களுக்கு ஆளாகி, இரண்டாம் உலகப் போர் முடிந்த பிறகு, 85 சதவீதம் ரொமானிய மொழி பேசும் மக்கள்கொண்ட ஒரு நல்லரசாகத் திகழ்கிறது ரொமானியா. ஆனால், மேற்கே உள்ள (ஹங்கேரிக்குக் கிழக்கே) ட்ரான்சில்வேனியா பகுதியில், ஹங்கேரிய மொழி பேசுகிற நாலரை லட்சம் மக்கள் இருக்கிறார்கள், இதேபோல சோவியத் பெஸராபியா, புகோவினாவிலும் ரொமானிய மொழி பேசும் மக்கள் உண்டு. இவற்றை மண்டைகளை உடைத்துக் கொள்ளும் பிரச்னைகளாக யாரும் வளர்க்கவில்லை என்று தெரிகிறது. மொழி மைனாரிட்டிப் பிரச்னைகள் உலகில் எங்கும் உண்டு. காவேரி கன்னட நதி, நர்மதை மத்யப் பிரதேச நதி, பெல்காம் மராட்டிய ஊர் என்பதுபோல பேசுபவர்கள் உலகில் பல இடங்களில் வாழ்கிறார்கள். இந்தப் புகைகளைத் தீயாக விசிறாமல் காக்கும் பணி நல்ல தலைவர்கள் தலையிலும், மனிதப் பண்போடு வாழ்பவர் தலையிலும் விழுகிறது.

பீட்டர் சாலமன் முதல் நாள் பேசிக்கொண்டிருந்த பொழுது சொன்னார். "ரொமானிய மொழி, அந்தக் காலத்தில் ரோம் அரசின் மாகாணமான, டேஷ்யாவில் வாழ்ந்த மக்கள் பேசிய லத்தீன் மொழியிலிருந்து உருவான ரொமான்ஸ் மொழி. தனித்திருந்ததால், பிரஞ்சு, இத்தாலியன், ஸ்பானிஷ் போலன்றி, சுற்றியுள்ள துருக்கிய, ஸ்லாவ் முதலிய மொழிகளின் பாதிப்பில் வளர்ந்துள்ளது. ஆனால், பிரஞ்சு, ஸ்பானிஷ், இத்தாலிய மொழிகளைவிட, ரொமானிய மொழி பழைய லத்தீன் மொழியோடு மிகவும் நெருங்கியது. ரொமானியர்கள் இதைச் சற்றுப் பெருமிதத்துடன் சொல்லிக் கொள்கிறார்கள்."

தி. ஜானகிராமன்

பேசிக்கொண்டே கடிகாரத்தைப் பார்த்தார் கேப்ரியல். எழுந்தார். சரி போகலாம் என்றார்.

கீழே இறங்கி ஒரு டாக்சியை வைத்துக்கொண்டு ரொமானிய எழுத்தாளர் சங்கக் கட்டிடத்திற்குப் போனோம். அது பெரிய மாளிகை. இரண்டு எழுத்தாளர்களுக்கு பெரிய சிலை இரண்டு எழுப்பியிருந்தார்கள். சுற்றிலும் அழகிய தோட்டம். மரக்கிளைகள் மாடியை வருடி வளர்ந்திருந்தன. கண்ணாடி ஜன்னல்கள். ஒரு குட்டி அரண்மனை. எழுத்தாளர் சங்கத்திற்கென்று முடுக்குச் சந்து ஒண்டு வீடுகளைத் தேடிப்பிடிக்கும் நம் நிலையை நினைத்துக்கொண்டு படியேறினோம்.

தியோடரஸ்கு, ராது லுப்பான், பாலா பொப்பெஸ்கு, அயனோஸ் ஸாஸ், இவாஸியுக் – இன்னும் சிலரின் கைகள் எங்களை வரவேற்றன.

# 5

வர்ஜில் தியோடரஸ்கு ரொமானிய எழுத்தாளர் சங்கத்தின் உபதலைவர். பிரபல கவிஞர். ஸர்ரியலிஸ்ட் கவிஞர். சோஷலிஸ மரபிற்கும், ஸர்ரியலிஸத்திற்கும் முரண் இல்லை என்று இன்னொரு எழுத்தாளர் இடையே சொன்னார். அலெக்சாண்டர் இவாசியுக் நாவலாசிரியர். வெஸ்டிப்யூல், இண்டர்வல், நாலெஜ் அவ் நைட் என்னும் நாவல்கள் எழுதியிருக்கிறார். ஆங்கிலத்திலும் சில மொழிபெயர்க்கப்பட்டுள்ளன. அயனோஸ் ஸாஸ் என்பவர் ஹங்கேரிய மொழியில் எழுதுபவர். 'நாங்கள் மனிதர்கள்' 'இரவில் மமாயா' என்ற இரு நாவல்களும், 'புக் அவ்லவ்' என்ற கவிதைத் தொகுதியும் வெளியிட்டிருக்கிறார். ஸஹாரியா ஸ்தான்க்கு இடையில் வந்து சேர்ந்துகொண்டார். ரொமானிய எழுத்தாளர் சங்கத் தலைவர் அவர். ஸ்தான்க்கு கவிஞர்–நாவலாசிரியர். அவர் எழுதும் நாவல்களில் அவருடைய வாழ்க்கையின் அம்சங்கள் பெரும்பாலும் இழைந்திருக்கும் என்று சொன் னார்கள். 'ழ்ஜாத்ரா' என்று அவர் எழுதிய நாவல் 'லா த்ரைப்' என்ற தலைப்பில் பிரஞ்சில் மொழி பெயர்க்கப்பட்டு, அதன் அச்சுப் புரூப்களை அவர் கொண்டுவந்திருந்தார். ஜாத்ரா என்றால் யாத்திரை. அது போர்க் காலத்தில் அல்லலுற்ற ஜிப்ஸிகளைப் பற்றியதாம். ஜிப்ஸிகள் நாடோடிகள். அதாவது யாத்திரையிலேயே இருப்பவர்கள். ழ்ஜாத்ரா என்பது யாத்ராவிலிருந்து மருவியதோ எனத் தோன்றிற்று. (ரொமானியாவில் ஒரு லட்சம் ஜிப்ஸிகள் இருக்கிறார்கள். இவர்கள் இந்தியப் பிராந்தியத்திலிருந்து பல நூற்றாண்டுகளுக்கு

முன் வந்திருக்கக்கூடும் என்று ஊகம். அவர்கள் பேசும் ஜிப்ஸி மொழியில் இந்திய மொழிகளின் சாயல் தெரிவதாகச் சொல்கிறார்கள்.) இந்த பிரஞ்சு மொழி பெயர்ப்பை எங்களுக்கு ஒரு பிரதி அனுப்புவதாக ஸ்தான்க்கு சொன்னார். இன்னும் அது வந்து சேரவில்லை. வேறு பல எழுத்தாளர்களை 'எழுத்தாளர் வீடு' என்ற கட்டிடத்தில் பின்னர் சந்திக்கலாம் என்று தெரிந்தது.

நீண்ட மேஜைக்கு முன்பு உட்கார்ந்து நாங்கள் பேசிக் கொண்டிருந்தோம். ஒவ்வொருவர் முன்பும் மூன்று கண்ணாடிக் கோப்பைகள். ஒன்றில் கோனியாக் என்ற பிராந்தி. இன்னொன்றில் தாது நீர் (சோடா போல). இன்னொன்றில் நறுமணம் வீசும் கறுப்புக் காப்பி. கோனியாக்கின் காரத்திற்கு மற்ற இரண்டும் மாற்று.

ரொமானியாவில் எழுத்தாளர்கள் நல்ல நிலையில் இருக்கிறார்கள். பொருளாதார நோக்கில், ஒரு டாக்டர் அல்லது என்ஜினீயரைவிட மூன்று மடங்கு வருவாய் ஒரு எழுத்தாளனுக்குக் கிடைப்பதாகச் சொன்னார்கள். எந்த நூலானாலும் 15 ஆயிரம் பிரதிகள் குறைந்த பட்சம் அச்சிடுகிறார்கள். அவை ஒரே ஆண்டில் விற்றுவிடுகின்றன. அதனால், உயர்ந்த பதவியில் உள்ள அரசாங்க அதிகாரிகளுக்கு அடுத்தபடியாக, பொருளாதார நிலையில் எழுத்தாளர்கள்தான் வருகிறார்கள் என்று தெரிந்தது. இப்படி நூல்கள் விற்கக் காரணம் எழுத்தறிவு நூற்றுக்கு நூறு இருப்பதால்தான். பொதுவாக சோஷலிஸ்ட் நாடுகளிலேயே, புத்தகப்பசி அதிகம். பதினாயிரம், லட்சக்கணக்கில்தான் பிரதிகள் அச்சிடுகிறார்கள். ஓரிரண்டு ஆண்டுகளில் அத்தனையும் விற்றுவிடுகின்றன. புத்தக விலையும் மலிவு. புத்தகத்திற்குப் பயன்படும் காகிதங்கள் உயர்ந்த ரகம். மேலட்டைகளில் நவீன ஓவியக்கலை ஓங்கியிருக்கிறது. பெண்களின் முகத்தையோ, மற்ற அங்கங்களையோ பெரிதுபடுத்தி அட்டையில் போட்டால்தான் விற்கும் என்ற அவசியமும் இல்லை. பஞ்சாங்கக் காகிதங்களும், நைந்துபோகும் காகிதங்களும் ஒரு தடவை படித்ததும் அக்கக்காகக் கலையும் கட்டும், அச்சுப் பிழைகளும் இல்லை.

சில உதாரணங்கள். வர்ஜில் தியோடரஸ்குவின் 'ப்ளனூரில் ஓஷனிலோர்' என்ற கவிதைத் தொகுதி – 620 பக்கம் – நேர்த்தியான காகிதம் – பலகை போன்ற கெட்டி அட்டை – அதன்மேல் அழகிய ஒரு நவீன ஓவியம் – விலை பத்து ரூபாய் சொச்சம்.

ஜார்ஜ்டான் ரொமானிய மொழியில் ஆக்கிய ரவீந்திர நாத் டாகூரின் கவிதைகள் – 330 பக்கம் – நல்ல காகிதம் – உயர்ந்த அச்சு – விலை 5 ரூபாய்க்குள்.

பிரபல நாவலாசிரியர் அமரர் மிஹெய்ல் ஸதோவினு பற்றிய ஆய்வு நூல் – மிக உயர்ந்த காகிதம் – 184 பக்கம் – 2½ ரூபாய்.

ரொமானிய – ஆங்கில அகராதி – பலகைபோன்ற உர அட்டை – சுமார் 400 பக்கம் – 6 ரூபாய் சொச்சம்.

அயன் துமித்ரு எழுதிய இந்தியப் பயண நூல் – 250 பக்கம் + 24 பக்கம் ஆர்ட் காகித புகைப்படங்கள் – மூன்றே கால் ரூபாய்.

இந்த மாதிரி ஆண்டுதோறும் ஆயிரக் கணக்கான வெளியீடுகள்.

நம் நாட்டில் நூறு விழுக்காடு எழுத்தறிவு வந்தால் தான் இது சாத்தியமாகப் போகிறது. கார் விலையில் ஸ்கூட்டரும், ஸ்கூட்டர் விலையில் சைக்கிளும் விற்கிற நிலையில் இது எப்போது சாத்தியமாகும்?

இந்திய மொழி இலக்கியங்கள் பற்றி ரொமானியாவில் அதிகமாகத் தெரியவில்லை. தாகூர் தெரியும். பொதுவாக வங்காளி இலக்கியமும், ஒரு சில பஞ்சாபி நூல்களும் (அம்ருதா ப்ரீதம், குருவசன்) ஆங்கிலத்தில் எழுதும் பாபானி பட்டாசார்யா போன்ற சிலரின் நூல்களும்தான் அங்கு தெரிந்துள்ளன.

ரொமானிய இலக்கியம் பற்றி நமக்கு ஏதுமே தெரியாது. (ஸ்தான்க்குவின் நாவல் ஒன்றை அமிதாராய் வங்காளியில் மொழி பெயர்த்திருக்கிறாராம்.)

ரொமானியா மட்டும் இல்லை. ஹங்கேரி, பல்கேரியா, யுகோஸ்லாவியா, போலந்து, செக்கோஸ்லவாகியா – இந்த நாடுகளின் இலக்கிய வளர்ச்சிபற்றி நமக்கு ஒன்றுமே தெரியாது என்று சொல்லிவிடலாம். காரணம், மேல்நாட்டுடன் நம் பண்பாட்டுத் தொடர்பு அத்தனையும் பிரிட்டன் அல்லது ஆங்கிலம் மூலமே நிகழ்ந்து வந்திருக்கிறது. நமக்குக் கொஞ்சநஞ்சம் தெரிந்த புஷ்கின், டால்ஸ்டாய், டர்கினீவ், டாஸ்டோவ்ஸ்கி, செக்காவ், ஷொலோகோவ், பாஸ்டர்நாக், ஸோல்ஸனிட்ஸின், பிராண்டல்லோ, உகோபெட்டி, ப்ளாபேர், பால்சாக், ஜீட், ஸார்த், காமு, மான், காப்கா, ஹெஸ்ஸே போன்ற ரஷ்ய, இதாலிய, பிரஞ்சு, ஜெர்மன் ஆசிரியர்களின் படைப்புகளும் ஆங்கிலம் மூலம் வந்தவையே. நார்வே, ஸ்வீடன் போன்ற நாட்டு எழுத்துகள் சிறிதளவுக்காவது தெரிந்ததும் ஆங்கிலம் மூலம்தான். இங்கிலாந்தைவிட பன்மடங்கு இலக்கிய சாதனைகளை ஐரோப்பிய நாடுகள் புரிந்துள்ளன என்பதே நமக்கு முப்பது ஆண்டுகளாகத்தான் தெரியும். அதிலும், பெரும்பாலும் நமக்கு அறிமுகமானவை நாவல்கள்தான். கவிதையும் நாடகமும் அவற்றில் வீசம் அளவு கூட எட்டவில்லை.

முன்புகூறிய ரொமானிய எழுத்தாளர்களைத் தவிர, யுஜின்பார்பு, ஃபானஸ் நியாகு, ஸ்டிபான் பனுஸெஸ்கு, மரீன் ப்ரேதா, டைட்டஸ் பொபோவிஸி, ராது பொப்பெஸ்கு முதலிய நாவலாசிரியர்களும், யுஜின் ஜெபலானு, மிரான் ராது பரஸ்மி வெஸ்கு, அயோன் அலெக்சாண்ட்ரூ போன்ற கவிஞர்களும் இப்போதுள்ளவர்களில் புகழ் பெற்றவர்கள். அமரர் ட்யூடர் அர்கேஸி ரொமானியாவின் தலைசிறந்த கவிஞர். காலஞ்சென்ற லிவியு ரெப்ரானு, மிஹெய்ல் ஸடோவியானு, பென்கெஸ்க்கு போன்றவர்கள் நாவல் துறையில் உயர்ந்த இடம் பெற்றவர்கள்.

ரொமானிய மொழி இலக்கியம் பிறந்து 350 ஆண்டுக ளானாலும், 1820–க்குப் பிறகுதான் நவீன ரொமானிய இலக்கியம் பிறந்ததாகச் சொல்கிறார்கள். அதற்கு முன்பு தோன்றியவைகள் பெரும்பாலும் மத, வரலாற்று நூல்களும், ஜிப்ஸிகாவியம் என்ற நூலும்தான். 1820–க்குப் பிறகு அயான்க்கு, கொனாகி, க்ரிகொரி அலெக்சாண்ட்ரஸ்கு வஸிலே அலெக்சாண்ட்ரி, பால்செஸ்கு, நெக்ருஸ்ஸி, மிஹேய் எமினெஸ்கு, காரகியேல், க்ரீங்கா முதலியோரின் கைகளில் ரொமானியக் கவிதையும், வசனமும், நாடகமும் வளம் பெற்றன.

இவற்றில் முக்கால்வாசி நமக்குத் தெரியப் போவதில்லை. உலக மொழிகளான ஆங்கிலம், பிரஞ்சு, ரஷ்யன், ஜெர்மன், ஸ்பானிஷ் மூலம் வந்தால் நமக்குத் தெரிய வாய்ப்புண்டு. முக்கியமாக இந்தியா சம்பந்தப்பட்டவரையில் ஆங்கிலம்தான் இதில் உதவியாக இருக்கும். ரொமானியாவுக்கும், இந்தியாவிற்கும் இலக்கியப்பாலம் அமைக்க ஆங்கிலம்தான் உதவும் என்று ரொமானிய எழுத்தாளர்களிடையே சொல்லவும் சொன்னோம். இரண்டாவதாக, ரொமானிய, இந்திய பல்கலைக் கழகங்களில் முறையே, முக்கிய இந்திய மொழிகளையும், ரொமானிய மொழி யையும் பயில்விக்கும் பிரிவுகளைத் தோற்றுவிக்க வேண்டும். இப்போது ரொமானியாவில் வித்யாசாகர் என்ற இந்தியப் பேராசிரியர் ஹிந்தி கற்பித்து வருகிறார். இதேபோல அங்கு மற்ற இந்திய மொழிகளுக்கும், இந்தியாவில் ரொமானிய மொழிகளுக்கும் ஏற்பாடு செய்தால் இலக்கியப் பரிமாற்றம் ஓரளவுக்காவது நிகழ்வது சாத்தியமாகும்.

இந்திய இலக்கிய பண்பாட்டுத் துறையில் இன்னொரு பெரிய மூளி ஜப்பான், சீனா, இந்தோனேஷ்ய மொழி, இலக்கியம், பண்பாடு – இவை சிறிதும் அறிமுகம் இல்லாதது. மேநாட்டுத் தொடர்பின் மிகுதியால் வந்த மூளி. இதற்கும் ஆங்கிலம்தான் நமக்கு பரிகாரமாகத் திகழ வேண்டும்போலும்.

சுமார் இரண்டரை மணி நேரப் பொழுது போனது தெரிய வில்லை. நாங்கள் என்னென்ன பார்க்க விரும்புகிறோம், என்ன பார்க்க வேண்டும் என்று பேச்சு எழுந்தது. கிராமங்களுக்குப் போக, கிராம நாடக–நடனங்களைப் பார்க்க எனக்கு ஆசை. சுபாஷ் கூட்டுப் பண்ணைகளைப் பார்க்கவேண்டும் என்று சொல்லிக்கொண்டே யிருந்தார்.

நாங்கள் தங்கப்போவது ஒரு மாதத்திற்கும் குறைவு. எவ்வளவு தான் பார்க்க முடியும்? நாங்கள் ஒரு பட்டியல் போடுகிறோம் என்று சொன்னார்கள். ஒரு வாரம் புகாரெஸ்ட்டைப் பார்த்து விட்டு, மற்ற இடங்களுக்குப் போகலாம் என்று கடைசியாக ஒரு முடிவுக்கு வந்தார்கள். திறந்த வெளியில் நடக்கும் கிராம நாடக அரங்குகள் ரொமானியாவில் அதிகம் இல்லை என்றும், கிராம நடனங்கள்கூட சிறிய நகரங்களில் திறந்த வெளியிலன்றி, மண்டபங்களிலேயே நடக்கின்றன என்றும் அவர்கள் சொல்வது போல் தோன்றிற்று.

விடைபெற்று வெளியே வரும்பொழுது மீண்டும் அந்த இலக்கிய ஆசிரியர்களின் சிலைகளைப் பார்த்தோம். ஒன்று மிஹேய் எமினெஸ்குவின் சிலை. மிஹேய் 1850ல் வட பகுதியில் மால்டேவியாவில் பிறந்தவர். சிறு வயதில் வீட்டைவிட்டு ஓடி நாடகக் குழுவோடு அலைந்தாராம். இருபதாம் வயதில் வியன்னாவுக்குப்போய்ப் படித்தாராம். 1872ல் பெர்லினுக்குப் போய்ப் படித்தாராம். 1877ல் புகாரெஸ்ட் வந்து பத்திரிகையாளராகப் பணியாற்றினாராம். சித்தம் கலங்கிப்போய், 49–ஆவது வயதில் இறந்துவிட்டாராம். காதல், நாட்டுப்பற்று இவையிரண்டும் அவருடைய படைப்புகளின் மையப் பொருட்கள்.

இன்னொரு சிலை கியோர்கி கொஸ்புக் என்ற விவசாயக் கவிஞருடையது. அவருடைய கவிதைகள் நிலத்தில் வாழும் கிராம மக்களின் வாழ்வையும், ரொமானிய இயற்கைக் காட்சிகளையும் ஆதாரமாகக் கொண்டவை. 52 வயது வாழ்ந்து 1918ம் ஆண்டு காலமானவர் கொஸ்புக்.

‘ரொமானியன் ரெவ்யூ’ என்னும் காலாண்டுப் பத்திரிகை ஆங்கிலம், ரஷ்யன், ப்ரஞ்சு, ஜெர்மன் மொழிகளில் புகாரெஸ்ட்டி லிருந்து வெளியாகிறது. ரொமானிய இலக்கியப் படைப்புகள், இலக்கிய – திரைப்பட – நாடக – கலை விமர்சனங்கள் யாவும் இதில் இடம் பெறுகின்றன. இவற்றில் சில பிரதிகளைப் படித்தபொழுது சில முக்கிய செய்திகள் தெரிந்தன. மற்ற ஐரோப்பிய நாடுகளின் இலக்கிய, கலைப் படைப்புகளுக்கு ரொமானியா எந்த அளவிலும், தரத்திலும் சளைத்தது அல்ல.

மனிதர்களையும் வாழ்வையும், ஒரு தத்துவ திருஷ்டியையும் ஆழ்ந்து ஊடுருவி நோக்கும் ஒரு மரபும் தூக்கலாகத் தெரிகிறது. கம்யூனிஸ்ட் நாடாக இருந்தும் படைப்பாளிகளின் தனி மனித ஏக்கங்கள், உணர்வுகள் – இவை தாராளமாக வெளியிடப்படுகின்றன. கலைப்படைப்பாளிகளின் சுதந்தரத்தை விரசமான அளவுக்கு, கசப்புகள் முளைக்கும் அளவுக்கு, அரசாங்கம் கட்டுப்படுத்துவதாகத் தெரியவில்லை, இப்படித்தான் எழுதவேண்டும் என்று மறைமுகமாகவோ பகிரங்கமாகவோ யாரும் அதட்டுவதாகத் தெரியவில்லை. அத்தகைய தருணங்கள் தோன்றுமாறும் கலைஞர்கள் நடந்துகொள்வதில்லை. சோஷலிச சமுதாயம் போற்றும் மனிதாபிமானம், தனிப்பட்ட சுதந்திரம் – இரண்டும் இசைவாகக் கலந்த ஒரு மரபு உருவாகியுள்ளது. ரொமானியர்களின் நுட்பத்திற்கும், விழிப்பிற்கும் இதை ஒரு எடுத்துக்காட்டு என்றுகூடச் சொல்லலாம். ரொமானியா சாமர்த்தியசாலி என்பது அதன் அரசியல் – பொருளாதார நடவடிக்கைகளைப் பார்த்தால் தெரியும். கம்யூனிஸ முகாமில் அது சோவியத் யூனியன், சைனா – இரண்டையும் பகைத்துக் கொள்ளாமல் தன்னைக் காத்துக்கொண்டிருக்கிறது. 1968 ஆகஸ்ட் மாதம் சோவியத் யூனியன் செக் நாட்டின்மீது ராணுவ நடவடிக்கை மேற்கொண்டபொழுது, சொச்செஸ்கு அன்று அதை எதிர்த்துப் பேசி, யுகோஸ்லாவியா சென்று, ஒரு சமயம் ரஷ்யா தங்கள் மீது படையெடுத்தால் கூட்டாகப் பாதுகாத்துக்கொள்ள யோசனை கலந்தாராம். இதற்கு முந்தியே, பத்து ஆண்டுகளுக்கு முன்பு, கலாட்டியில் இரும்பு எஃகாலைகளை ரொமானியா நிறுவ திட்டமிட்ட பொழுது 'நாங்கள் தான் அதெல்லாம் செய்கிறோமே! உங்கள் விவசாயம், காடு, சுரங்கங் களை வளர்த்து எங்களுக்கெல்லாம் மூலப் பொருள் நீங்கள் கொடுப்பதுதான் நல்லது' என்று சொல்லி, கிழக்கு ஜெர்மனி, போலந்து போன்ற நாடுகள் அந்தத் திட்டத்தை நிறுத்தத் திட்டமிட்டன. ரொமானியா அதற்குப் பணியவில்லை. மேற்கு ஐரோப்பிய நாட்டு நிறுவனங்களின் உதவி கொண்டு கிழக்கே டான்யூப் நதிக்கரையில் ஒரு பெரும் இரும்பு – எஃகாலைத் திட்டத்தைச் செயல்படுத்தலாயிற்று. 1969ஆம் ஆண்டு அமெரிக்க அதிபர் நிக்சன் ரொமானியாவுக்கு விஜயம் செய்தார். எனவே கம்யூனிஸ்ட் நாடுகள், கம்யூனிஸ்ட் அல்லாத நாடுகள் – இரண்டோடும் தன் சுதந்திரத்தைக் காத்துக் கொண்டு உறவு கொள்ளும் திறமையை ரொமானியா செயலளவில் காட்டி வந்திருக்கிறது. ரொமானியப் படைப்பாளர்களிடமும் இந்த விழிப்பும் மையநிலையும் காணப்படுவது, ரொமானிய உரத் திற்கும், கட்டுப்பாட்டிற்கும் நியாயமான, கோழைத்தனமற்ற

சுதந்தரப் போக்கிற்கும் எடுத்துக்காட்டு. சொச்செஸ்கு போன்ற தலைவர்களின் அரசியல் நுட்பமும், துணிச்சலும் இந்த மன நிலையின் மலர்ச்சிதான். அரசன் எவ்வழி, குடியும் அவ்வழி என்கிறது நம் நாட்டு மூதுரை. குடிகளுக்கேற்ற ஆட்சி என்பது மேநாட்டு மரபு. இரண்டையும் தற்போதைய ரொமானிய நாடு இணைத்துக்கொண்டு நிமிர்ந்து நிற்கிறது.

ஹோட்டலுக்குத் திரும்பி வந்து சாப்பிட்டுவிட்டு சற்று கண்ணை மூடி இளைப்பாறியபொழுது, எழுத்தாளர்களின் பெயர்கள் கண்ணை மூடிய நினைவில் ஒலிக்கத் தொடங்கின.

ராம்சந்த், தமிழில் ராமச்சந்திரன், சிந்தியில் ராம் சந்தாணி, தெலுங்கில் ராமுலு – ராமச்சந்துருடு, கன்னடத்தில் ராமச்சந்திரா.

அதேபோல ரொமானியாவில் பெயர்கள் 'ஸ்கு' 'ஏனு' என்று முடிகின்றன. சொச்செஸ்கு, பானெஸ்கு, கிரிகொரெஸ்கு, ஜார்ஜெஸ்கு, ஸோரெஸ்கு, பொப்பெஸ்கு எமினெஸ்கு, பெத்ராஸ்கு, ஸ்டானெஸ்கு, லொவினெஸ்கு கொலெஸ்கு – இப்படி சில பெயர்கள். ஸதோவியேனு, புரியேனு, ஜெபெலேனு, ரெப்ரேனு, மார்ஜினேனு, முரிஸேனு – இப்படி சில பெயர்கள். டெலிபோன் புத்தகத்தை எடுத்து ரொமானியப் பெயர்களைப் பார்த்துக் கொண்டேயிருந்தேன்.

டெலிபோன் மணி அடித்தது.

"போகலாமா?" என்றார் நியாகு.

"எங்கே?"

"ஏரிக்கரைக்கு."

"சரி" என்று கீழே இறங்கினோம்.

* * *

டாக்ஸியிலும் நடந்தும் போனோம். புகாரெஸ்ட்டின் சில கடைத்தெருப் பகுதிகளைப் பார்த்துவிட்டு, ஏரிக்கரைக்குப் போனோம். அங்கு ஏரியும் இல்லை. நீரும் இல்லை. ஏறக்குறைய ஒன்றரை மைல் நீளம், ஒன்றே கால் மைல் அகலமுள்ள ஒரு பரப்பில் 9 முதல் 12 அடுக்குகள் கொண்ட வான்தொடும் கட்டிடங்கள். ஒரே ஜன்னல் மயம். எங்கும் ஒளிகள். அத்தனையும் குடியிருப்பு வீடுகள். சுமார் இரண்டு லட்சம் மக்களுக்கான வீடுகள். அமைப்பும், நிறங்களும் கண்ணுக்குக் குளுமையாக இருந்தன. இங்கு ஒரு பிரம்மாண்டமான ஏரி இருந்ததாம். பெரிய ஏரி என்றே இந்தப் பகுதியின் பெயர். இப்போது எல்லாம் ஒரே கட்டிடமயமாகி, ஏரி ஒரு சிறு குட்டையாகிவிட்டது.

ஹோட்டலுக்கு எட்டரை மணிக்குத் திரும்பியதும், அங்கு சாப்பிடுவதற்குப் பதிலாக மீண்டும் எங்காவது சுற்றலாமா என்று தோன்றியது. சுபாஷும் நானும் புறப்பட்டோம். சின்னத் தெரு ஒன்றில் ஒரே தொழிலாளர்கள் கூட்டமாயிருந்தது. பல சின்ன உணவுக் கடைகள். ஒரு கடையில் நுழைந்தோம். நின்றுகொண்டே சாப்பிடும்படியாக வட்ட வட்டமான சலவைக் கல் மேஜைகளாக இருந்தன. ஒவ்வொன்றைச் சுற்றியும் நாலைந்து தொழிலாளர்கள். ஒவ்வொன்றின்மீதும் பீர் குப்பிகள். கையில் கோப்பைகள். ஒரே சிரிப்பும் கும்மாளமுமாக கடை இரண்டு பட்டது. ஒரு மேஜையைப் பிடித்துக்கொண்டோம். சோளேபோல மொச்சைக் கூட்டும், பாலில் தோய்த்த நாடாச் சேமியாவும் சாப்பிடக் கிடைத்தன. அதே மேஜையில் எதிரே நின்றிருந்தவர் சீசா சீசாவாக பீரைக் காலி செய்துகொண்டிருந்தார். நாங்கள் இருப்பதுகூட அவர் கண்ணில் படவில்லை என்று தோன்றிற்று. அரைக் கண்ணை மூடியவாறு, ஆனந்தமாக எதிரேயிருந்த ஒரு கற்பனை நண்பரோடு சிரித்துச் சிரித்துப் பேசிக்கொண்டேயிருந்தார். எங்களைத் தவிர வேறு யாரும் அவரைக் கவனித்ததாகத் தெரியவில்லை. வாடிக்கையாக வருபவர் போலிருக்கிறது. நடு நடுவே உரக்க உரக்கச் சிரித்துக்கொண்டே பேசிச் சிரிப்பார். இரண்டு மூன்று கற்பனை நண்பர்களோடு பேசுகிறார் என்று போகப் போகத் தெரிந்தது. இதுதான் உண்மையான கற்பனையோ, எழுத்தோ என்றுகூடத் தோன்றிற்று. இவ்வளவு தன் மறதியிருந்தால் எவ்வளவு ஆனந்தமாக எழுதலாம் என்றும் ஒரு நப்பாசை.

திரும்பி ஹோட்டலுக்கு வரும்போது பதினோரு மணி. ஊரில் நன்றாகத் தூங்கிக்கொண்டிருப்பார்கள்.

# 6

ரொமானியாவில் தங்கிய நாட்களில் பல எழுத்தாளர்களைச் சந்தித்ததோடு, பல தேவாலயங்கள், ஓவிய சிற்பக் கூடங்கள், இயற்கைக் காட்சிகள், காடுகள், ஒரு மாபெரும் திராட்சை மது உற்பத்திசாலை, கருங்கடல் நகரங்கள், ம்யூசியங்கள் – பலவற்றைப் பார்க்க வாய்ப்பு கிடைத்தது.

பண்பாட்டுப் பரிமாற்ற நோக்கத்தோடு, யுனெஸ்கோ முதலிய நிறுவனங்கள் கடந்த 25 ஆண்டுகளாக விஞ்ஞானிகள், ஆசிரியர்கள், கலைப் படைப்பாளிகள். கலைஞர்கள், தொழில் நுட்பர்கள் என்று பலதரப்பட்ட துறையினர்களைப் பற்பல நாடுகளுக்கு அனுப்பி, தத்தம் துறையிலும், மற்ற துறைகளிலும் அங்குள்ள நிலைகளையும், முன்னேற்றங் களையும், தனித்தன்மைகளையும் கண்டு அவர்கள் அனுபவம் பெற ஏற்பாடுகள் செய்து வருகின்றன. நாடுகளுக்கிடையே பண்பாட்டு ஒப்பந்தங்கள் மூலம் இந்தப் பரிமாற்றம் நடைபெறுகிறது. இதன் நோக்கம், உலகத்தில் பல்வேறு மூலைகளிலுள்ள மக்கள் பரஸ்பரம் புரிந்து கொண்டு உலகம் ஒரு குடும்பம் என்னும் ஒரு அன்பு வாழ்வை வளர்ப்பது தான். பல்லாயிரம் பழக்கவழக்கங்களும், உடைகளும், உணவுகளும், கலை மரபுகளும் இருந்தாலும், உலக மனிதர்கள் அனைவருக்கும் இடையே அடிப்படை யான பொதுவான பண்புகள் எத்தனையோ இருக்கின்றன. இந்த ஒருமையைக் கண்டு நட்பை நிலைபெறச் செய்யத்தான், பொறுப்புள்ளவர்கள் பாடுபட்டு வருகிறார்கள். தேசபக்தி வெறியாக வளர்ந்தால், மனிதத் தன்மை தேய்ந்து அரக்கத்

தன்மையும், சுரண்டலும் போரும் ஓங்கிவிடுகின்றன. இந்த அரிச்சுவடி உண்மை அரசியல்வாதிகளுக்குக்கூடத் தெரியும். ஆனால், கரும்பை ஏட்டில் எழுதி அதைக் கடித்துச் சுவைப்பது போல்தான், சமாதான உணர்வை அவர்கள் செயல்படுத்துகிறார்கள். மற்ற துறையினர் கலந்து அளவளாவினால் போட்டி, பூசல் ஒழியுமா என்று காணத்தான் பண்பாட்டுப் பரிமாற்றத்தையும் முயன்று பார்க்கிறார்கள்.

அதனால் வெளிநாடுகளுக்குச் சென்றால், எழுத்தாளர் எழுத்தாளர்களையேதான் பார்த்துப் பழக வேண்டும், தச்சர்கள் தச்சர்களையே பார்க்க வேண்டும், கலைஞர்கள் கலைஞர்களையே தான் பார்க்க வேண்டும் என்ற அவசியம் இல்லை.

இதைச் சொல்லக் காரணம் ஒரு ரொமானியரே எங்களைக் கேட்டார்—"எழுத்தாளர் என்கிறீர்கள். ஆனால் எழுத்தாளர்களை விட ம்யூசியங்களையும், கலை அரங்குகளையும், கடற்கரையையும், மற்றவைகளையும்தான் நீங்கள் அதிகமாகப் பார்ப்பதுபோல் தோன்றுகிறதே" என்று.

"ஆமாம். உங்கள் எழுத்தாளர்களின் படைப்புக்கு ஆதாரமாக இருப்பவற்றையும் பார்க்கத்தானே வேண்டும்" என்று பதில் சொல்ல வேண்டியிருந்தது.

ரொமானியாவில் பார்த்த காட்சிகளில் மனதைவிட்டு அகலாதது, புகாரெஸ்ட்டில் உள்ள கிராம ம்யூசியம். உலகத்தில் வேறு எந்த நாட்டிலும் இந்தமாதிரி ஒரு ம்யூசியம் இருக்கிறதா என்று சந்தேகமாக இருக்கிறது.

ரொமானியாவின் எல்லாப் பகுதிகளிலும் உள்ள கிராமங்களிலிருந்து, வீடுகளை அப்படி அப்படியே பெயர்த்து, புகாரெஸ்ட்டுக்குக் கொண்டு வந்து இந்த ம்யூசியத்தில் அங்கிருந்தவாறே அமைத்திருக்கிறார்கள். வீட்டின் புற அமைப்பு, உள் அமைப்பு, வெளித் தோட்டம், வாசல், வேலி, உள்ளறைகள், அங்கே உள்ள கருவிகள், படுக்கைகள், பாத்திரங்கள், தறிகள், துணிகள் எல்லாவற்றையும் பழைய கிராமத்தில் இருந்தது போலவே உரிய இடத்தில் அமைத்திருக்கிறார்கள். மாராமுரே, க்ளூஜ், பகாவ், ப்ராஸோவ், கலாட்டி, ப்ளோயஸ்டி, டொப்ரூஜா, பனாட், ஹுனேதுவாரா, மூரே, ஆர்கே, ஒல்ட்டேனியா போன்ற பல பகுதிகளிலிருந்து கொண்டுவரப்பட்ட வீடுகள். புகாரெஸ்ட்டில் ஹெராஸ்த்ரோ ஏரிக்கரையில், நீரும் சோலைகளும் நிறைந்த சூழ்நிலையில் அமைந்துள்ள இந்தக் காட்சி ஒரு பெரும் கிராமமாகக் காட்சி தருகிறது. இதை நன்றாகப் பார்த்துவிட்டால், ரொமானியாவின் பல்வேறுவகை கிராமங்களை ஆங்காங்கு சென்று பார்த்த ஒரு திருப்தி கிட்டுகிறது. ரொமானியா,

மலைகளும் ஆறுகளும் மண்டிய நாடு. ஒவ்வொரு பகுதியாகச் சென்று, கிராமங்களைப் பார்க்க வருடக்கணக்கில் ஆகும். பல கிராமங்கள் உயர்ந்த மலைப் பகுதிகளில் அமைந்தவை. மலை ஏற வேண்டும். ஒரே மாசத்தில் ரொமானியாவைப் பார்க்க விரும்புகிறவர்களுக்கு, இந்த ம்யூசியத்தைப் பார்த்தால் அலைச்சல், நேரம் எல்லாம் மிச்சம்.

இங்கு கொண்டுவந்து அமைக்கப்பட்ட நாட்டுப்புற வீடுகள் நூறு நூற்றைம்பது என்று வயதானவை. சில வீடுகளில் செங்கல். பெரும்பாலான வீடுகள் மண் வீடுகள். ஆனால், கோட்டைஉரமாக நிற்கின்றன. கீழே மெத்துமெத்தென்று தரை. குதிரைச் சாணம், பசுஞ்சாணம், மண், புல் – இவற்றைக் கலந்து இடித்து தரை அமைந்திருக்கிறது – சமமாக, கெட்டியாக. ஒவ்வொரு வீடும் அந்தந்தப் பகுதியின் வெப்ப – தட்ப நிலை, இயற்கை வசதிகளுக்கு ஏற்ப அமைந்திருக்கிறது. மர வேலையில், மரங்களை இழைத்து மெருகு, வனப்புக் கொடுப்பதில் ரொமானிய கிராம மக்களுக்குத் தனி ஆற்றல் உண்டு என்று தெரிகிறது. வாசலில் உள்ள முறுக்குத் தூண்கள், கூரை மோசனம், இரப்பு, வாசல் வளைவுகள், உள்ளே நாற்காலிகள், மேஜைகள், படுக்கைகள், நாட்டுப்புற இசைக் கருவிகள், தட்டுமுட்டு சாமான்கள் – இவை எல்லாம் கிராம மக்களின் கலை உணர்வுக்குச் சான்றுகள். கம்பளி நூற்கிற ராட்டைகளும், நெய்கிற தறிகளும் இல்லாத வீடுகள் மிக மிகக் குறைவு. ஆங்காங்கு நெய்த கம்பளி ஆடைகளையும் இருக்க வேண்டிய இடங்களில் வைத்திருக்கிறார்கள். இந்தக் கம்பளிப் போர்வைகளும், துண்டுகளும், உறைகளும் நுண்ணிய வேலைப்பாடு கொண்டவை. நம் நாட்டில் குஜராத், ராஜஸ்தான், ஹிமாசலப் பிரதேசம் ஆகிய பகுதிகளின் நாட்டுப் பகுதிகளில், இப்போது நெய்துவரும் கம்பளி நெசவு நுட்பங்களை அப்படியே ஒத்திருந்தன பல துணிகள். வழ வழவென்று வர்ணப்பூச்சுக் கொடுத்த மண் பாத்திரங்களும் பீங்கான் பாத்திரங்களும் சித்திர வேலைப்பாடுடன் ஒவ்வொரு வீட்டிலும் மாட்டப்பட்டுள்ளன. இதைத் தவிர திராட்சையை நசுக்கி மது செய்யும் பாத்திரங்கள், புளிக்க வைக்கும் கொப்பறைகள், எண்ணெய் ஆட்டும் பிரம்மாண்ட செக்குப் பொறிகள், சக்கரமற்ற ஸ்லெட்ஜ் வண்டிகள், கலப்பை, மது வைக்கும் குடுக்கைகள், தங்க இழைகள் ஓடும் பாறைகளை நொறுக்க ஒரு கடப்பாறை, தூண்டில்கள் – இன்னும் எத்தனையோ.

ட்ராகோமிரெஷ்டி என்னும் ஊரிலிருந்து, முழுவதும் மரத்தால் 1727ல் கட்டப்பட்ட ஒரு தேவாலயத்தையும் அப்படியே பெயர்த்துக் கொணர்ந்து ஏரி ஓரமாக அமைந்திருக்கிறார்கள். உயரமான, சீவிய பென்சில் நுனி போன்ற ஒல்லியான கோபுரத் துடன் அது நிற்கிறது. அத்தனையும் மரத்தால் ஆனது. இதேபோல

தி. ஜானகிராமன்

துரீயா, ரப்சியூனி என்ற கிராமங்களிலிருந்தும் தேவாலயங்களைக் கொண்டு வைத்திருக்கிறார்கள்.

பல வீடுகளைச் சுற்றி விசாலமான திறந்தவெளி. வீட்டையும் அதையும் வளைத்து, கோரை அல்லது மரவேலிகள். அநேகமாக எல்லா வீட்டு வாசல்களிலும் உயர நுழைவுக்குப் பக்கத்தில் ஒரு சிலுவை.

தானியம் அரைப்பதற்கு விசையாகப் பயன்படும் ஒரு பிரம்மாண்டக் காற்றாடி ஒரு பக்கம்.

"இந்த ம்யூசியம் மிக ஜாக்ரதையுடன், உண்மையுணர்வுடன் அமைக்கப்பட்டது. டூரிஸ்ட்டுகளுக்காக, எதையும் போலியாக வைக்கவில்லை. வீடு அமைப்புகள், உள்ளே உள்ள கலைத்திறன் கொண்ட சாமான்கள், மண், பீங்கான் பாத்திரங்கள், மர வேலைகள், கம்பளிகள் எல்லாம் அசல். அங்கங்கே இருந்தபடி அப்படியே அமைக்கப்பட்டுள்ளன" என்றார் கேப்ரியல் நியாகு.

சர்வதேச உல்லாசப் பயணிகள் வாங்குவதற்காக, இப்போது எல்லா நாடுகளிலும் நாட்டுப்புறக் கலைப் பொருட்களின் பிரதிகள் மரம், மண், மூங்கில் என்று பலவித பொருட்களால் உருவாகி வருகின்றன. இது சில பேர் கையில் கொள்ளைலாபத் தொழிலாகவும் வளர்ந்திருக்கிறது. இந்தியாவும் இதற்கு விலக்கில்லை. வாங்குகிறவர்கள் எல்லோரும் நுட்ப விமர்சகர்கள் அல்ல. ஏதோ நினைவுப் பொருட்கள் வேண்டும் என்று கருதுகிறவர்களே முக்காலே மூன்று வீசம். சர்வதேச உல்லாசப் பயணம் வளர்ந்ததால், நம்முடைய கோவில் தேர்களையும், செட்டிநாடு, குஜராத் போன்ற இடங்களிலிருந்து கதவுகளையும் பலகணிகளையும் ஏலம் எடுத்து வந்து, தலைநகர பவனங்களில் காட்சிவைத்து டாலர் சம்பாதிக்கும் முதலாளி – கலைஞர்கள் மரபு ஒன்றும் நம் நாட்டில் உருவாகி வருகிறது. கோயில்களிலும், மற்ற இடங்களிலும் ஆட்களை வைத்துக் கலைப்பொருட்களைக் கொள்ளையடித்து விற்கும் கலைரசிக முதலாளிகள்போல இது ஒரு இனம். நியாகு சொன்னதைக் கேட்டு ஏதோ நினைவு குறுக்காகப் பாய்ந்தது; எழுதுகிறேன். இந்தத் தொழிலில் ஈடுபட்டுள்ள கலைஞர்கள் யாராவது ஒரு சமயம் இதை வாசிக்க நேர்ந்தால் மன்னிக்கவேணும்.

ஒரு வீட்டு வாசலில் ஒரு கூம்புகொண்ட சதுரமாடம் ஒன்றிருந்தது. "இதில்தான் வீட்டுக்காரர் பழங்களும், பாலும் வைத்திருப்பார். ஊருக்கு ஊர் செல்லும் வழிப்போக்கர்கள் இவற்றை எடுத்து உண்ணலாம். இது பல ரொமானிய கிராமங் களில் ஒரு தர்மம்" என்றார் நியாகு.

"இப்போது ஏன் இங்கு பழம் இல்லை?" என்றேன்.

உடனே எங்களைப் பார்த்துக் கொண்டிருந்த யாரோ ஒருவர் சட்டென்று தன் கோட் பையிலிருந்து ஒரு ஆப்பிளை எடுத்து அந்த மாடத்தில் வைத்தார்.

முப்பத்தைந்து வயதிருக்கும். ஆனால், முகத்தில் தோல் முற்றாத ஒரு இருபது வயது மென்மை. கரு கருவென்று தொங்கு மீசை. தங்க ப்ரேம் மூக்குக் கண்ணாடி. அவரை சிறிது நேரமாகவே பார்த்துக்கொண்டிருந்தேன். காற்றாடி முன்பும், பெரிய எண்ணெய்ச் செக்கு மரப் பொறியின் நிழலிலும் ஏரிக்கரையோரமாக உட்கார்ந்து நாலைந்து பையன்கள் அவற்றைப் பார்த்துச் சித்திரம் வரைவதை மேற்பார்வையிட்டுக் கொண்டிருந்தார். நாங்கள் நின்று பேசும்போது எழுந்து அருகில் வந்திருக்க வேண்டும்.

“நான்தான் ரேமஸ் ஸிர்பு. புகாரெஸ்ட் கலைப் பள்ளியில் கிராஃபிக்ஸ் பிரிவுக்கு ஆசிரியன். பரிமாண–தோற்ற–கோணத்தில் இப்போது இந்த மாணவர்களுக்குப் பயிற்சி கொடுப்பதற்காக வந்தேன். நீங்கள் இந்தியாவிலிருந்து வருகிறீர்களா?” என்று கைகுலுக்க நீட்டினார்.

“சாப்பிடுங்கள்” என்றார்.

“கத்தி வேணும். எல்லோரும் சாப்பிட வேணுமே.”

உடனே வலது பையில் கைவிட்டு இன்னொரு ஆப்பிளும், இடது பையிலிருந்து இரண்டு ஆப்பிள்களும் எடுத்து ஆளுக்கு ஒன்றாக நீட்டினார்.

மறந்துவிட்டேன். நாலாவது பேர்வழி கேப்ரியல் நியாகுவின் மனைவி. முதல் நாளே அவளை அழைத்து வரப் போகிறேன் என்று சொல்லிவிட்டுப் போயிருந்தார் நியாகு. நம் ஊர்ப் பெண்மாதிரி இருந்தது. தலையில் வெட்டாத நீள முடி. முகத்தில் நாணம். மிருதுவான பேச்சு. பேச்சில் வெகண்டை இல்லை. நியாகுவை நினைத்து நினைத்துப் பரவசமாயிருக்கிறாள் என்று முகம் சொல்லிக்கொண்டே வந்தது. அவளுக்கு ஆங்கிலம் தெரியாது. தெரியவில்லையே என்ற ஒரு சிணுக்கம் வேடிக்கைப் பேச்சில் தெரியும். ஏரிக்கரையில் குனிந்து ஒரு தடவை கையலம்பிவிட்டு நிற்கும்பொழுது மிதக்கும் வாத்துகளில் ஒன்று நீரில் நீந்தி எங்களைப் பார்த்துக் கத்திற்று. நியாகுவின் மனைவி எதோ சொன்னாள். உடனே நியாகு பெரிதாகச் சிரித்து அவளை இறுக்கி ஒரு முறை தழுவிக்கொண்டார். “என்ன?” என்றோம்.

“வாத்து என்னமோ சொல்லுகிறதே, மொழி பெயர்த்துச் சொல்லவில்லையா என்கிறாள்” என்று நியாகு அவளைப் பார்வையாலேயே விழுங்கிச் சுவைத்துக் கொண்டு நின்றார்.

முப்பது வருடங்களுக்கு முன்னால் பார்த்த சின்ன வயதுக் கலியாணக் கோலங்கள் கண் முன்பு தெரிந்தன.

* * *

பையன்களை விட்டுவிட்டு ஆசிரியர் ரேமஸ் ஸிர்பு எங்களோடு சிறிது நேரம் வந்தார். ஒன்றிரண்டு வீடுகளிலும் நுழைந்து விளக்கினார். சிற்சில வீடுகள் பூமிக்கு அடியில் அமைக்கப்பட்டிருந்தன. காட்டுமிராண்டிகளின் படையெடுப்புகளிலிருந்து காத்துக்கொள்ள அப்படி அந்தக் காலத்தில் ஏற்பாடு செய்துகொண்டிருந்தனர். ஒரு வீட்டில் இருந்த பல்லாண்டு வயதுகொண்ட பாலடைக் கட்டியை எடுத்துக் காண்பித்தார். அது பழுத்த நிறத்தில் ஒரு சின்ன மாவரைக்கும் கை இயந்திரம்போல் வட்ட வடிவமாகக் கனத்தது. முகர்ந்தோம். பல்லாண்டு நெடி வீசிற்று. ஆனால், குளிர் நாடாதலால் வெகுகாலம் கெடாமல் இருந்திருக்கிறது. "எங்கள் கலைப் பள்ளிக்கு வரவேண்டும்" என்றார்.

"நாளை வருகிறோம்" என்றோம்.

எனக்கு அன்று முழுவதும் அவர் நினைவு மீண்டும் மீண்டும் வந்தது. ஒரு அரை மணிக்குள் எப்படி இவர் இவ்வளவு நெருங்கினார்? நெடுநாள் பழகிய நெருக்கம் சில பேரிடம் மட்டும் எப்படி ஏற்படுகிறது, ஏன், என்று கேட்டுக்கொண்டேயிருந்தேன். டில்லியில் அதேபோன்ற தோற்றமுள்ள ஒருவரை அடிக்கடி பார்க்கிறேன். அப்போது ஸிர்புவின் நினைவும், கிராம ம்யூசியமும் டோராவும் கேப்ரியலும் அந்த இளம் வெயிலும் நெஞ்சில் ததும்புகின்றன. மீண்டும் ஸிர்புவைப் பார்க்கப் போகிறோமா?

புக்காரெஸ்ட்டில் உள்ள கிராம ம்யூசியத்தைப்போல், இந்தியாவிலும் ஒன்று அமைக்க முடியும். விவசாய உபகரணங்களும், கலையழகுகொண்ட அன்றாட உபயோகத்திற்கான பொருட்களும், வீடு அமைப்புகளும், ஊரமைப்புகளும் நம் நாட்டில் எத்தனையோ வகையானவை. நம் நாட்டார்களும் வெளிநாட்டார்களும் ஒரே இடத்தில் இத்தனை வகைகளையும் பார்க்குமாறு அமைக்க முடியும். தலயாத்திரையும் சுருங்கிவிட்ட இந்தநாளில், பிரயாணமும் அதற்கான ஏற்பாடுகளும் ரத்த அமுக்கத்திற்குக் காரணமாகிவிட்ட இந்தநாளில் இந்த அமைப்பு பயனுள்ளதாக இருக்கும். டில்லியிலோ மற்ற நகரங்களிலோ இதைச் செய்ய முடியும். அந்தந்தப் பகுதியின் மொழி, நாட்டுப் பாடல்கள், சித்திரங்கள் போன்ற பண்பாட்டு அம்சங்களையும் இவற்றில் வைத்தால் ஒரே இடத்தில் குட்டி இந்தியாவையும், கிராம இந்தியாவையும் ஒரு முழு உருவில் காண வசதி ஏற்படும். அன்றாடம் தோன்றும் மாறுதல்களையும் இவற்றில் அவ்வப்போது

காண்பிக்க முடியும். ம்யூசியம் என்ற சொல்லுக்கு உயிரற்ற காட்சி என்று அர்த்தமல்ல. முக்காலத்தையும் பிரதிபலிக்கும் கண்காட்சியாக அதன் பொருள் மாறி வருகிறது.

***

கிராம ம்யூசியத்திற்குப் போய்த் திரும்பி வந்தவுடன் தொலைபேசியில் மெள்ள மெள்ள ஆங்கிலம் பேசும் ஒரு குரல் கேட்டது. “நான் அயன் துமித்ரு. மதராஸுக்கு இரண்டு வருடம் முன்பு வந்தேன் – அகில உலகத் தமிழ் மாநாட்டுக்கு உங்களைக் காணவேணும்” என்றது குரல். இரவு 9 மணிக்கு அவருக்கு நேரம் கொடுத்தோம். உடனே அவரைப் பார்க்க ஆசை. ஆனால், குஹா டிபனுக்கு ஏற்பாடு செய்திருந்தார். அமலேந்து குஹா இளைஞர். முப்பத்து இரண்டு வயதிருக்கலாம். அவர் வங்காளி. ஒன்பது ஆண்டுகளாக ரொமானியாவில் தங்கியிருக்கிறார். அவர் பொதுவுடைமைப் பொருளாதார இயல் அறிஞர். ரொமானிய அகாதெமியில் ஆசிரியராகப் பணியாற்றி வருகிறார். ரொமானிய மொழியைத் தண்ணீர் பட்ட பாடாகப் பேசுபவர்.

ஹால்டியா பெட்ரோலிய சுத்தி நிலையத்திற்கு தளவாடங்களும் பொருட்களும் வாங்குவதற்காக ரொமானியாவுக்கு வந்து சில மாதங்கள் தங்கியிருந்த சௌதுரி, போஸ் என்ற இரு என்ஜினீயர்களின் வீட்டுக்கு எங்களை அழைத்துச் சென்றார் குஹா. இவர்கள் மூலம் சென்னை, ஆந்திரம், உத்தரப்பிரதேசம் ஆகிய பகுதிகளிலிருந்து பெட்ரோலிய இயலில் உயர் படிப்புப் படிப்பதற்காக வந்திருந்த மூன்று மாணவர்களின் பழக்கமும் எங்களுக்கு ஏற்பட்டது. இவர்களைத் தவிர மூன்று தலைமுறைகளாக ஹைதராபாத்தில் வாழ்ந்துவரும் குடும்பத்தைச் சேர்ந்த வித்யாசாகர் என்பவர் புகாரெஸ்ட் பல்கலைக் கழகத்தில் ஹிந்தி கற்பித்துக்கொண்டிருந்தவர் – எங்களுக்கு நாக்கு செத்துப் போய்விடாமல் இந்திய ஊறுகாயும், சட்னியும், பூரியும், ஹிந்திப் பேச்சுமாக, வீட்டு நினைவுகள் அளவுமீறி வந்து தொல்லைப்படுத்தாமல் பார்த்துக்கொண்டார்.

ஆனால், மிக மிக ஒட்டிக்கொண்டவர் அயன் துமித்ரு. நடுத்தர உயரம். புன்னகையும் கூர்மையும் நிறைந்த பார்வை. 1967ல் சென்னையில் நடந்த உலகத்தமிழ் மாநாட்டுப் பிரதிநிதிகளுக்காக ஏற்பாடு செய்யப்பட்டிருந்த சுற்றுலாவில் சிதம்பரம், ராமேச்வரம் முதலிய பல இடங்களுக்குச் சென்றவர். வாசகர் வட்டத்தினரால் மகாபலிபுரத்துக்கருகில் உள்ள தேவநேரியில் தங்கள் கடற்கரை விடுதியில் ஏற்பாடு செய்யப்பட்டிருந்த வரவேற்பிற்குத் தாமும் வந்திருந்ததாக துமித்ரு கூறினார். நானும் அப்பொழுது அங்கு இருந்தேன். ஆனால், முன்பே தெரிந்த கமில் ஸ்வலபில்

போன்றவர்கள், ஒரு இஸ்ராலியர் – இன்னும் சிலரைத் தவிர மற்ற முகங்கள் மறந்துவிட்டன. அது குறுகிய கால சந்திப்பு. துமித்ரு தம் நாடு திரும்பியதும் தம் அநுபவங்களை 'பெலரின்லா சிவா' என்ற தலைப்பில் கட்டுரைத் தொகுப்பாக ஒரு நூல் வெளியிட்டிருக்கிறார். ரொமானிய மொழியில் எழுதிய அதை எனக்கு அன்பளிப்பாகவும் அளித்தார். அதை ஆங்கிலத்திலும் தாமே மொழி பெயர்த்திருப்பதாகவும் அது விரைவில் வெளிவர இருப்பதாகவும் சொன்னார். ஆனால் தாம் வேடிக்கையாக எழுதிய சில அனுபவங்களை சிலர் தவறாகப் புரிந்துகொண்டு விட்டதாகவும் கூறினார். ஆங்கில மொழிபெயர்ப்புப் பிரதியை நான் பார்க்கவில்லை. ரொமானியாவில் கீழ்த்திசைபற்றிய கல்விக்கான ஏற்பாடு செய்ய அவருக்கு விருப்பம். ரொமானியாவில் புகாரெஸ்ட் பல்கலைக் கழகத்தில்தான் சில காலமாக ஹிந்தி கற்பிக்கிறார்கள். மற்றபடி இந்தியாவையும், கீழ்த்திசை பற்றியும் அதிகமாக அங்கு தெரிந்துகொள்ள ஏற்பாடுகள் இல்லை. தமிழ் நூல்களையும், ரொமானிய இலக்கிய நூல்களையும் பரஸ்பர ஒத்துழைப்பில் வெளியிட வேண்டும் என்று அவருக்கு ஆசை. முதலமைச்சர் திரு. கருணாநிதி எழுதிய சிலப்பதிகார நாடகத்தை ரொமானிய டெலிவிஷனுக்கு அவர் அமைத்திருப்பதாகவும் சொன்னார்.

நாலைந்து நாள் கழித்து அவர் வீட்டுக்குச் சென்றோம். புகாரெஸ்ட்டின் வட பகுதியில் ஜிப்ஸிகள் வாழும் பிராந்தியத்தில் அவருக்கு வீடு. அவருடைய மருமாள் பொறுக்கிஎசாக சீமை அவரைகளைத் தேர்ந்து கொதிக்க வைத்து, பழங்களுடன் தயாராகக் காத்திருந்தார். பல்வித செர்ரி பழங்களைப் பிழிந்து, தம் கையாலேயே தயாரித்த அருமையான, லேசாக மலர் மணம் வீசும் ஒயினையும் எங்களுக்கு வழங்கினார் அவர்.

துமித்ருவின் நெஞ்சில் சென்னை விஜயம் ஒரு மாறாத, வாடாத மணமாக நிலைத்துவிட்டதுபோல் தோன்றிற்று. தமிழ் மகாநாட்டையும், சென்னையில் தாம் சந்தித்த நண்பர்கள், சென்ற இடங்கள் ஒவ்வொன்றையும் பற்றி அவர் பேசும்போது, பள்ளிச் சிறுவனின் உற்சாகமும் மலர்ச்சியும் அவர் முகத்தில் ஒரு வெளிச்சத்துடன் படரும். என்னோடு இந்தியா வருகிறீர்களா என்றால் உடனே வந்திருப்பார் எனத் தோன்றிற்று.

துமித்ருவின் அறை அருமையான ஒரு நூல் நிலையம். கவிதை, விஞ்ஞானம், வரலாறு, இதிஹாசங்கள் என்று எங்கெங் கெல்லாமோ புத்தகங்களைச் சேர்த்து வைத்திருக்கிறார். புதிது புதிதாகத் தெரிந்துகொள்ளும் ஆவலும் ஆராய்ச்சிப் பற்றும் அந்தப் புத்தகங்களிலும், குறிப்புகள் எடுத்து அவர் வகைப்படுத்தியிருப்பதிலும் தெரிந்தது. உலகம் எல்லாம் சுற்ற

ஆசை அவருக்கு. புது மனிதர்கள் வந்தால் தேடிப் பிடித்து சந்தித்துக் கலந்துவிடுவார். மனிதர்களைக்கண்டு கலப்பது அறிவுப் பசியைத் தீர்க்கும் சுயநலமாகச் சிலருக்குப் படலாம். ஆனால் துமித்ரு போன்றவர்கள் அன்பை வளர்க்கும் பயிற்சியாக அதில் நனைகிறார்கள். அதற்கெல்லாம் அடிபாரமாக இந்தியாவின் பண்பாட்டுப் பழமையையும், தத்துவ – அறிவு மரபுகளில் இந்தியாவின் மாபெரும் சாதனைகளையும் நினைத்து எய்தும் வியப்பும் இருக்கலாம்.

“சமீபத்தில் நீங்கள் எப்போதாவது கோவிலுக்குப் போனீர்களா?” என்றார் அவர் புத்தகங்களைக் காட்டிக் கொண்டே.

நான் விழித்தேன்.

“டில்லியில் எப்படியோ – டில்லியிலிருந்து இங்கு வந்த பிறகு போயிருக்க முடியாது. ஆனால் போன பலனை இதோ தருகிறேன்” என்றார். ஒரு பெட்டியைத் திறந்து விபூதியும் குங்குமமும் எடுத்துக் கொடுத்தார்.

“கோயம்புத்தூருக்கு அருகில் பேரூர் கோயிலுக்குச் சென்றோம் – தமிழ் மகாநாடு முடிந்ததும், அங்கே கொடுத்த பிரசாதம்” என்றார். குங்குமத்தை எடுத்து அவர் தங்கை நெற்றியிலேயே இட்டதும் குழந்தைபோல் குதித்தார் அவர். என் காமிராவை எடுத்து என் கையில் கொடுத்து போட்டோவுக்குத் தயாராகச் சற்று தள்ளி நின்றார். எடுத்த பிறகு துமித்ரு இந்தியாவிலிருந்து தான் கொண்டுவந்த நூல்கள், சேமித்த சாமான்கள் எல்லாவற்றையும் ஒவ்வொன்றாக எடுத்துக் காண்பிக்கத் தொடங்கிவிட்டார். சிறிய சிறிய பொருட்களை யெல்லாம் பத்திரப் படுத்தி வைத்திருந்ததையும், நுட்பமான சிறு சிறு நகைகளை எடுப்பதுபோல் கன ஜாக்ரதையாக, ஆழ்ந்த உணர்வுடன் அவர் அவற்றை எடுத்துக் காட்டித் திருப்பி வைத்ததையும் பார்க்கும்போது, தமிழக நினைவுகள் அவர் இதயத்தில் எவ்வளவு நன்றி உணர்வுடன் குடிகொண்டிருக்கின்றன என்று தெரிந்தது. நினைத்து நினைத்துப் பூரித்துக்கொண்டிருந்தார் அவர். சற்றைக்கொரு முறை தங்கை தயாரித்த பழ மதுவை ஊற்றி எங்கள் கிண்ணத்தை நிரப்பவும் மறக்கவில்லை அவர்.

“ஸோ – இதையெல்லாம் பார்த்து நான் ரொமானியன் என்றே நினைத்துவிட்டீர்கள் – இல்லையா?” என்றார் திடீரென்று.

மறுபடியும் விழித்தோம்.

“என்னைப் பார்த்தால் ரொமானியன் போலவா இருக்கிறது? நான் இந்த தேசத்தில் குடியேறியவன் ஐயா” என்றார்.

“எங்கிருந்து குடியேறினீர்கள்? ஹங்கேரியா, ரஷ்யாவா, பல்கேரியாவா ..?”

“இந்தியா – சென்னை ராஜ்யத்திலிருந்து – எத்தனையோ தலைமுறைகளுக்கு முன்னால்!”

“என்னது!”

“ஆமாம். இதோ பாருங்கள்” என்றார்.

சிதம்பரம் நகராண்மைக் கழகம் அவருக்கு அளித்த கௌரவ குடிமைப் பத்திரத்தை எடுத்துக் காண்பித்தார். சிரித்தார்.

கடைசிவரை இந்தமாதிரி ஏதாவது வேடிக்கை காண்பித்துக் கொண்டே யிருந்தார் அவர்.

நான்குமணி நேரம் போனது தெரியவில்லை. பழமது அத்தனை கிறக்கமாயிருந்தது. பிறகு அவரே “நாழியாகி விட்டது. வித்யாசாகர் வீட்டில் உங்களுக்குச் சாப்பாடு. நினைவிருக்கிறதா? வித்யாசாகர் ரொம்ப கண்டிப்பான பேர்வழி. அதுவும் நான் உங்களை இருத்தி வைத்திருந்தேன் என்றால் தாங்காது அவருக்கு. புறப்படுங்கள்” என்றார்.

அவர் தங்கையும் எங்களோடு கிளம்பினாள். வீட்டை விட்டுக் கிளம்பியதும் தெருவில் ஒரு பெண் எதிரே வந்தது. “மருமாளின் பெண்,” என்று அறிமுகப் படுத்தினார் துமித்ரு.

“அவள் கையைப் பாருங்கள்.”

அவள் கையில் ஒரு பை – மஞ்சள் துணிப்பை. கொட்டை கொட்டையாகத் தமிழ் எழுத்தில் ஒரு விளம்பரம் எழுதியிருந்தது. “இதுவும் சென்னையில் வந்த அன்பளிப்புதான். இதில்தான் இந்தக் குட்டி புத்தகங்களைப் போட்டு பள்ளிக்கூடம் போகிறாள்” என்றார்.

டாக்சி அமர்த்தி என்னை வித்யாசாகர் வீட்டு வாசலில் இறக்கினார். சுபாஷ் இறங்கவில்லை. அவருக்கு மீனும், சோறும் ஒரு இடத்தில் ஏற்பாடு செய்திருந்தார் குஹா. சுபாஷ் வங்காளி. மீனும், அரிசியும் இல்லாமல் அவர் நாக்கு செத்துக் கிடந்தது. அந்த இரண்டுக்கும் அவர் எதையும் தியாகம் செய்யத் தயார். டாக்சியிலிருந்து இறங்காமலே என்னை இறக்கிக் கதவை மூடிக் கொண்டார்.

வித்யாசாகர் வீட்டுக்குள் ஒரு ஆந்திர – உத்தரப் பிரதேசக் கலவை உணவு மணம் வீசிக்கொண்டிருந்தது.

* * *

துமித்ருவைப்போல, இன்னொரு ஆத்மா என்னோடு ஆழ்ந்த அன்புடன் ஒட்டிக்கொண்டது. அது ஜார்ஜ் டான் என்ற கவி. நாங்கள் அன்று கிராம ம்யூசியத்தைப் பார்த்துவிட்டு

ஹோட்டலுக்குத் திரும்பியபொழுது, இந்த ஜார்ஜ் டான் இன்னும் நாலைந்து கவிஞர்களுடன் எங்களைக் காணக் காத்திருந்தார்.

ஜார்ஜ் டான் ரொமானிய கப்பல் ஓட்டும் துறையிலிருந்து ஓய்வு பெற்றவர். வயது ஐம்பத்தாறு என்று சொன்னார். ஆனால் 45தான் மதிக்கலாம். அகல, சதுர முகம். மொட்டைத் தலை. அகல மார்பு. இரட்டை நாடி உடல். அத்தனையும் கருங்கல்போன்ற சதை. சென்னையில் ஆறு ஆண்டுகட்குமுன் பெரும் புயல் அடித்து மூன்று கப்பல்கள் தரைதட்டியது வாசகர்களுக்கு நினைவிருக்கும். (ஸ்டமாட்டிஸ் என்ற கப்பல் வெகுகாலம் சேப்பாக்கம் கடற்கரையில் தரைதட்டி, நின்றது நினைவிருக்கும்). அந்தப் புயலின்மீது சென்னையில் ஒதுங்கியவர் ஜார்ஜ் டான். சென்னையில் பல நாட்கள் இருந்தாராம். அதனால் நான் சென்னையைச் சேர்ந்தவன், தமிழகக்காரன் என்பதால், டான் மற்றவர்களைவிட, என்மீது தனி உரிமையும் நட்பும் பாராட்டினார். அவருடைய முக பாவங்கள் – வியப்பு, சிரிப்பு, மகிழ்ச்சி யாவும் குழந்தையை ஞாபகப்படுத்தும். நான் எது சொன்னாலும் என் குழந்தையோ, அப்பாவோ பார்ப்பதுபோல் தனி கவனத்துடன் ஆசையுடன் பார்த்துக்கொண்டிருப்பார். ஆங்கிலம் தெரியாது. பிரஞ்சுதான் தெரியும். எனவே மொழி பெயர்ப்பாளர் சொல்வதற்கு முன்னமே அவர் முகம் துடிப்பாகத் துடிக்கும். என்ன இத்தனை நேரம் காக்கவேண்டி யிருக்கிறதே என்று ஒரு பரபரப்பும், குறையும் முகத்தில் கூத்தாடும்.

இந்த ஜார்ஜ் டான் பிர்தாஸியின் ஷாநாமாவை ரொமானியனில் மொழி பெயர்த்திருக்கிறார். அதற்காக இரான் அரசர் அவரை அழைத்து தன் கையால் கௌரவித்தாராம். இதைத்தவிர, ரவீந்திரநாத் தாகூரின் கவிதைகளையும் ரொமானிய மொழியில் ஆக்கியிருக்கிறார். அதில் ஒரு பிரதி எனக்கு அன்பளிப்பாகக் கொடுத்தார்.

துமித்ருவைப்போல ஜார்ஜ் டானும் எங்கள் இருவரையும் தம் வீட்டுக்கு வருமாறு அழைத்தார். சரியென்று இசைந்தோம். ஜப்பானுக்குப் போயிருந்த காலத்தில் ஒரே ஒருவர் தவிர, வேறு யாரும் என்னை தன் வீட்டுக்கு அழைத்ததில்லை. உபசாரம் எல்லாம் ஒரு ஹோட்டலுக்கோ, உணவு விடுதிக்கோ அழைத்து வந்து செய்து விடுவார்கள். இந்தியர்களுக்கு அநேகமாக இந்தப் பழக்கம் கிடையாது. அந்நியர்களை நம் வீட்டுக்கு அழைக்காமல் விடுவதில்லை. ஒருவேளை ஜப்பான் வீடுகள் சிறியனவாக இருப்பது காரணமாக இருக்கலாம். அல்லது வீட்டரசியும் வேலைக்குப் போகிறவராக இருக்கலாம். ஆனால், இந்த ஐரோப்பியப் பயணத்தில் ஆறேழு பேர்கள் வீட்டுக்கு வரும்படி அமைந்தது மறக்க முடியாது நினைவு.

ஜார்ஜ் டான் வீடு சிறியதுதான். மூன்றாவது மாடி என்று ஞாபகம். இரண்டு சிறிய அறைகள். ஒரு படுக்கை அறை. சமையலறை. அவ்வளவுதான். அவருடைய இருபது வயது மகன் பொறியியல் படிக்கிறான். இடநெருக்கடியை எல்லாம் சட்டை செய்யாமல் அவர் எங்களை அழைத்திருந்தார். இன்னும் ஏழெட்டு எழுத்தாளர்களையும் அவர் அழைத்திருந்தார். டானின் நண்பர்களில் ஒருவர் மருத்துவர். ஸம்ஸ்கிருதம் படித்திருக்கிறார். ஒல்லி. சராசரி உயரம். நிறமும் மாநிறம். இந்தியரோ என்று எனக்கு சந்தேகமாயிருந்தது. பம்பாயில் எனக்கு ஒரு நெருங்கிய நண்பர். இந்திய நடனங்கள் சிறிது பயின்று, நடன சாஸ்திரங்களையும், மரபுகளையும் தலைகீழ்ப் பாடமாக ஒப்பிக்கும் அந்த விமர்சகர் – புகைப்பட நிபுணரான சுனீல் கோத்தாரியின் ஞாபகம் வந்தது, இந்த டாக்டரைப் பார்த்ததும். அந்த டாக்டர் பேச்சு, பாவம், சிறிது பெண்மை இழையோடும் தோரணை – எல்லாம் சுனீலே அச்சாக இருந்தது. அதனால் அவரையே அடிக்கடி கவனித்துக்கொண்டிருந்தேன். அவர் என்னை சரமாரியாகக் கேள்விகள் கேட்கத் தொடங்கினார் ஆங்கிலத்தில்.

“உங்களுக்கு ஸம்ஸ்கிருதம் தெரியுமா?”

“கொஞ்சம் தெரியும்.”

தமிழ் சினிமாவில் ராவணனைப் பார்த்து யாரோ கேள்விகள் படபடவென்று கேட்கிறார். பதிலும் படபடவென்று வரும். உடனே ஒரு பாட்டு விர்றென்று கிளம்பும். அது எந்த சினிமா? சம்பூர்ண ராமாயணமா? நான் படம் பார்த்ததில்லை. ஆனால், அந்த இசைத்தட்டு ஒரு கலியாணம் விடாமல் ஒலிபெருக்கியில் மீண்டும் மீண்டும் பெருகி, என்னுடைய விடியற்காலை – மத்தியான்னத் தூக்கம் இரண்டையும் அண்டவிடாமல் தடுத்த அனுபவம் உண்டு. இந்தக் கேள்வி – பதிலும் அதே மாதிரி அமைந்தது.

“வால்மீகி ராமாயணம் படித்ததுண்டா?”

“உண்டு.”

“பகவத்கீதை?”

“உண்டு.”

“குமாரசம்பவம்?”

“உண்டு.”

“பாரதம்?”

“கொஞ்சம்.”

"ஸம்ஸ்கிருதத்திலேயே?"

"ஆமாம்."

"ரத்னாவளி இயற்றியது யார்?"

"ஹர்ஷன்!"

"கீத கோவிந்தம்?"

"ஜய தேவர்."

"வேதங்களைப் பற்றித் தெரியுமா?"

"கொஞ்சம்."

"படித்ததுண்டா?"

"கொஞ்சம்."

"ஓதத் தெரியுமா?"

"சின்ன வயசில் எங்கள் அண்ணனிடம் ஓரிரண்டு வருஷம் ஓதக் கற்றேன்."

"அப்படியானால் நீர் பிராம்மணரா?"

"இல்லை."

"என்ன!"

"இல்லை."

"ஏன்?"

"பிராமண யோக்யதை ஒன்றும் கிடையாது. பிறந்தது அந்த ஜாதியில். ஆனால், பகுத்தறிவுவாதிகளும் அரசாங்க – கல்லூரி அதிகாரிகள் எல்லாம் என்னை பிராமணன் என்றுதான் கூறுகிறார்கள். பகுத்தறிவுவாதிகளுக்குக்கூட மூடநம்பிக்கைகள் சாத்தியம்."

"ஓதத் தெரியும் என்றீரே – கொஞ்சம் ஓதும் பார்ப்போம்?"

"ஜனகோஹ வைதேஹ … … …"

"இது என்ன வேதம்?"

"இது பிரஹதாரண்யக உபநிஷத்து."

"யாக்ஞுவல்க்யருடையதா?"

"ஆமாம்."

"உபநிஷத் வேதாந்தம் அல்லவா? முன் வேதத்திலிருந்து சொல்லும்."

"ஈசாவாஸ்யமிதம் ஸர்வம்…"

நல்லவேளையாக ஸ்வரத்தோடு ஞாபகம் இருந்தது. சொன்னேன். எல்லோரும் நிசப்தமாகக் கேட்டுக்கொண்டிருந்தார்கள். உரக்கவே சொன்னேன். ஸ்வரம் எங்காவது தவறினாலும் யாருக்குத் தெரியப்போகிறது? அந்த தைரியம். நிறுத்தினவுடன் யாரும் கை கொட்டவில்லை—நல்லவேளையாக.

"தாங்க் யூ" என்று கை கொடுத்தார் டாக்டர். நான் நடுநடுவே ஜார்ஜ் டானைப் பார்த்துக்கொண்டேயிருந்தேன். அவர் முகம் எல்லாம் மகிழ்ச்சியில் இன்னும் அகன்றுவிட்டிருந்தது. "நம்ம தம்பியை மடக்கிப்பிடலாம்னு நெனச்சியா?" என்று பெருமையோடு அவர் டாக்டரைப் பார்த்துக்கொண்டிருந்தார். சென்னை வந்து தங்கின சகோதர உறவு அவர் முகத்தில் எனக்காக எந்தத் தற்காப்பையும் செய்து கொடுக்கத் தயாராயிருப்பது போலிருந்தது. நான் சொல்லி முடித்ததும் அருகே வந்தார். என்னை அப்படியே ஒரு ஆறு வயதுப் பையனைத் தூக்குவதுபோல் தூக்கி தலைக்குமேல் கொண்டு இரண்டு மூன்று முறை சுற்றினார். இறக்கினார். முத்தமிட்டார். உதட்டைப் பிதுக்கினார். "என்னது! கனமே இல்லியே... பள்ளிக்கூடத்துப் பையன் கனம்கூட இல்லியே" என்று தம் நண்பர்களிடம் வேறு என்னென்னமோ சொன்னார். டாக்டர் இதையெல்லாம் மொழி பெயர்த்தார். ஸ்ரீமதி டான் ஓரமாக நின்றிருந்தவளை—டானும் டாக்டரும் அறிமுகப்படுத்தினார்கள். சந்தனத்தில் ராஜஸ்தானக் கலைத் தொழிலர் செய்த ஒரு அம்பாரி யானையை கோட் பையிலிருந்து ஸ்ரீமதி டானின் நாசிக்கருகில் காண்பித்து அவரிடம் கொடுத்தேன். ஸ்ரீமதி டான் அந்த சந்தன மரத்தில் சொக்கிவிட்டார். நாங்கள் விடைபெறுகிற வரையில் அவர் விடவில்லை. பத்து விநாடிக் கொருமுறை அதை முகர்ந்துகொண்டேயிருந்தார். கண்ணுக்கும் விருந்தாக உள்ள யானை அது. ராஜஸ்தான் கலைஞர்கள் ஆடைக் கலைபோல, மர, நவரத்ன வேலையிலும் மிகத் தேர்ந்தவர்கள்.

டாக்டர் ஒரு நண்பரைப் பார்த்து ஏதோ சொன்னார். அவர் அருகே வந்து ஏதோ சொன்னார் என்னிடம். "என் பெயர் அயன் லாரியன் பெஸ்டலோஸி. ரிக்வேதத்திலிருந்து பல நூறு ரிக்குகளை ரொமானியனில் மொழி பெயர்த்திருக்கிறேன்" என்று ஒரு புத்தகத்தைக் காண்பித்தார். "இதை உங்களுக்கு அன்பளிக்க ஆசை. ஆனால், ஒரு பிரதிதான் இருக்கிறது. காண்பித்தாலாவது திருப்தி என்று கொண்டு வந்தேன். நீங்கள் கடைசியாகச் சொன்னது என்ன வேதம்?"

"யஜுர் வேதம்."

ரிக் வேதத்திலிருந்து ஏதாவது சொல்ல முடியுமா?

"தெரியாது."

அவருக்குப் பெரிய ஏமாற்றம்.

எனக்கு வேதமே தெரியாது. எதோ சிறு வயதில் சிறிது கற்றிருந்தேன். எங்கள் மானத்தைக் காத்துக் கொள்ள கொஞ்சம் என் ஞாபக சக்தி உதவிற்று. "எங்களுக்கு வேதங்களைவிட பைபிள், சென்ட் அவெஸ்த்தா எல்லாம் கொஞ்சம் கூடவே தெரியும். இந்தியாவில் வேதம் ஓதக் கற்றவர்கள் மிகக் குறைவு" என்றேன்.

"அடாடா" என்றதுபோல் அங்கலாய்த்தார் பெஸ்டலோஸி. மேலே பேசாமல் சிந்திக்கக் குனிந்து விட்டார்.

வழக்கம்போல கொனியாக் காபி, தாதுநீர், நொறுக்குத்தீனி எல்லாம் வைத்திருந்தது.

சந்தன யானையை முகர்ந்து மலர்ந்து கொண்டிருந்தார் ஸ்ரீமதி டான். அவருக்குப் பெரிய கண்கள். ஒரு மரத்தில் வரும் மணம் வியப்பால் அந்தக் கண்களை இன்னும் அகட்டி விட்டது.

டான் குடியிருந்த இந்த மாடியின் பகுதி சிறிய இடம் தான். இதில் குழுமியிருந்த அவருடைய சிற்சில நண்பர்கள், உலகப் பண்பாட்டு உறவுக்கு படே படே அரசியல் வாதிகளைவிட பன்மடங்கு சேவை செய்திருப்பவர்கள். ஷாநாமாவையும் தாகூரையும் மொழி பெயர்த்தவர் டான். ரிக் வேத ரிக்குகளை மொழி பெயர்த்தவர் பெஸ்டலோஸி. சிலப்பதிகார நாடக அமைப்பை மொழிபெயர்த்தவர் துமித்ரு. இரான் அரசன் டானை நேரில் அழைத்துப் பாராட்டியிருக்கிறார்–ஷாநாமாவை மொழிபெயர்த்ததற்காக. இவற்றையெல்லாம் நினைத்து, வேறு ஒரு குறை என் அடிமனதில் ஊர்ந்துகொண்டிருந்தது. இவ்வளவு பெரிய தொண்டு செய்த டான் ஏன் இவ்வளவு சிறிய இடத்தில் வாழ்கிறார் என்று ஒரு கேள்வி. ஆனால் இது அற்பமான சந்தேகம் என்ற உணர்வும் வந்தது. இவர்கள் மனவாழ்வு வாழ்பவர்கள். முனிவர்களைப் போன்றவர்கள்.

டானும் பெஸ்டலோஸியும் பண்பாட்டு உறவுக்குப் பெரும் தொண்டு செய்திருப்பவர்கள். ஆனால் இதற்காக தனிச் சலுகைகள் கேட்கவில்லை. தனி கௌரவங்களுக்காக அலையவில்லை. ஆழ்ந்த அடக்கத்துடன் மன வாழ்வு வாழ்கிறார்கள்.

அவர்கள் அன்று செய்த உபசாரம் அன்பு எல்லாம் நம் நாட்டுப் பண்பாட்டுக்குச் செய்தவை. ஒரே சிரிப்பும் தூய சந்தோஷமுமாகப் பொழுது போயிற்று.

அந்தி பசும் பொன்னாகப் படர்ந்தது. துமித்ரு எங்களைப் பரபரவென்று எழுத்தாளர் விடுதிக்கு இழுத்துச் சென்றார். அங்கு அன்று மூன்றாவது விருந்து எங்களுக்கு. வயிற்றில் இடம் எங்கே என்று கவலை சோர நடந்தோம்.

# 7

ஓவியம், சிற்பம் – இரண்டிலும் நவீன பாணி தற்சமயம் ரொமானியாவில் ஓங்கி, சாதாரண மக்களையும் கவர்ந்திருக்கிறது. புத்தக அட்டைமுதல், கட்டிடங்களின் புற, அக ஒப்பனை, தோட்டங்களில் வைக்கப்படும் சிற்பங்கள்வரை எல்லாவற்றிலும் நவீனக் கலையின் பிடிப்பு பரவியுள்ளது. உலகத்தின் மற்ற பகுதிகளில் போலவே இங்கும் பழைய யதார்த்த பாணியை யாரும் கையாள்வதாகத் தெரியவில்லை. புதிதாகப் படைக்காவிட்டாலும், பழைய கலைஞர்களையோ அவர்களுடைய படைப்புகளையோ நாடு மறந்துவிடவில்லை. அந்தப் படைப்புகளைப் பராமரிக்கவும், பொது மக்கள் காணவும் நாடெங்கிலும் ம்யூசியங்கள் அமைத்திருக்கிறார்கள்.

சிற்பம், ஓவியம் தவிர, வரலாறு, புவி இயல், விஞ்ஞானம், தொல்பொருள் இயல், கிராமக் கலைகள், அச்சுக் கலை, கட்டிடக் கலை, புரட்சி வரலாறு – முதலிய பல தலைப்புகளில் நாடு முழுவதும் வெவ்வேறு பகுதிகளிலும் நிரந்தரக் காட்சிகள் அமைத்திருக்கிறார்கள். முழு மொத்தமாக 220 காட்சி சாலைகள் தற்பொழுது ரொமானியாவில் இருப்பதாகச் சொன்னார்கள். இந்தக் காட்சிகள் அனைத்தையும் ஆண்டுதோறும் மாணவர், ஆராய்ச்சி யாளர், உல்லாசப் பயணிகள் என்று எண்பது லட்சம் மக்கள் கண்டு பயன் பெறுகிறார்களாம்.

ரொமானியாவில் 19-ஆவது நூற்றாண்டுக்கு முன்பு ஓவியக் கலை மதத்தை ஒட்டியே இருந்தது. ஆனால் கடந்த இரண்டு நூற்றாண்டுகளில் வரலாறு,

பொதுமக்கள் வாழ்க்கை, இயற்கை – இந்தக் காட்சிகளைப் பொருளாக்கி பொப்பெஸ்கு, ஆல்ட்டினி, நெகுலிஸி, தியோடோர் அமான், கிரிகோரெஸ்கு, லுஷியன், பான்சிலா, வெர்மாண்ட் ஈசர், ரெஸ்ஸு, கியாடா முதலிய சைத்திரிகர்கள் நூற்றுக்கணக்கில் படைத்துள்ளார்கள். தற்கால பாணிகளை நுணுக்கமாகக் கையாள்பவர்கள் ஸி. பாபா, கேஸாவிடா, லேபின், அங்கி லூட்டா முதலியோர்கள்.

இதேபோல சிற்பத்தில் ஸ்டார்க், கிரிகொரெஸ்கு, வால்புதியே முதலியவர்கள், சென்ற நூற்றாண்டிலும், இந்த நூற்றாண்டில் பஸியுரியே, ப்ரான்க்குஸி, மெட்ரியே, கராகியே, அஸ்கேல், பராஷ்சி முதலியோரும் ரொமானியாவின் கலை உயிரைப் பிரதிபலித்திருக்கிறார்கள்.

ப்ரான்குஸி என்ற நவீன சிற்பி உலகப் புகழ்பெற்றவர். ‘முத்தம்’ என்ற கற்சிலையும், ‘மங்கையின் உடல்’ என்ற சலவைக் கற்கலையும், உலோகத்திலான இரு குழந்தைகளின் தலைகளும் உலகப் புகழ் பெற்றவை.

ரொமானியக் கலைஞர்களைத் தவிர, உலகத்தின் மற்ற நாடுகளின் பிரபல கலைஞர்களின் ஓவியங்கள் பல, ரொமானியா வின் வெவ்வேறு கலைக் கூடங்களில் இடம் பெற்றுள்ளன.

நாங்கள் புக்காரெஸ்ட்டில் இருந்த சமயத்தில், டில்லியிலிருந்து காடே என்ற ஓவியக் கலைஞர் வந்திருப்பதாகவும், அவருடைய ஓவியக் காட்சி ஒரு கலைக்கூடத்தில் நடப்பதாகவும் கேள்விப் பட்டோம். காடே மகாராஷ்டிரத்தைச் சேர்ந்தவர். டில்லியிலுள்ள மத்தியக் கல்விக் கழகக் கல்லூரியில் கலை ஆசிரியராகப் பணியாற்றி வருகிறார். பீங்கான் கலையிலும் அவர் தேர்ச்சியுள்ளவர். அவரை முன்பே ஒருமுறை அந்தக் கல்லூரியில் சந்தித்திருக்கிறேன்.

அவருடைய ஓவியங்கள் அத்தனையும் நவீன பாணியைச் சார்ந்தவை. சில ஓவியங்கள் ரொமானியாவில் நல்ல விலைக்குப் போயின என்றும் தெரிந்தது. அவரோடு சில கலைஞர்களின் கூடங்களைச் சென்று பார்க்கும் வாய்ப்பு கிட்டியது.

ஒரு கலைஞரோடு நடந்த சம்பாஷணை மறக்கவில்லை. மெட்ரோபாலிட்டன் ஆலயத்திற்கும் ரொமானிய பார்லி மெண்ட்டுக்கும் அருகே அவர் வசித்து வந்தார். நாங்கள் அவர் வீட்டுக்குப் போகும்பொழுது பார்லிமெண்ட் கூடியிருந்தது. ஒரு பர்லாங்குக்கு அப்பாலே போக்குவரத்தை நிறுத்திவிட்டார்கள். கேப்ரியல் நியாகு எங்களைப்பற்றிச் சொன்னவுடன், ராணுவக் காவலர் ஒருவர் எங்களை அழைத்துக்கொண்டு ஒரு பர்லாங் நடந்துவந்து அந்தக் கலைஞர் வீட்டில் கொண்டுவிட்டுப் போனார்.

அந்த ஓவியக் கலைஞர் கவியும்கூட. 'அப்ஸ்ட்ராக்ட்' கலை பயில்பவர். "யதார்த்தமாக வரைவது, மனிதர்களை அப்படியே வரைவது – இவை யாவும் சிறைபோன்றவை. அப்ஸ்ட்ராக்ட் கலைதான் கலைஞனுக்கு விடுதலை அளிக்கிறது. கிராம மக்களின் கலைகளை ஊன்றி கவனித்துப் பார்த்தால், கிராமியக்கலை முழுவதுமே குறியீடுகளையும், ஸ்தூலமான நகலாக இல்லாத உள்மனப் பகுதிகளையும் மலர்ச்சிகளையுமே வெளிப்படுத்தும் மரபைச் சேர்ந்தது என்று தெரியும். கிராமக் கலைஞர்களின் படைப்புகளைக் கண்டு கண்டு லயித்து என் கலை நோக்கிற்கே ஒரு புத்துயிர் தேடியிருக்கிறேன்" என்று சொல்லிக்கொண்டிருந்தார் அவர். அப்போது அங்கே ஒரு பெண்மணி அமர்ந்திருந்தாள். ரொமானியாவில் டச்சு அரசின் தூதராக இருப்பவரின் மனைவி அவர். அவரை உட்கார்த்தி வைத்து, அப்ஸ்ட்ராக்ட் பாணியில் அவர் உருவத்தை வரைந்துகொண்டிருந்தார் அவர்.

காடே சொன்னார். "கிராம மக்களுக்கு யதார்த்த ஓவியங்களைவிட, நவீனபாணி நன்றாகப் புரிகிறது. நான் ஒரு தடவை புகைப்படம் மாதிரியே யதார்த்தமாக ஒரு குதிரையும், நவீனபாணியில் ஒரு குதிரையையும் வரைந்து ஆக்ராவில் வந்திருந்த ஒரு கிராமத்து ஆளிடம் காண்பித்து 'இந்த இரண்டில் எது பிடிக்கிறது?' என்று கேட்டேன். அவர் நவீன ஓவியத்தைத்தான் காட்டினார். காரணம் கேட்ட பொழுது அவரால் சொல்ல முடியவில்லை. மடக்கி மடக்கிக் கேட்டபொழுது, 'என்னமோ இதுதான் பிடிக்கிறது' என்று பிடிவாதமாகச் சொல்லிக்கொண்டிருந்தார். அரைகுறைக் கல்வி இல்லாத ஒரு குழந்தையின் கண் கிராம மக்களுக்கு இருக்கிறது. அதனால் அப்ஸ்ட்ராக்ட் கலை மெத்தப் படித்த மோஸ்தர்களில் உழலும், நகர ரசிகர்களின் ரசிப்புக்கே உரியது என்று நினைக்கவேண்டாம். அது கிராம மக்களுக்கே முதலில் உரியது. மதுபனி, ராஜஸ்தானத்து கிராம வீடுகளின் சித்திரங்கள், இன்றும் இந்தியாவின் பற்பல பகுதிகளில் காணப்படும் கிராமச் சித்திரங்கள் இவை எல்லாம் இந்த உண்மைக்குச் சான்றுகள்."

கண்ணாடி செய்யும் மண் – ரசாயனக் கலவையைக் கொதிக்கவைத்து, கண்ணாடிச் சிற்பங்கள் செய்யும் இரு புகழ்பெற்ற கலைஞர்களின் கூடங்களைக் காணும் வாய்ப்பும் கிடைத்தது. இவர்களில் ஒருவர் ஸோயி பைகோயானு என்ற பெண் கலைஞர். அவரும் முன்பு சொன்னதையேதான் சொன்னார். அப்ஸ்ட்ராக்ட் கலையின் ரசிகர்களை, நகரத்தைவிட, படித்தவர்கள் என்று சொல்லிக் கொள்கிறவர்களைவிட எளிய கிராம மக்களிடையேதான் காண முடியும். நம்முடைய கல்வி நம் மனதுக்கும் அறிவுக்கும் விலங்கிடுகின்றதே தவிர

விடுதலை அளிப்பதில்லை என்பது அவர் கட்சி. ஸோயி தன் கண்ணாடிச் சிற்பங்களை யார் வாங்கப் போகிறார்கள் என்று கவலைப்படுவதில்லை. ஓயாமல் இந்த உத்தியில் புதிய புதிய சோதனைகளும் ஆராய்ச்சியும் செய்தவண்ணம் காலம் கடத்திக் கொண்டிருக்கிறார். "ஒரு நோக்கில் பார்த்தால் இதனால் களைப்பும் மனச்சோர்வும் அதிகம்தான். ஆனால், இந்தக் களைப்பே தீவிரமான தேடலின் அம்சம், பயன் என்று உணரும்போது அதுவே இன்பமாகிவிடுகிறது – குறைப்படுவதற்கு இடமே இல்லை" என்றார் ஸோயி.

ஸோயியின் கூடம் விசாலமான ஒரு பெரிய அறை. மாடியும் உண்டு. இரண்டிலும் காலை, கையை வீசி நடக்க முடியாது. அப்படி, கண்ணாடிச் சிற்பங்களையும் அவற்றுக்கான சாமக்ரியைகளையும் அடுக்கிவைத்திருக்கிறார்.

இவருடைய கூடத்திற்குச் சென்றது ஒரு மறக்க முடியாத அனுபவம்.

* * *

பழைய பாணி கலைஞர்களில் மறக்க முடியாதது காலஞ் சென்ற தியோடார் அமான் என்பவருடையது. ரொமானியாவில் கலைக் கல்விக்கான ஏற்பாடுகளைத் தொடங்கிவைத்தவர்களில் இவரும் ஜி. டாட்டரஸ்கு என்ற ஓவியக் கலைஞரும் தலைசிறந்த முன்னோடிகள்.

தியோடர் அமான் (1831–1891) தாம் வசிப்பதற்கும் கலைபயிலவும் புக்காரெஸ்டில் ஒரு பெரிய வீட்டைக் கட்டி அலங்கரித்தார். ஓவியத்திலும், உலோகத்தில் கலை நுணுக்கங் களைச் செதுக்குவதிலும் தேர்ந்த கலைஞர் அமான். இந்த வீட்டை அவருடைய நினைவுச் சின்னமாக ஆக்கிவிட்டார்கள். அவர் வரைந்த நூற்றுக்கணக்கான ஓவியங்களை இங்கு பார்க்க முடிந்தது. ஓவியங்கள் மட்டுமின்றி, நாற்காலிகள், பெஞ்சுகள், பெட்டிகள் பல ஜியோமிதி வடிவங்களில் ஆன மர தளவரிசை – எல்லாம் தன் கையாலேயே செய்திருக்கிறார் இவர். துருக்கியர்களுக்கும் ரொமானியர்களுக்குமிடையே நடந்த போர்களை ஓவியங்களாகத் தீட்டியிருக்கிறார். இவற்றைத் தவிர சிறிய சிறிய ஓவியங்கள் வேறு. அறுபது ஆண்டுகாலம் வாழ்ந்தவர் ஒரு நிமிடம்கூட ஓயாமல் உழைத்துக்கொண்டிருந்தார் என்று இந்த வீட்டிலுள்ள எண்ணற்ற கலைப்பொருட்கள் மௌன சாட்சியம் கூறுகின்றன.

இத்தகைய கலைக்கூடங்களுக்கு ரொமானியாவில் பஞ்சமே இல்லை. இனியும் பஞ்சமிராது. ஏனெனில், கலைக் கல்வியும் பலமான அடிவாரத்தில் அமைந்திருக்கிறது.

ரேமஸ் ஸிர்பு என்ற கலையாசிரியர், கிராம ம்யூசியத்தில் சந்தித்தவர், எங்களை அழைத்தார் என்று சொன்னேன் – மறுநாள் காலையில் அவர் ஒரு மாணவனை அனுப்பினார். போனேன். லிவ்யூல் டி ஆர்ட்டே ப்ளாஸ்டிஸே என்று முகப்பின்கீழ் நின்று என்னை வரவேற்றார் ரேமஸ் ஸிர்பு. அந்தக் கல்லூரியில் 600 மாணவர்கள் கலை பயில்கிறார்களாம். அத்தனைபேரும் பம்பரமாகச் சுழன்று கொண்டிருந்தார்கள். சமாதானத்தைக் காக்கும் பணியை மையமாகக் கொண்டு ஒரு சுவரொட்டிப் போட்டி நடக்கவிருந்தது. அதற்கு இந்தக் கல்லூரி மாணவர்கள் வெவ்வேறு துறைகளில் தயார் செய்து கொண்டிருந்தார்கள். அஞ்சல் வில்லைகள், மர ப்ளாக்குகள், உலோக ப்ளாக்குகள், ஓவியங்கள் என்று பலவிதத் துறைகளில் கல்லூரி முழுவதும் தயார் செய்துகொண்டிருந்தார்கள். ஒவ்வொரு பிரிவாகக்கொண்டு காண்பித்தார் அதன் டைரக்டர். பின்பு மாணவர்கள் வரைந்த படங்களின் காட்சி ஒன்றையும் காண்பித்தார். எனக்குப் பிடித்தவற்றை எடுத்துப் போகலாம் என்றார். அத்தனை படங்களையும் என்னால் தூக்கிப் போக முடியாதே என்றேன். கடைசியில் நான்கு படங்களைத் தேர்ந்தெடுத்தேன். அவற்றை அழகாக எந்தப் பிரயாணத்திலும் அலுங்க நலுங்க முடியாமல் கட்டி, அந்தப் பையனையே ஹோட்டல் அறையில் கொண்டு கொடுக்கச் சொன்னார் ஸிர்பு. கைம்மாறு என்ன செய்ய? அத்தனையும் வெறும் அன்பு. ஸிர்புவிடம் கொடுங்கள் என்று கடைசியாக ஒரு ராஜஸ்தானத்து சந்தன மர யானைக்குட்டி ஒன்றைப் பெட்டியிலிருந்து எடுத்துக் கொடுப்பதற்கு மேல் ஒன்றும் கொடுக்க இயலவில்லை. விமானத்தில் இருபது கிலோவுக்குமேல் கொண்டுபோக முடியாது. அதனால் நம் ஆசைகளெல்லாம் ஊமைக் கனவாகத் தவிக்கின்றன.

ரொமானியாவில் இதுபோல பல கலைப் பள்ளிகள் இருக்கின்றன. சாதாரணப் பள்ளிகளிலேயே கத்தரி, வெண்டை, குடை, பூட்ஸ் என்று ஒரே பென்சில் ஓவியத்தையே மேல் வகுப்புவரை திருப்பித் திருப்பி வரையக் கற்பிக்காமல், மாணவர்களுக்கு வர்ணப்பூச்சு முதல் பல முறைகளை அங்கு கற்பிக்கிறார்கள். இந்தியப் பள்ளிகளில் கலைகளுக்கு அவ்வளவாக இடம் இன்னும் ஏற்படவில்லை. இசைப் பயிற்சிகூட பெண்கள் பள்ளியில்தான் பெரும்பாலும் நிகழ்கிறது. சிறிது தெம்புள்ள தனியார் பள்ளிகளைத் தவிர, அரசுகளும், ஸ்தலஸ்தாபனங்களும் நடத்தும் பல்லாயிரக்கணக்கான பள்ளிகளில் ஓவிய – கைத் தொழில் போன்ற பயிற்சிகள் இங்கு பூஜ்யம் என்றே தைரியமாகச் சொல்லலாம். ஓவியத் தூரிகைகளை நம்மில் ஆயிரத்தில் ஒருவர் கண்ணால் பார்த்திருந்தாலே பெரிது.

# 8

தோசை, இட்லி, சாம்பார், ஊறுகாய், புளியந் சாதம் – இவைகள் இல்லாத தமிழன் பயணக் கட்டுரை எப்படி இருக்க முடியும்? அத்தியாயம் அத்தியாயமாகத் தொடர்ந்து, சாம்பார்க் கட்டுரை களையே மகா மேதைகள் எழுதும்போது, இந்த சாமானியன் எம்மாத்திரம்?

எனக்குத் தெரிந்தவரையில் மூன்றே மூன்று தமிழர்களைத்தான் ரொமானியாவில் பார்த்தேன். ஒருவர் மாணவர்; ஒருவர் தவிசுப்பிள்ளை; ஒருவர் தூதரக பாதுகாப்புக் காவலர். மூன்றுபேரும் கலியாணமாகாதவர்கள். இந்திய மாணவர்கள் மூன்றுபேரும், தவிசுப்பிள்ளையும் காவலரும் எங்களுக்கு விருந்து வைத்தார்கள் – சாம்பார், ரசம், சப்பாத்தி, கறி – இந்த சம்பிரமங்களுடன், இந்திய தூதரகத்திலேயே, கீழ்தளத்தில், அலுவலக வேலை முடிந்து எல்லோரும் வீட்டுக்குப் போனதும் இந்த விருந்து நடந்தது. தூதரக அதிகாரிகளுக்குத் தெரிய வேண்டாம் என்று இலைமறைவு காய்மறைவாக வைத்ததுபோலிருந்தது. இந்த நாராயணன்தான் தூதரக முதற் காரியதரிசி திரு. கோஸ்வாமி வீட்டுக்கும் வந்து வடக்கு – தெற்கு இரண்டும் கலந்த உணவாகத் தயாரித்து எங்களுக்குப் பரிமாறினார். தமிழ், ஆந்திரம், உத்தரப்பிரதேசம் – மூன்றும் கலந்த உணவு பேராசிரியர் வித்யாசாகர் வீட்டில் இரண்டு மூன்று முறை கிடைத்தது ... ... ... மெனக்கெட்டு இந்தப் பாராவை எழுதவேண்டுமா என்று நீங்கள் யோசிக்கலாம். யோசியுங்கள் – கோபங்கூடப் படலாம். எனக்குக் கவலையில்லை. சாம்பார், தயிர்

இல்லாமல் தமிழன் பயணக் கட்டுரை எழுதுவது அபசாரம், மரபுக்கேடு. எழுதியாயிற்று. சரி, மேலே போவோம்.

ஒரு நாளைக்கு இப்படி சாம்பார் சாதம் சாப்பிட்டு விட்டு, வித்யாசாகரின் ஹிந்தி மாணவியான ஒரு ரொமானியப் பெண்ணோடு அவள் வீட்டுக்குப் போனோம். அவள் சங்கீத எம்.ஏ.யாம். வித்தியா சாகரிடம் பயின்றதன் பயனாக அவளுக்கு இந்தியா, இந்தியர் என்றால் ஒரு தனி பிரியம். இந்தியாவுக்கு ஒருநாள் வரவேண்டும் என்று அவளுக்குக் கனவு. கனவு பலிக்குமோ என்று ஒரு சந்தேகம் வேறு. கவிதையும் எழுதுகிறவள் அவள். அவள் வீடு பெரிய வீடு. பிரபுக்கள் குடும்பம்போலிருக்கிறது. பொதுவுடமை ஆட்சி வந்தபிறகு இந்தக் குடும்பங்கள் சாதாரண மக்களோடு மக்களாகச் சேர்ந்து விட்டார்கள். அந்தப் பெண் ஒரு அரைமணி திவ்யமாக பியானோ வாசித்தாள். இந்திய ராக முறைபற்றிக் கேட்டாள். மோகனம், கல்யாணி, கரகரப்ரியை, மால்கோஷ் என்று சில ராகங்களை ஆரோகண அவரோகண ஸ்வரங்களைச் சொன்னதும் எழுதிக்கொண்டாள். ஒரு ராகத்தை இந்த ஸ்வரஸ்தான வரிசையின் எல்லைக்குட்பட்டுத்தான் பாடவேண்டும் என்று சிறிது பாடிக்காட்டியதும், எழுதிக் கொண்டதை இரண்டுமுறை பார்த்துவிட்டு, கரகரப்பிரியையின் ஸ்வரங்களை சின்னச் சின்னதாக சஞ்சாரம் செய்யத் தொடங்கி விட்டாள். உண்மையாகவே நுட்பமான சங்கீத எம்.ஏ. தான் என்று விளங்கிற்று. சுபாஷ் முகோபாத்யாயாவின் கவிதை ஒன்றை ரொமானிய மொழியில் பெயர்த்து ஒரு வார சஞ்சிகை யில் அவள் வெளியிட்டிருந்தாள். நாங்கள் வந்த ஒரு வாரத்திற்குள் இத்தனையும் நடந்துவிட்டது.

காபி உபசாரம் எல்லாம் செய்து எங்களுக்கு உத்தரவு கொடுக்காமல் நானே கொண்டுவிடுகிறேன் என்று எங்களோடேயே புறப்பட்டுவிட்டாள். வரும் வழியில் அடுத்தடுத்திருந்த இரண்டு கிறிஸ்தவ ஆலயங்களுக்குள் அழைத்துச் சென்றாள். ஒன்று பழைய பாணியில் பெரும் வளைவுகளும் தங்கமுலாம்களுமாகக் கட்டப்பட்டிருந்த பெரிய ஆலயம். இன்னொன்று சிறிது நவீன காலத்தது. இரண்டிலும் ஆங்காங்கு தொழுகிறவர்கள் ஏழெட்டுபேர் நின்றும், நம் பெண்கள்போல விழுந்து வணங்கியும், உட்கார்ந்தும் தம்மை மறந்திருந்தார்கள். எங்களை யாரும் கவனிக்கவில்லை. பெண்கள் என்றால் சிறியவர்கள் அல்ல. நடு வயதினர்; முதியவர். இந்தத் தலைமுறை இளைஞர்கள் யாரையும் காணவில்லை. முதலாளித்துவமும் சுயேச்சை ஜனநாயகம் என்று சொல்லிக்கொள்கிற நாடுகளில்கூட, முக்கியமாக பெருநகரங்களில் ஆலயங்களில் இளைஞர்களை இப்போது காண முடிவதில்லை. மதம் போதை என்று முழங்கிய மார்க்ஸின் வழித்தோன்றல்கள்

அரசாளும் நாடுகளில் ஆலயங்கள் நடமாட்டம் ஓய்ந்திருப்பதில் வியப்பில்லை.

மூன்று நான்கு நாட்களுக்குமுன் துபாஷி நியாகுவுடன் நகரத்தின் வேறு பக்கம் சென்ற நினைவு வந்தது. ஒரு ஓவியக் கலைஞரைப் பார்க்கப் போயிருந்தோம். அவர் வீடு ரொமானியக் குடியரசின் பார்லிமெண்டுக் கட்டிடத்திற்கு அருகில் இருந்தது. பார்லிமெண்ட் மாளிகையை அடுத்திருப்பது ரொமானிய நாட்டின் பிரதம கிறிஸ்தவாலயம். கம்பீரமாக நின்றுகொண்டிருக்கிறது. நாங்கள் போகும்போது அதன் கண்டாமணி முழங்கிற்று. பக்கத்துக் கட்டிடத்தில் உள்ள பொதுவுடமை காதுகளிலும் அந்த ஓசை புகுந்திருக்கும் என்று நியாகுவிடம் சொன்னேன். "பொதுவுடமைக் கொள்கையினரிடையேயும் கடவுளை நம்புவோர் சிலர் இருக்கிறார்கள். பொதுவுடமையின் வயது நூறு வயதிருக்கலாம். ஆனால் பழைய கிறிஸ்தவத்துக்கு ஏறக்குறைய இரண்டாயிரம் வயதாகப் போகிறதே" என்று சொல்லிக்கொண்டே நுணுக்கமான கட்டிட – சிற்ப வேலைப்பாடுகளைக் காட்டினார் நியாகு.

டில்லியில் உள்ள ஒரு பொதுவுடமை நண்பர் சொன்னதும் ஞாபகம் வந்தது. பொதுவுடமையினர் தங்கள் இளைஞர்களுக்கு நடத்தும் புதிய வகுப்பு ஒன்றில் – உள்நாட்டு நகரத்தில் முஸ்லீம்கள் அடங்கிய புதிய மாணவர்களின் வகுப்பில் – இந்த நண்பர் பேசினாராம். அவரைச் சிறிது நேரம் கேட்டுவிட்டு முஸ்லீம் மாணவர் ஒருவர் எழுந்து "கடவுள் இல்லை என்பதுதான் உங்கள் முதல் பாடமானால் என் பெயரை அடித்துவிடுங்கள்" என்று எழுந்துபோக முயன்றாராம்.

இந்த விஷயத்தைப்பற்றி அதிகமாக எழுதினால் நிரீச்வரவாதிகள், சந்தேகவாதிகள் முதலிய பலருக்குக் கோபம் கூட வரும். கடவுளை நம்புவோர், நம்பாதவர் – இரண்டு பேரும் அவரைப் பார்த்ததில்லை. இது தனிநபர் விஷயம். கடவுளின் பெயரில் தகல்பாஜித்தனம் செய்வதைத்தான் உலகம் வெறுக்கிறது என்று சொல்லிவிட்டு மேலே போவோம்.

ரொமானியா போன்ற சில கிழக்கு ஐரோப்பிய நாடுகளில் பெரும்பாலான மக்கள் கிரேக்க அல்லது கிழக்கத்திய ஆர்த்தொடாக்ஸ் ஆலயமரபைச் சேர்ந்தவர்கள். கிறிஸ்தவ மதம் செல்வாக்கும் வல்லமையுமாக வளர்ந்து பரவி, அரசுகள்மீதே ஆதிக்கம் கொண்டு வளர்ந்தபோது, பூசலும் வளர்ந்தது. ரோம் நகரத்திலுள்ள போப்பாண்டவர், கிறிஸ்தவ உலகம் முழுவதும் தன் மத ஆட்சிக்கு உட்பட்டதாகக் கோரினார். கான்ஸ்ட்டான்ட்டி நோப்பிள் நகரத்தில் கிழக்கத்திய கிறிஸ்தவர் களின் தலைவராயிருந்தவர் அதற்கிணங்கவில்லை. இந்தப் பூசல்

முற்றி ரோமன் கத்தோலிக்கம், கிழக்கு ஆர்த்தோடாக்ஸீயம் என்று இரண்டு பிரிவுகளாக ஆலய மரபு பிரிந்துவிட்டது. இது நிகழ்ந்தது 11-ம் நூற்றாண்டில். அதனால்தான் பைசான்ஷியம் என்ற கான்ஸ்ட்டான்டி நோபிள் (இப்பொழுது அதன் பெயர் இஸ்தான்புல்) வளர்த்த ஆலயக் கட்டிடக் கலை மரபு ரொமானியாவில் ஓங்கியிருக்கிறது. விக்ரகங்கள், சிலைகள் இல்லாத கலை பைசான்ஷியக் கலை. சிலைகளை எழுப்பிக் கொண்டிருந்தால் மற்ற பழைய மக்களைப்போல கிறிஸ்தவர்களும் விக்ரக ஆராதனையைத் தொடங்கிவிடுவார்கள் என்று பழைய கால கிறிஸ்தவர்கள் பயந்தனர். இஸ்லாத்தைச் சேர்ந்த அரபு மக்களும் இந்நகரத்தோடு தொடர்பு கொண்டிருந்ததால் உருவக் கலைக்கு ஆதரவு இல்லை. இந்த உருவ வழிபாட்டுப் பிரச்னையே ஆலய மரபு கிழக்கு, மேற்கு என்று பிரிய ஒரு காரணம் என்றார் நியாகு.

புக்காரெஸ்ட் ம்யூசியம் ஒன்றிலும் தேவாலயங்களிலும் பார்த்த மனித ஓவியங்களும் செதுக்குகளும் ரோம் பாணியில் இல்லை. அதாவது தசை முறுக்கும் பலமும் அங்க அழகும்கொண்ட தத்ரூபத் தோற்றமாக இல்லை. மாறாக, மெலிந்த நீண்ட அங்கங்கள். குறைவற்ற நேர்த் தோற்றம். நீண்ட, குறுகிய, உணர்ச்சியற்ற கண், முகம், கருத்தைமட்டும் தெரிவிக்கும் அடையாள உருவங்கள். சிறிது பழைய இந்திய மரபைக்கூட நினைவு படுத்துவன இவை. பழைய இந்திய உருவ ஓவியங்கள் உணர்ச்சி நிரம்பியிருப்பினும் தத்ரூபமாக இல்லாத, மரபு வடிவங்களாகக் காட்சி அளிக்கும். யதார்த்தத்திற்கும் வெறும் குறியீட்டுக்கும் இடைப்பட்ட ஒரு நிலை என்றே இதைச் சொல்லவேண்டியிருக்கிறது.

முன்மாதிரி மக்கள் வருகிறார்களோ இல்லையோ, ரொமானியாவின் தேவாலயங்களில் பாதிரியார்கள் இருக்கத்தான் இருக்கிறார்கள். நுணுக்க வேலைப்பாடுகள், பைசான்ஷியக் கட்டிடமரபு, அலங்காரங்கள், மௌனம், இவற்றுடன் இந்த இடங்கள் காத்துக்கொண்டுதானிருக்கின்றன. சிலுவைகளும் ஒன்றுக்கு மேற்பட்ட குறுக்குக் கைகள் உள்ளவை. ஒவ்வொரு கையின் ஓரத்திலும் சிங்காரிப்பு.

கேப்ரியோலா என்ற அந்தப் பெண்ணோடு இரண்டு தேவாலயங்களைப் பார்த்துவிட்டு ஹோட்டலுக்கு திரும்பிச் சாப்பிட்டு முன் ஹாலுக்கு வந்தோம். மணி பத்து. ஜரிகை வேட்டி, ஜிப்பாவுடன் இரண்டு மூன்று இளைஞர்களும், ஜரிகைப்பட்டுப் புடவையுடன் நம் ஊர்ப் பெண்கள் நாலைந்து பேர்களும் ஹால் சோபாக்களில் உட்கார்ந்திருந்ததைப் பார்த்ததும் வியப்பும் மலைப்புமாக இருந்தது. எப்படி இந்தக் குளிரில்

கருங்கடலும் கலைக்கடலும் ॐ 65 ॐ

வேட்டியும் ஜிப்பாவுமாக இருக்கிறார்கள் என்று மலைப்பு. சற்றுக் கூர்ந்து கவனித்தபோது, தெரிந்த முகங்களாகவும் இருந்தன. சென்னையில்பார்த்த ஞாபகம்.

"நீங்களா? இங்கே எங்கே வந்தீர்கள்?" என்று பரிச்சயமான ஒருவர் கேட்டார்.

அதையே திருப்பிக் கேட்டேன்.

எங்களைப் போலவே அவர்களும் பண்பாட்டுறவுத் திட்டத்தில் ஹங்கேரி, செக்கோஸ்லவாகியா சென்று விட்டு, ரொமானியா வந்திருக்கிறார்களாம். அடையாறு கலாக்ஷேத்ர நாட்டிய நாடகக் குழு அது. அவரோடு பேசிக்கொண்டிருந்தபோதே, தலைவி ருக்மணி தேவியும், பத்மாசனி அம்மாளும் வந்தார்கள். புக்காரெஸ்ட்டிலும் ரொமானியாவின் வேறு சில நகரங்களிலும் கலை நிகழ்ச்சிகள் நடத்த வந்திருந்தார்களாம் அவர்கள்.

சாம்பாரும் பூரியும் தயிர் சாதமும் கிடைத்ததுபோல, நம் ஊர் நடனமும் சங்கீதமுமே கிடைக்கப் போகின்றன என்று பூரித்துக்கொண்டே யிருந்தேன்.

நியாகு வந்தார். "நாளை மறுநாள் கருங்கடல் கரைக்குப் போகப் போகிறோம் – மூன்று நாள் டொப் ரூஜாப் பகுதியில் தங்கப் போகிறோம்" என்றார்.

மகிழ்ச்சி. அதிர்ச்சி.

நிகழ்ச்சித் தேதிகளைக் கேட்ட பிறகு சமாதானம் வந்தது. நாங்கள் திரும்பிவந்த பிறகுதான் கலை நிகழ்ச்சிகள் நடக்கப் போகின்றன என்று தெரிந்தது.

"நாங்கள் போகும்போது செக்கோஸ்லவாகியாவிலும் ஹங்கேரியிலும் பனி பெய்துகொண்டிருந்தது. நீங்கள் தேவலை. நீங்கள் போகிற இடம் எல்லாம் இளம் வெயில். நாளைக்குக் கடற்கரை வேறு" என்று கமலா ராணி பொய்ப் பொறாமையில் சிரித்தார். கலா க்ஷேத்திரக் குழு இன்னும் சாப்பிடவில்லை. இரவு மணி பத்தே கால். அவர்களுக்குப் பசிமட்டும் இல்லை; சைவ உணவுக்கு எப்படியெல்லாம் ஆடிப்பாடி யாகவேண்டுமோ என்ற கவலை. விடைபெற்று, மாடிக்கு வந்தோம்.

# 9

நாற்பது வயது, ஐம்பது வயது என்று ஆனாலும் நம்முள்ளே இருக்கிற குழந்தை குழந்தைதான். அது எப்போதும் சிரிக்கும், வியக்கும், சத்தத்தைக் கேட்டு, வெளியே ஓடிவரும் – வானைப் பார்க்கும். பெரியவனான உடம்பில், படித்த உடம்பில் நீ இருக்கிறாய் – நீயும் பெரியவனாக இரு என்று அதைப் பார்த்துச் சொல்ல முடியாது.

இன்றைக்கும் ஒரு விமானச் சத்தம் கேட்டால் – வீட்டிலோ, ஆபீசிலோ – வெளியே வந்து அதைப் பார்க்கிற சபலம் போகவில்லை.

இன்றைக்கும் ரயிலில் போகும்போது, ஆற்றின் மீது போனால், ஜன்னலைத் திறக்க இயலாவிட்டால், குடுகுடுவென்று கதவுக்கு ஓடி, திறந்து, ஆற்றைப் பார்க்காமல் இருக்க முடியவில்லை. டில்லியிலிருந்து ரயிலில் சென்னை போகும்போது நர்மதை, கிருஷ்ணா, வட பெண்ணாறு இந்த ஆறுகளைப் பார்க்க இரண்டு ஸ்டேஷனுக்கு முன்பே கதவைத் திறந்துவைத்து காத்திருக்கிற சபலம் போகவில்லை. ஃபெட்டஸ்ட்டி ரயில் நிலையத்தைக் கடந்ததும் “டான்யூப் வரப் போகிறது” என்று நியாகு சொன்னதைக் கேட்டு கதவண்டைபோய் நின்றுகொண்டேன். டான்யூப் நதி இங்கு இரண்டு பிரிவாக வடக்கு முகமாகப் பாய்கிறது. முதலில் கடப்பது டான்யூப்பின் ஒரு கை போல – ஒரு வாய்க்கால் போல. அது சில மைல்களுக்கப்பால் டான்யூபோடு மீண்டும் சேர்ந்து விடுகிறதாம். இந்த வாய்க்காலே ஒரு பெரிய நதியாகக் காட்சி அளிக்கிறது. பிறகு டான்யூப் காட்சி தந்தது. வீச்சான அகலம். அத்தனையும்

முழுப் பிரவாகம். மயங்கிப்போய் பார்த்துக்கொண்டேயிருந்த ஞாபகம். நதிகளை வர்ணிக்க வார்த்தைகள் கிடையாது. கடல், மலை, வயல் காட்சிகளுக்குச் சொற்கள் உண்டு. எனக்கு நதிகளை வர்ணிக்க முடிவதில்லை. சும்மா பிரமித்துபோய்ப் பார்த்துக் கொண்டேயிருக்க வேண்டியதுதான். ஒரு தாயை, கடவுளையே நேரில் காண்கிற பிரமை; மன ஓட்டத்தை நிறுத்திவிடுகிற உயிர்க்காட்சி. நதி வெறும் தண்ணீர் – தாயில்லை. கடவுள் இல்லை என்று சொல்லு என இங்கர்சால் போன்ற பெரியார்கள் என்னைக் கட்டிவைத்து அடித்தாலும், கோடி ரூபாய் லஞ்சம் கொடுத்தாலும் நான் இல்லை என்று சொல்லமாட்டேன். கரை தவழும் வெள்ளத்தைச் சுமந்து செல்லும் ஆறு ஒரு மக்கள் கூட்டம்; ஒரு உயிர்க் கூட்டம்; அருள் கூட்டம் என்றுமட்டும் சொல்கிறேன், இதற்கும் கீழ் நான் பணியத் தயாராயில்லை.

நதியைக் கடந்ததும் நியாகு சொன்னார். "இந்த ரயில் பாலம் கட்டி 75 ஆண்டாகிறது. ஸாலிக்னி என்ற எங்கள் நாட்டு என்ஜினீர் கட்டினார். அந்தக் காலத்தில் ஒரு மகத்தான சாதனை" என்றார். நான் தண்ணீரைத் தான் பார்த்துக்கொண்டிருந்தேன். "இதோ செர்னவோதா ஸ்டேஷன் வரப்போகிறது. அதைத் தாண்டினதும் டொப்ரூஜாப் பகுதிக்குள் புகுந்து விடுவோம்" என்று தொடர்ந்தார் அவர்.

அவர் குரலில் பெருமிதம். தேவலோகத்திற்குள் நுழைந்தது போல் பேசுகிறாரே என்று நினைத்துக்கொண்டேன்.

"வரலாற்றில் ஊறிய பகுதி இது. புராதன நாகரீகங்களின் வளர்ந்த பகுதி. 2700 ஆண்டுகளுக்கு முன்பு கிரேக்கர்கள் ஆசியா மைனரிலிருந்து இங்கு வந்து குடியேறினார்கள். ஹிஸ்ட்ரியா, டோமி போன்ற நகரங்களை நிறுவினார்கள். பின்பு ரொமானியர்கள் வந்தார்கள். கோட்டைகள் கட்டினார்கள்; சாலைகள் அமைத்தார்கள்" என்று தொடங்கினார் நியாகு.

இந்த டொப்ரூஜாப் பகுதி எத்தனையோ அவதிகளைப் பார்த்திருக்கிறது. கோத்தர்கள், ஹூணர்கள் முதலியோர் சூறையாடினார்கள். பின்பு துருக்கியர் ஆட்சியில் நான்கு நூற்றாண்டு ஒரு வளமும் வடிவும் இன்றி தேங்கிக் கிடந்தது. இப்போதோ, கடந்த இருபது ஆண்டுகளாக, கூட்டுப்பண்ணை, புதுமுறை விவசாயம், சிமிண்டு போன்ற தொழிற்சாலைகள் – என்று புது உயிர் பெற்று விட்டது.

நாங்கள் சரியாகக் கேட்கவில்லையோ என்று சந்தேகப் பட்டார் நியாகு என்று பின்பு தெரிந்தது. எழுந்துபோய் மூன்று நிமிஷம் கழித்துத் திரும்பி வந்தார். கையில் மூன்று

பீர்க்குப்பிகளும், கண்ணாடிகளும், உணவு வண்டியிலிருந்து வாங்கிவந்த குப்பிகளை எங்களிடம் நீட்டி, வரலாற்றைத் தொடர்ந்தார்.

பீர் தீர்வதற்கும் கான்ஸ்டன்ஸா ரயில் நிலையம் வருவதற்கும் சரியாக இருந்தது. நாங்கள் இறங்கவேண்டிய இடம். இறங்கினோம். இறங்கிய உடனே "சீக்கிரம், சீக்கிரம் – அந்த வண்டிக்குப் போவோம்" என்று நியாகு பரந்தார். அவர் பின்னாலேயே ஓடி ஒரு டீசல் ட்ராலி ரயில் பெட்டியில் ஏறிக்கொண்டோம். ஏறி மூன்று நிமிஷத்திற்குள் புறப்பட்டுவிட்டது. கால் மணிக்குள் ஒரு ஸ்டேஷனைக்காட்டி "இங்குதான் இறங்க வேண்டும்" என்றார் நியாகு. இறங்கினோம்.

ஸ்டேஷனில் ஈ காக்காய் இல்லை. சின்ன ஸ்டேஷன். குளிர்வேறு. ஸ்டேஷன் மாஸ்டரின் அறைக்குள் போனார். வெளியே வந்தார். "அடாடா" என்றார்.

"என்ன ?"

"நாம் முந்திய ஸ்டேஷனிலேயே இறங்கியிருக்க வேண்டும். இது தெற்கு இஃபோரி. நாம் இறங்கவேண்டியது வடக்கு இஃபோரி ஸ்டேஷன். அங்குதான் நாம் தங்கவேண்டிய ஹோட்டல் இருக்கிறது."

"என்ன செய்யலாம்?"

அந்தி கவிந்து கொண்டிருந்தது. குளிர் எலும்புக்குள் புகுந்து ஆட்டிற்று. கடலோசை ஒரு பக்கம். கான்ஸ்டன்ஸாவின் புதிய கலங்கரை விளக்கம் தொலைவில் சுழன்று கொண்டிருந்தது.

பத்து நிமிஷம் விறைத்துக்கொண்டு நின்றோம்.

பஸ் வந்தது. ஏறி, வடக்கு இஃபோரியில் இறங்கி இரண்டு பர்லாங் கடற்கரையை நோக்கி நடந்தோம். எலும்பு கடகடக்கும் இந்த நாடுகளில் ஏன் மனிதர்கள் வாழ்கிறார்கள் – ஏன் நம் தேசம்போன்ற தேசமாகப் பார்த்துக் குடியேறி சுகமாக வாழத் தோன்றவில்லை என்று எண்ணியவாறு மேல் கோட்டால் கழுத்து மூக்குகளை மறைத்துக்கொண்டு நடந்தோம்.

குளிரில் முதலில் மரக்கிறது மூக்குதான். முதலில் அழுகிறதும் மூக்குதான்.

ஓட்ட ஓட்டமாக நடந்து ஹோட்டலில் புகுந்தோம். நாங்கள் படும் அவஸ்தையைப் பார்த்து, எங்களை முதலில் மாடியில் அறையில் விட்டு படுக்கவைத்து, மெத்தையைப் போட்டுப் போர்த்திவிட்டு மானேஜரைப் பார்க்கச் சென்றார் நியாகு.

பாஸ்போர்ட்டுகளை அவர்களிடம் சமர்ப்பித்தாக வேண்டும். என்னவாவது செய்துகொள் என்று படுத்துக் கிடந்தோம். சாப்பிடக்கூடத் தோன்றவில்லை. கையெட்டில் கருங்கடல் ஓங்கரித்துக் கொண்டிருந்தது. மெத்தைகளுக்குள் ஒருக்களித்த சுருண்ட படுக்கை. காலிடுக்கில் கை. காலை வெயிலில் நினைவு. அன்றிரவு சாப்பிட்டோமோ என்னமோ நினைவில்லை. டயரியில், ஒன்பது மணிக்கு மேல் மூன்று பர்லாங் நடமாட்டம் ஓய்ந்த தெருவில், குளிரில் சிலிர்த்த வண்ணம் நடந்து சாலை உணவு விடுதியில் சாப்பிட்டுவிட்டு, பதினோரு மணிக்குத் திரும்பிவந்து படுத்ததாகக் குறித்திருக்கிறது இருக்கலாம்.

* * *

காலையில் எழுந்ததும்தான் இனம் புரிந்தது. பால்கனியில் வந்து நின்றேன். எதிரே கருங்கடல், கையெட்டிலிருப்பது போலிருந்தது. ஹோட்டல் வாசலில் ஒரு சாதாரண அகல சாலை. அதற்கப்பால் ஒரு சுவர். அதன்மீது கடலலை அறைந்து கொண்டிருந்தது. இந்தச் சுவர் கோட்டை மதிலாக வெகுதூரம் நீண்டிருந்தது. தரங்கம்பாடி கடற்கரை நினைவு வந்தது. எங்கும் ஆள் சுவடே இல்லை.

ஹோட்டலும் பெரிது. ஆனால் எங்கள் அறைகளையும் இன்னும் நாலைந்தையும் தவிர மற்றயாவும் திறந்து கிடந்தன. கடற்கரைக்குப் போகலாம் என்று கீழே இறங்கினோம். முப்பது நாற்பது பெண்கள். சீராடையும் கையில் நோட்டுப் புத்தகங்களுமாக ஹோட்டலின் பெரிய ஹால் ஒன்றில் நுழைந்து கொண்டிருந்தார்கள். நியாகு மானேஜரை ஏதோ கேட்டார். பிறகு சொன்னார். "இந்தப் பெண்கள் ஹோட்டல்களில் பரிமாற, உபசாரம் செய்யும் வேலைக்குப் புதிதாகச் சேர்க்கப்பட்டிருக்கிறார்கள். அவர்களுக்குப் பயிற்சி நடக்கிறது. இங்கு ஜர்மன், ஆங்கிலம், பிரஞ்சு, ரஷ்யன் முதலிய மொழிகளில் எப்படி வரவேற்பது, பரிமாறுவது – இன்னும் ஹோட்டல் பணியாளர்க்குத் தேவையானதை இரண்டு மூன்று வாரங்களில் கற்பித்து விடுவார்கள். பிரயாணிகள் வந்து சேரும் சீசன் தொடங்குவதற்கும் இந்தப் பயிற்சி முடிவதற்கும் சரியாக இருக்கும்."

மரியாதையாக இருப்பது, அன்புடன், பொறுமையுடன் ஊருக்குப் புதியவர்களிடமோ பிரயாணிகளிடமோ நடந்து கொள்வது – இந்தக் கலையை நம் தபாலாபீஸ், பஸ், ஹோட்டல், ரயில் டிக்கட் தருபவர்கள், பாங்க் ஊழியர்கள் – இவர்களுக்கும் நம் நாட்டில் கற்பிக்க வேண்டும் என்று தோன்றிற்று. பொது நிறுவன ஊழியர்களைத் தேர்ந்தெடுத்ததுமே வேலையில் பூட்டி

விடுகிறார்கள். முக்கால்வாசிப்பேர் மூல எரிச்சல் வந்தது போல் எரிந்து விழுகிறார்கள். வேலையோடு, மக்களுடன் எப்படி சுமுகமாகப் பழகவேண்டும் என்று பயிற்சி தந்தால் நம் நாட்டைப்பற்றி நமக்கே நல்ல அபிப்ராயம் உண்டாகும். நம் நாட்டில் வெள்ளைக்காரன் வந்தால் தான் இதெல்லாம் கிடைக்கிறது.

வெளியே வந்து ஒரு படிக்கட்டு வழியாகச் சுவரைக் கடந்து, கடற்கரை மணலில் இறங்கினோம். சென்னை கடற்கரை அகலத்தில் கால்பாகம்கூட இல்லை, ஆனால் சென்னையில் கடற்கரையில் நிற்கும் உவகை, அதே கடல் நீர், அதே அலை, அதே நுரை, அதே ஓசை. வெயிலும் உணர்க்கையாக விழுந்தது.

ஏன் இதைக் கருங்கடல் என்று அழைக்கிறார்கள் என்று புரியவில்லை. இந்தக் கடல் நீரில் ரசாயனங்கள் மிகுதியாதலால் மற்ற கடல் நீரைவிட இது சற்றுக் கறுப்பு நிறமாம். உப்புகூட மேற் பரப்பில் அவ்வளவாக இராது என்கிறார்கள். கடற்கரைமணலில் உச்சி வேளைவரை உட்கார்ந்திருந்தோம். அங்கிருந்து நடந்து சாலைக்கு வந்து ஒரு பீர் கடைமுன் பெஞ்சுமீது உட்கார்ந்தோம். ஒரு ஆறரை அடி – அதற்கேற்ற பருமனுமான ஒரு வெள்ளையர் பாதாம் பருப்பு கொறித்துக்கொண்டே எங்களிடம் பேசத் தொடங்கினார். அவருக்கு ஸ்வீடன் நாடாம். இன்னும் 150 பேரோடு ஒரு ஜெட் விமானத்தை அமர்த்திக்கொண்டு வந்திருக்கிறாராம். ஆரோக்யத்திற்காக அவருடைய நண்பர்கள் மண்குளியல், சிகிச்சை என்று போயிருக்கிறார்களாம்.

வடக்கு இஃபோரியில் முடக்குவாதம், கீல்வாதம் இவைகளுக்காக சிகிச்சை விடுதிகள் பல இருக்கின்றன. சிறிது தூரத்தில் ஒரு ஏரி. முன்பு கடல் நீரே உள்ளே வந்து வளைகுடாவாக இருந்தது. இப்போது இடையே மணல் தட்டி, தனித்துப்போய் ஒரு ஏரி ஆகிவிட்டது. கருங்கடல் நீரைவிட இந்த ஏரியின் நீர் ஏழு மடங்கு உப்புக் கரிக்கும் என்றும், பல தாது உப்புகள் நிறைந்துள்ளது என்றும் சொன்னார். இந்த ஏரிக்கரையில் உள்ள சிகிச்சை விடுதிகளில் சந்தனக்காப்புபோல, உடம்புக்கு சூடாக மண்காப்புப் பூசி இளம்பிள்ளை வாதம் போன்ற வியாதிகளுக்கு சிகிச்சை அளிக்கிறார்கள். கருங்கடல் ஓரத்தில் இந்தமாதிரி எத்தனையோ இடங்களில் இயற்கை வைத்தியமும், மற்ற வைத்தியங்களும், சேர்த்து அளிக்கப்படுகின்றன. இதற்காகவே பல்லாயிரக்கணக்கான மக்கள் பல ஐரோப்பிய நாடுகளிலிருந்தும், அரபு, அமெரிக்க நாடுகளிலிருந்தும் வருகிறார்கள். இந்தக் கடற் காற்று உடம்பில் பட்டாலே நல்லது என்று வருகிறவர்களும் ஆயிரக் கணக்கு.

சாலை உணவு விடுதி ஒன்றில் சாப்பிடப்போனபோது வழக்கம்போல, நான் சைவம்என்று கேட்டு, நாலைந்து பரிமாறும் பெண்கள் இந்தியாவிலிருந்து வந்த பசுமாட்டைப் பார்ப்பதுபோல என்னை வியப்பாக, தெரிந்தும் தெரியாததுமான புன்சிரிப்பாக, குழப்பமாக, கவலையாக, பார்த்துக்கொண்டிருந்தார்கள். “நல்ல பாலடைக்கட்டி யிருக்கிறது. அதையாவது சாப்பிடுங்கள்; பீரோடு சாப்பிட்டால் ருசியாயிருக்கும்” என்றார்கள். “சரி” என்றேன். ஆகா ஆகா என்று மூச்சையிழுப்பதும் உதட்டை சப்புவதுமாக என்னைப் பார்த்தார் நியாகு. தட்டு நிறைய பாலடைக் கட்டி. ஒரு துண்டு எடுத்து வைத்ததுமே வயிற்றைக் குமட்டிற்று. வளர்ந்த முரட்டுக் கிடா ஆடு கிட்டே வந்தால் வீசும் வேகம். “பிடிக்கவில்லையா, இது முதல்தர ஆட்டுப் பாலடைக்கட்டி” என்றார் நியாகு. “தயவு செய்து நீங்கள் சாப்பிடுங்கள்” என்றேன்.

நியூயார்க்கில் வெள்ளிக் கடுதாசி சுற்றியிருந்த ஒரு முக்கோணப் பாலடைக்கட்டிப் பொட்டலத்தைப் பிரித்துப்பார்த்தபோது மூன்று மாதம் சுத்தம் செய்யாத முனிசிபல் கழிவிடத்தின் மணம் வீசிற்று. அதைப் பலர் திவ்யமான வாசனையாக ரசித்து உண்கிறார்கள். உள்ளே நெளியும் புழுக்களையும் எடுத்துச் சாப்பிடுவார்களாம் சிலர்.

இந்த வடக்கு இஃபோரியில் தங்கியவாறே, சுற்றியுள்ள பல ஊர்களுக்குப் போய்ப் போய் வந்தோம். தெற்கே உள்ள மங்காலியா என்ற ஊரிலிருந்தவாறு, பல்கேரியா நாட்டைப் பார்த்தோம். மங்காலியா எல்லையில் உள்ள ஊர்.

ரொமானியா: ஆல்ஹெஷார்ன் என்னும் குழாய்களை ஊதும் பெண்கள். இந்தக்குழாய்கள் 2½மீ வரை நீளமுள்ளவை. ஒருவரை ஒருவர் அழைப்பதற்கும் வேறு செய்திகள் அறிவிப்பதற்கும் ஆடுமேய்ப்பவர்கள் இந்த இசைக்கருவிகளைப் பயன்படுத்துகிறார்கள்.

ரொமானியா: வல்லாச்சியாவில் கார்ப்பேதியன் மலைகளுக்குத் தெற்கில் ஆரகெஸ் நதிக்கரையில் உள்ள 16-ம் நூற்றாண்டுக் கிறிஸ்தவக்கோயில்.

ரொமானியா கான்ஸ்டன்ஸா: மமாயா ஆரோக்ய ஸ்தலம் 8 கி.மீ. தொலைவுக்கு கடற்கரை நீடிக்கிறது.

ரொமானியா: சுக்ஃபாவா ஜில்லாவில் உள்ள கிறிஸ்துவக் கோயில். மொல்டேவிய கட்டிடபாணியில் அமைந்த இந்த ஆலயச்சுவர்களில் நுட்பமான ஓவியங்கள் தீட்டப்பட்டிருக்கின்றன.

கருங்கடல்: கரை மதிலில் ஆசிரியர்

ரொமானியாவில் நஸாத் பிராந்திய வண்ண உடைகள் அணிந்து மகிழும் மக்கள்

செக்கோஸ்லவாகியா:
ப்ராஹாவில் ஒரு தெரு:
உள் வீடு மாதிரி தோற்றம்

ப்ராஹாவில் ஒரு சதுக்கம்

மற்றொரு சதுக்கம்

செக்கோஸ்லவாகியா: கார்லோவிவாரியில் தாது நீர் ஊற்றுக்களைச் சூழ்ந்த ஒரு கட்டிடம்

வுல்த்தாவா நதியிலிருந்து பழைய ப்ராஹாவின் தோற்றம்

செக்கோஸ்லவாகியா: கார்லோவிவாரி கண்ணாடிப் பொருட்காட்சியில் ஒரு பகுதி

ரொமானியா:
வங்கக்கவிஞர்
சுபாஷ்முகோபாத்யாய,
திருமதி நியாகு,
துபாஷி கேப்ரியல்
நியாகு

செக்கோஸ்லவாகியா:
வங்கக்கவிஞரும்,
செக்மொழி துபாஷி
திரு இரோஷும்

ரொமானியா:
கான்ஸ்டன்ஸாவுக்கு
அருகில் இஃபோரிநோர்ட்
கடற்கரையில் சுபாஷ்

செக்கோஸ்லவாகியா: ப்ராஹாவில் உள்ள ஒரு பிரபல ஆலயம். ஒவ்வொரு மணி அடிக்கும் போதும் ஏசுவின் சீடப் பதுமைகள் கதவைத் திறந்து வலம் வரும். ஒரு பதுமை மணி அடிக்கும். பின்பு ஜன்னல் மூடும்.

செக்கோஸ்லவாகியா: கார்லோவிவாரி ஆரோக்கியத் தலம்

ரொமானியா: கான்ஸ்டன்ஸாவி லிருந்து எங்களுடன் பயணம் செய்த குழந்தை காபிஷ்டோய்க்கா

# 10

ஷார்தோனே

    பினோ ந்வார்

    ஃபெடியாஸ்கா

    டெஸ்ஸர்ட் ரீஸ்லிங்

    மஸ்கெட்

    ஒத்தொனெல்

    கபெர்னே.

இவை ஐரோப்பிய ரெயில்வே ஸ்டேஷன்களின் பெயர்கள் அல்ல. ஃபிரெஞ்சு திரைப்படங்களும் அல்ல. குஸ்திக்காரர்களும் அல்ல.

திராட்சை மது வகைகளின் பெயர்கள். இத்தாலி, பிரான்ஸ், ஸ்பெயின் நாடுகள்போல ரொமானியாவும் திராட்சை மது வகைகளுக்குப் பெயர்போனது. இந்த மது சம்பந்தமாக, பிராந்திய உணர்வு ஐரோப்பிய நாடுகளில் அதிகம். ரொமானியாவா, எங்கள் நாட்டை விடவா – என்று இத்தாலியர்கள், பிரஞ்சுக்காரர்கள் எல்லோருமே கத்துவார்கள். ஒயினைப் பற்றி இவனுக்கு என்ன தெரியும் என்று பரிதாபமாகப் பார்ப்பார்கள். அந்தப் பார்வையும் நமக்கு வேண்டியதுதான். இந்தியாவில் யாருக்கும் திராட்சை மதுவைப்பற்றி அதிகமாக, ஏன் தெரியாது என்றே சொல்லிவிடலாம். இந்தியர்கள் விஸ்கிப் பிரியர்கள், பிராந்திப் பிரியர்கள், ஜின் பிரியர்கள், பீர் பிரியர்கள், பட்டைப் பிரியர்கள். கிடைக்காவிட்டால் வார்னிஷ், ஸ்பிரிட் பிரியர்கள். திராட்சை உற்பத்தியோ, மது உற்பத்தியோ இங்கு அதிகம் இல்லை. அதனால் திராட்சை மதுவில்

முதல் மார்க்கோ கடைசி மார்க்கோ வாங்காவிட்டால் கௌரவக் குறைச்சல் இல்லை. ரொமானியாவில் முர்ஃபத்லார், கொட்ஸ்டி, பான்ஸியு, நிகொரெஷ்டி, ஒடொபெஷ்டி – முதலிய இடங்களில் தயாராகும் ஒயின் வகைகள் ஐரோப்பாவில் மிகச் சிறந்தவைகளில் சில என்கிறார்கள். நாங்கள் முர்ஃபத்லார் மதுச் சாலைக்குச் சென்று பார்த்தோம்.

காலை ஆறுமணிக்கு அறைநிலைக்கு நேராகக் கடல் மீது சூரியன் எழும்போது, குளிரைத் தவிர மற்றபடி ஸான்தோம் கடலோரமாக ஒரு வீட்டு மாடியில் உட்கார்ந்திருக்கிற பிரமை, கதவை யாரோ தட்டினார்கள். "யாரு?" என்று தமிழில் கேட்டேன். சென்னையில் இருக்கிற மயக்கம்.

"ரமான்"

நியாகுதான். திறந்ததும், "எழுந்தாச்சா? ஒன்பது மணிக்கு முர்ஃபத்லார் போகிறோம். அதைத்தான் சொல்ல வேந்தேன்" என்றார். ஒன்பது மணி யென்றால் தினப்படி நிகழ்ச்சி தொடங்கும் நேரம். அதற்குள் குளியல், காலை உணவுகளை முடித்துத் தயாராக இருக்க வேண்டும் என்று அர்த்தம். குளித்துவிட்டு, சாலைக்குப் போய் எள்ளு தூவிய இரண்டு நீள ரொட்டியும் தயிரும் காபியும் சாப்பிட்டுவிட்டு திரும்பிவந்து தயாரானோம். மது ஆலைக்காரே வந்தது என நினைக்கிறேன். இருபது மைல் பிரயாணம். கான்ஸ்டன்த்ஸா வழியாகச் சென்றோம்.

முர்ஃபத்லார் ஒயின் உற்பத்தி நிறுவனத்திற்குள் நுழைந்ததும் பிரதம என்ஜினீர் எங்களை வரவேற்றார். சுற்றி எங்கும் அழைத்துக் கொண்டு காண்பித்தார். திராட்சைகள் டன் டன்னாக வந்து இயந்திரங்களால் பிழியப் படுகின்றன இங்கு. கண்ணாடிக் குழாய்கள் வழியாக சாறு சென்று பெரும் பெரும் தொட்டிகளில் விழுகின்றன. அங்கு புளித்ததும், பூமி மட்டத்திற்கடியில் உள்ள பீப்பாய்களில் விழுகின்றன. கீழேயும் அழைத்துக் கொண்டு சென்று பீப்பாய்களைக் காண்பித்தார். குறுக்களவில் ஆறு அடியும், சுமார் பத்தடி நீளமுமுள்ள ராட்சத பீப்பாய்கள். ஒரு அறையில் இதுபோல 280 பீப்பாய்கள் இருந்தன. இந்த மாதிரி ஏழு அறைகளாம்! இந்த ஆலையில்மட்டும் 200 ரயில் வாகன்களில் கொண்டு செல்லக்கூடிய அளவுக்கு மதுவைச் சேகரிக்க இடம் இருக்கிறதாம். அவற்றைப் பார்த்துவிட்டு மேல் மட்டத்திற்கு வந்தோம். சுவையோடு ஒப்பனை செய்த ஹால். அங்கு எங்களை உட்கார்த்தி, திராட்சை மது தயாரிக்கும் விதங்கள் பற்றிச் சொல்லத் தொடங்கினார் என்ஜினீர். அவர் பேசும்போது ஒரு பெண் கிண்ணங்களைக் கொண்டு வைத்தாள். மேலே சொன்ன ஏழு வகை மதுக்களையும் முதல் வகை மதுவைக் கொண்டு மூன்று அவுன்ஸ் ஊற்றினாள்.

ஒவ்வொரு மதுவிற்கும் ஒரு தனி மணம், தனி ருசி. சில இனிப்பு. சில இனிப்பற்றவை, சில பாதி இனிப்பு. ஆனால் எல்லாவற்றுக்குமே ஒவ்வொரு மணம்.

எல்லாமே சுத்த மது. வெர்மூத் என்பது மட்டும் திராட்சைச் சாற்றோடு, 22 மூலிகைகள் கலந்து தயாரிக்கப்பட்டது. அதற்கும் ஒரு தனி மணம் உண்டு. ஒரு மதுவைச் சாப்பிடும்போது, கிண்ணத்தில் ஊற்றியதும் என்ஜினீர் அதை முகர்ந்து பார்க்கச் சொன்னார். பின்பு உள்ளங்கை யிரண்டாலும் கிண்ணத்தைச் சற்று அழுத்திப் பற்றிக்கொள்ளுமாறு கூறினார். மூன்று நான்கு நிமிஷம் கழித்துப் பருகலாம் என்றார். அப்படியே இருந்தோம். குறிப்பிட்ட நேரத்திற்கும் பிறகு மீண்டும் அதை முகர்ந்தபொழுது, மதுவிலிருந்து லேசாக, ஒரு மலர் மணம்போல் கமழ்ந்தது. இப்போது சாப்பிடுங்கள் என்றார் அவர்.

கண்ணாடி மெல்லிய கண்ணாடி. உள்ளங்கையின் சூட்டால் மதுவில் பதுங்கிக்கிடந்த இயல்பான திராட்சை மணம் மலர்ந்தது. புளிக்கவைத்தாலும் எத்தனை காலமானாலும் ஒரு திராட்சை வகையின் இயல்பான மணத்தை இப்படி மலரச் செய்யமுடியும் என்றார். மதுத் தொழில் நுட்பம். ஆராய்ச்சியின் பயனாக சில வழிகளை உருவாக்கிக் கையாண்டால் இது சாத்தியமாம்.

எனக்கு உடனே மதுரை மாவட்டத்து பன்னீர் திராட்சை ஞாபகம் வந்தது. அதை அந்த என்ஜினீரிடம் சொல்லி, அந்த திராட்சையின் ரோஜா மணம் மறையாமல் மது செய்ய முடியுமா என்று கேட்டேன். இந்த மாதிரி ஒரு திராட்சை வகைபற்றி அவர் கேள்விப்பட்டதில்லையாம். தொழில் நுட்பத்தால், அது சாத்தியமாகலாம் என்பதும் அவருடைய அபிப்ராயம்.

ரொமானியாவில் திராட்சை மதுத் தொழில் நுட்ப இயலில் பல மாணவர்க்குப் பயிற்சி தருகிறார்கள். மூர்ஃபத்லார் ஆலையில் அப்போது மூன்றுபேர் பயிற்சி பெற்றுக் கொண்டிருந்தார்களாம். சிறிய அளவிலும் பெரிய அளவிலும் திராட்சை மது உற்பத்தி சாலைகள் ரொமானியாவில் உண்டு. சிறிய அளவு நிறுவனங்கள் நூற்றுக் கணக்கு.

இத்தனை முன்னேற்றங்களுக் கிடையில் மதுவைச் சேமிக்க மரப் பீப்பாய்கள்தான் உதவுகின்றன. ப்ளாஸ்டிக் இனங்களைப் பயன்படுத்தவில்லை. மரத்தில் நுண்ணிய ஊறுகண்கள் இருப்பதால், காற்றும் பிராணவாயுவும் உள்ளே புகுந்து, மதுவில் இயற்கையான மாறுதல்கள் ஏற்பட உதவுகின்றன. அதனால் மதுவின் தரமும் உயர்கிறது. பல ஸ்காத்லந்து விஸ்கிக் குப்பிகளில்கூட மரப் பீப்பாய்களில் சேகரித்திருந்தது என்று லேபிள் ஒட்டியிருக்கிறார்கள். இதெல்லாம் நுட்பமான ரசிகத் தன்மையைப் பொறுத்தது. திருநெல்வேலி தோசை, தஞ்சை –

திருச்சி மாவட்டத்து ரவாதோசை, மைசூர் காபி – இவற்றை அங்கங்கேதான் அருந்த முடியும். திடீர்க் காபியும், திடீர் டீயும், கண்ட இடத்தில் பிள்ளை பெறுவது போல, கண்ட இடத்தில் எந்த உணவையும் தயார் செய்யும் அவசர யுகத்தில் சுவை நஷ்டம் ஏற்படத்தான் செய்யும். ஓய்வின், அமைதியின் குறியீடுகளையும், பரபரப்பின் சின்னங்களையும் ஒரே சமயத்தில் அடையமுடியாது. கூழோ, மீசையோ – ஒன்றுதான் தேறும்.

என்ஜினீர் மதுத் தொழிலைப்பற்றிச் சொல்லி முடிப்பதற்கும் நாங்கள் சூபர்னே என்ற ஏழாவது மதுவை முடிப்பதற்கும் சரியாக இருந்தது. எங்களுக்கும் மேலே பேச முடியவில்லை. நிரந்தரமாகச் செதுக்கி விட்டாற்போல ஒரு புன்னகை எங்கள் உதடுகளில் தேங்கி விட்டது. இனி விடை பெற்றுக்கொள்ளலாம் என்று உள்ளே உள்ள நிஜமனிதர் ரகசியமாகச் சொல்லிக் கொண்டிருந்தார்.

குளிர் தெரியவில்லை ஹாலில் சூடுசெய்திருந்தார்கள் நன்கு ஒப்பனை செய்த அழகிய ஹால். மதுவகைகளும் மலரைப்போன்றிருந்த அனுபவம். சூழ்நிலை இதமாக இருந்தது. நன்றியும் பாராட்டும் தெரிவித்தோம். மிகச் சிறந்த மதுக்களைச் சுவைத்ததாக மனப்பூர்வமாகப் பாராட்டினோம்.

என்ஜினீர் சொன்னார் "ஐரோப்பாவில் பலதேசங்கள் எங்கள் திராட்சை மதுதான் சிறந்தவை எனச் சொல்லுவது வழக்கம்; நாங்கள் இந்த வாய் வழக்கில் இறங்க விரும்பவில்லை. ஒன்றே ஒன்றுமட்டும் சொல்கிறேன். அகில உலகப் போட்டி களில், மிகக்கடுமையான போட்டிகளில் வென்று, எங்கள் மது வகைகள் பல பரிசுகள் பெற்று மெடல் மாலையே போட்டுக் கொண் டிருக்கின்றன. எங்கள் நாட்டில் ஃபோக் ஸாகனி என்று ஒரு நகரம் இருக்கிறது. பழைய காலத்தில் இங்கு ஒரு மொல்டோவாக்காரரும், ஒரு வல்லாச்சியக்காரரும் ஒன்றிக்கொன்றி ஒண்டிக்கொண்டி சண்டை போட்டார்கள். ஆனால் அவர்கள் வாள்கொண்டு சண்டை யிடவில்லை. தங்களுடைய மதுப்பாத்திரங்களையே ஆயுதங்களாகக் கையாண்டார்கள். மொல்டொவாக்காரரே ஜயித்தார். ஜெயித்த இடத்திலேயே ஞாபகார்த்தமாக ஒரு வீடுகட்டினார். போக்ஸானி நகரமே அதைச் சுற்றித்தான் வளர்ந்தது என்று வழி வழிக்கதை ஒன்று சொல்லி கையைக் குலுக்கி விடை கொடுத்தார்.

இந்த மதுச்சுவை இந்த முற்பகலோடு நிற்கவில்லை திரும்பி வடக்கு எஃபோரிக்குச் சென்று, சாப்பிட்டு இளைப்பாறி விட்டு, மீண்டும் ஆறு மணிக்குக் கான்ஸ்டன்ட்ஸா நகரம் வந்து அங்குள்ள எழுத்தாளர்களைச் சந்தித்தபோது கொனியாக்கும் காபியும் வந்தன. சுமார் இரண்டரை மணிநேரம் பேசிக்கொண்டிருந்தோம்.

ஏழெட்டுபேர்களே இருந்தார்கள். டோமிஸ் ரெவ்யூ என்னும் பத்திரிகை கான்ஸ்டன்ட்ஸா நகரிலிருந்து வெளியாகிறது. இதன்

ஆசிரியர்குழுவும் அதில் வழக்கமாக எழுதுபவர்களுமே அந்த சிறு கூட்டத்தில் இருந்தார்கள்.

இந்தியக்கவிதை, ரொமானியக்கவிதை, ஐரோப்பியக்கவிதை, இந்திய இலக்கியம் பற்றியே பெரும்பாலும் பேச்சு ஓடிற்று. ஒருவர் தம் கவிதைகளில் இரண்டு மூன்றைச் சொன்னார். சுபாஷும் தம் வங்காளிக் கவிதை இரண்டு மூன்று இனிய குரலில் பாடினார். நம் நாட்டு சாகித்ய அகாதெமி, மாநில சாகித்ய அகாதமி, நம் நாட்டுப் பொது மொழி இவைபற்றித் துருவித் துருவிக் கேட்டார்கள்.

இந்தப்பயணத்தின்போது பல இடங்களில் இந்தக் கேள்விகள் எழுந்தன. "நீங்கள் இருவரும் ஏன் ஆங்கிலத்தில் பேசிக் கொள்கிறீர்கள்? உங்கள் நாட்டுக்கென உள்ள பொது மொழி எது?" என்னும் கேள்விகள்.

அவர்களுக்கு இந்தக்கஷ்டம் இல்லை. ரொமானியாவில் ரொமானிய மொழிதான் எங்கும் பேசுகிறார்கள்; மேற்கே ஹங்கேரியை ஒட்டிய பகுதியில் ஹங்கரி, ரொமானிய மொழி – இரண்டும் பேசுகிறார்கள். செக்கோஸ்லோவாக்கியாவில் மேற்கே செக்மொழியும், கிழக்கே இதையொத்த ஸ்லோவாக் மொழியும் பேசுகிறார்கள். பதினான்கு மொழிகளும், இன்னும் பல உப மொழிகளும் கொண்ட இந்தியாவிலிருந்து போகிறவர்கள், ஹிந்தியில் சரளமாகப் பேசத்தெரியாவிட்டால் ஆங்கிலத்தில் தான் பேசவேண்டியிருக்கிறது. ஒவ்வொரு இடத்திலும், இந்தியாவில் ஹிந்தி ஆங்கிலம் இரண்டும் பிரிட்டிஷ் ஆட்சியின் போதும் தற்போதும் பெற்றுள்ள இடம். புதிய விஞ்ஞான தொழில் நுட்பயுகத்தில் நம் மொழிகள் காணவேண்டிய முன்னேற்றங்கள் – இவைபற்றிச் சுருக்கமாகச் சொல்லவே கால்மணி ஆகும். பயணத்தில் பல இடங்களில் இப்படி சில கால்மணிகள் கழிந்தன.

டோமிஸ் ரெவ்யூ எழுத்தாளர்கள் இந்தியாவின் பல மொழி இலக்கியங்கள் பற்றியும், மேல் நாட்டு இலக்கிய எழுத்துகளின் தொடர்பால் ஏற்பட்ட இலக்கிய – மொழிப் பயன்கள் பற்றியும் கேட்டார்கள். இந்திய எழுத்தாளர்களை ஊக்குவித்த மேநாட்டு ஆசிரியர்கள் பற்றியும் கேட்டார்கள்.

டோமிஸ் ரெவ்யூவில் இரண்டு மூன்று பிரதிகளை எடுத்துக் கொடுத்தார்கள். பார்த்தபோது ஜப்பான் ரொமானியா, செக் போன்ற பல நாடுகளில் இவ்வளவு நல்ல காகிதம் எப்படிக் கிடைக்கிறது என்பதே முதலில் தோன்றும் எண்ணம். இரண்டாவது, கவிதைக்கும் உயர்ந்த விஷயங்களுக்கும் இடம் கொடுத்து எப்படிப் பாமரர்களைப் பாமரர்களாகவே வைத்திராமல், உயர்ந்த பிரமாணங்களை மேற்கொள்கிறார்களோ என்பது இன்னொரு வியப்பு. அந்த வியப்புடனேயே விடை பெற்றோம்.

# 11

கான்ஸ்டன்ட்ஸா நகரைப்பார்க்க வேண்டும் என்று ஆசை எங்களுக்கு. மிகமிகப் பண்டைய நகரம் அது. நம் பழைய துறைமுகங்கள் பலவற்றைப் போல கடல் கொள்ளவில்லை. இப்போதும் ஒரு பெரியதுறைமுகமாக விளங்குகிறது. எனவே, காலையிலேயே ஹோட்டல் அறையைக் காலி செய்து புறப்பட்டோம். கான்ஸ்டன்ட்ஸா ரயில்வே ஸ்டேஷனில் சாமான்களை ஒப்படைத்து, கால்நடையாகவும் ட்ராலியிலும் ஊரைச்சுற்றினோம். வெயில் உணர்க்கையாகக் காய்ந்து கொண்டிருந்தது.

நூற்றாண்டுக்கணக்கு இல்லை, ஆயிரக் கணக்கான ஆண்டுகளாகப் புகழ்பெற்ற நகரமாம் இது. கிரேக்கர் ரோமர்கள் காலத்தில் டோமி என்று இதன் பெயர். பைசாண்டியர்கள் காலத்தில் கான்ஸ்டன்ட்டியானா என்றும், துருக்கியர் காலத்தில் குஸ்ட்டென்தியே என்றும் இப்போது கான்ஸ்டன்ஸா என்றும் பெயர் மாறி வந்திருக்கிறது. கிரேக்க புராணங்களிலேயே குறிப்பிடப்பட்ட நகரம். டோமோஸ் என்ற கிரேக்க வீரன் நிறுவிய ஊர் இது என்றும் கூறுகிறார்கள். வேறு கதைகளும் உண்டு. மிடியா என்ற புகழ்பெற்ற அழகி, கோல்ச்சிஸ் அரசனின் மகள். அவள் தன் தம்பியான சிறுவன் சுப்ஸிர்ட்டஸை அழைத்துக்கொண்டு வீட்டை விட்டுக் கிளம்பி கப்பல் ஏறிவிட்டாளாம். அரசன் இன்னொரு கப்பலில் துரத்தினான். பிடிபட்டு விடுவோமோ என்று பயந்து, தம்பியை துண்டம் துண்டமாய் வெட்டிக் கடலில் எறிந்து விட்டுத்

தப்பிவிட்டாளாம். துண்டங்களை எடுத்து ஒரு இடத்தில் கரை ஏறிப்புதைத்தானாம் அரசன். அந்த இடம்தான் டோமி நகரம் ஆயிற்றாம். டோமி என்றால் துண்டம்.

2500 ஆண்டுகளுக்கு முன்பே கிரேக்க வணிகர்கள் குடியேறிய இடம் இது. இன்றும் வடக்கே இருந்த ஹிஸ்ட்ரியா என்ற துறையில் கடலில் மணல் தட்டிக் கப்பல் போக முடியாமல் போய்விட்டதால் கான்ஸ்டன்ட்ஸாவில் கப்பல் நடமாட்டம் பெருகிவிட்டது. ரோமர்களின் ஆட்சியில் புதுப் புதுக்கட்டிங்கள் கட்டினார்கள். கிழக்கு ரோமப் பேரரசின் காலத்தில் பெரிய வணிகத் துறையாக விளங்கி, பின்னர் துருக்கியர் ஆட்சியில் இந்த நகரம் குலைந்து விட்டது. சென்ற நூற்றாண்டின் மத்தியில் இங்கு இரண்டாயிரம் மக்களே இருந்தார்களாம். ஆனால் ரொமானியாவுடன் சேர்ந்ததும் மீண்டும் வளரத் தொடங்கிவிட்டது. இப்பொழுது பழைய ரோமக் கட்டிடங்கள் பலவற்றைத் தொல் பொருள் இலாகா தோண்டி எடுத்திருக்கிறது. மகாகவி ஓவிட், பேரரசன் அகஸ்ட்டஸ்ஸால் நாடு கடத்தப்பட்டு இங்கு தான் வாழ்ந்து வந்தாராம். அதற்காக சென்ற நூற்றாண்டில் அவருடைய சிலை ஒன்று வைத்திருக்கிறார்கள். அருகில் ரொமானியாவின் புகழ் பெற்ற கவிஞர் மிஹெய்ல் எமெனஸ்குவின் சிலையும் இருக்கிறது. பழைய ரோமர்கள் கட்டிய கோட்டையின் பாழ்கள் ஆங்காங்கு தெரிகின்றன. இன்று நகரம் வரிசை வரிசையாக பலமாடி அடுக்குக் கட்டிடங்களுடன் அடையாளம் தெரியாமல் மாறிவிட்டிருக்கிறது.

கடற்கரைக்கு வந்து ட்ராலியில் ஏறி மூன்று மைலுக்கு வடக்கே உள்ள மமாயாவுக்கு ட்ராலியில் சென்று இறங்கினோம். அங்கிருந்து ஒரு இரண்டு மூன்று மைல் கடற்கரையோடு நடந்தோம். மூன்று மைல் நீளத்திற்கு அகலமான மணல் பரப்பு. வெயில் நன்றாகக் காய்ந்தாலும் கடற்காற்று குளிர்ந்து வீசிற்று. நாங்கள் மூவர்மட்டும் ஹோ என்ற அந்த வெளியில் நடந்து கொண்டிருந்தோம். பல அடுக்கு மாடி ஹோட்டல்கள் மௌனமாகக் குளிர் காய்ந்தன. “இன்னும் 15 நாள் ஒரு மாதம் கழித்து வந்தால், இப்படி நடக்க முடியாது. அவ்வளவு கூட்டமாக இருக்கும். கடலில் குளிப்பவர் கூட்டம். மணலில் காய்பவர்கள் கூட்டம். ஒரு ஹோட்டலிலும் இடம் கிடைக்காது” என்றார் நியாகு. பேசிக் கொண்டே மமாயாவின் கோடிக்குப் போய் விட்டோம். பசி கிண்டிற்று. மீண்டும் மூன்று மைல் நடந்து ஏதோ ஹோட்டலில் சாப்பிட்டுவிட்டு ட்ராலி ஏறினோம். ஹோட்டலில் பலவகை சீட்டாட்டங்கள், பணய ஆட்டங்கள். இரைச்சல் சற்று அதிகம் தான். அங்கிருந்து ஒருவர் எங்களைப் பார்த்து வந்து

"கடிகாரம் இருக்கா, காமிரா இருக்கா, விலைக்குத் தருகிறீர்களா?" என்று நச்சரிக்கத் தொடங்கிவிட்டார். "கடற்கரை நகரம். அப்படித்தான் இருக்கும். நீங்கள் பாட்டுக்குச் சாப்பிடுங்கள்" என்று நியாகு அந்த ஆளோடு பேசி நகர்த்தினார். நியாகு இல்லாவிட்டால், அந்த ஆள் எங்கள் சட்டைப்பை, கை எல்லாம் துழாவி, புது கடிகாரம் இருந்தால் பணத்தை வீசி வாங்கி விடுவார் போலிருந்தது. ஸ்டேஷனுக்கு வரும் போது மணி மூன்று. மூன்றே முக்காலுக்கு புக்காரெஸ்ட் செல்லும் ரயில். வண்டியில் இடம் ரிசர்வ் செய்திருந்ததால் சௌகர்யமாக உட்கார்ந்து கொண்டோம்.

எங்குபோனாலும் ஒரு குழந்தை சிநேகம் கிடைக்கிற வழக்கம். இந்தப் பிரயாணத்தில் காபிஷ்ட்டோய்க்கா என்ற ஒரு பெண் குழந்தை, தாயாரோடும் பாட்டியோடும் வந்திருந்தது. பெயர் தெரிந்ததும் வயதைக்கேட்டேன். "நான்கு வயது ஐந்து மாதம்" என்றது. ஒரு நீள சாக்கலேட் துண்டைக் கொடுத்தோம்."

"நீங்கள் இவ்வளவு சிரமப்பட்டிருக்க வேண்டாம்;" என்று தன் தேசபாணியில் நன்றி சொல்லி வாங்கிக் கொண்டது.

போகும்வழி எல்லாம் அது பேசிக்கொண்டேயிருந்தது. நியாகு அதையும் மொழி பெயர்த்துக் கொண்டிருந்தார். "உன் அப்பா பெயர் என்ன?" என்று கேட்டேன்.

நியாகு சட்டென்று பேச்சை மாற்றி, "இந்தக் குழந்தையின் தகப்பன், தாயாரை விட்டு, வேறு ஏதோ கலியாணம் செய்து கொள்ளப்போகிறார் போலிருக்கிறது. இவர்கள் பேசிக் கொள்வதையும் முகவாட்டத்தையும் பார்த்தால் அப்படித் தோன்றுகிறது" என்று நாசூக்காக எச்சரித்தார் ஆங்கிலத்தில்.

பிறகுதான் தாயாரையும் பாட்டியையும் நன்கு பார்க்கத் தோன்றிற்று. இருவரும் அதிகமாகப் பேசவில்லை, எங்கேயோ நினைத்துக்கொண்டு உட்கார்ந்திருந்தார்கள். குழந்தையின் பேச்சைக்கூட சரியாகக் கேட்கவில்லை. அது தொட்டுத்தொட்டு நச்சரித்தால் ஒப்புக்கு ஏதோ சொல்லி மறுபடியும் தங்கள் நினைவுக்குப்போய் விடுவார்கள். உலகம் எங்கும் வீட்டுக்கு வீடு வாசற்படிதான். கணவன் – மனைவி, ஏழை – பணக்காரன், எசமான் – ஊழியன், அண்ணன் – தம்பி ஓரகத்தி, நாத்தனார், மாமியார் – மருமகள் – எல்லாம் மனிதப் பிரச்சனைகள். நிறபேதம், இடபேதம், இனபேதம், முற்போக்கு – பிற்போக்கு பேதம் – இவற்றை மீறியவை பொருளாதார சந்தோஷங்களும் உண்மையான அன்பு செலுத்தும் சுற்றமும் வெவ்வேறு படிகளைச் சேர்ந்தவையோ என்று சந்தேகம் வருகிறது.

மீண்டும் டான்யூப்பையும், டொப்ரோப்பகுதியின் மண் குன்றுகளையும் பார்க்கும் பேறு கிடைத்தது.

புகாரெஸ்ட் வரும் போது மாலை ஏழுமணியிருக்கும். அரைமணியாகவே புகுரிஸ்டி, புகுரிஸ்டி என்று காபிஷ்டோய்க்கா கையைக் கொட்டிச் சிரித்துக் கொண்டிருந்தாள். பெரியமாடி வீடுகள் சேர்ந்தாற்போல பத்து பதினைந்து தெரிந்தால், புகாரெஸ்ட் தான் என்று அதற்கு நிச்சயம். நகரத்தில் பிறந்து வளர்ந்த குழந்தை. புகுரிஸ்டி கடைசியில் வந்தேவிட்டது. புகாரெஸ்ட்டை ரொமானியர்கள் புகுரிஸ்ட்டி என்று அழைக்கிறார்கள். காபிஷ்டோய்க்கா ஞாபகமாக விடைபெற்றுக்கொண்டாள்.

ஹோட்டலுக்குள் வந்ததும் "வந்து விட்டீர்களா? நாளைக்கு ஒரு ஷோ இருக்கிறது. எங்கே வராமல் போய் விடுவீர்களோ என்று பார்த்தேன்" என்று கலாஷேத்திரம் குழுவின் கமலாராணி, முன்ஹாலில் உட்கார்ந்திருந்தவர் எங்களை வரவேற்றார். மறுநாள் ருக்மணிகல்யாணம் என்ற நாட்டிய நாடகக் காட்சி ஏற்பாடு செய்யப்பட்டிருந்தது. நான் இந்த நிகழ்ச்சியைப் பார்த்ததில்லை. ஆவலாகக் காத்துக்கொண்டிருந்தேன்.

ஆனால் மறுநாள் தியேட்டருக்குப் போனபோது நிகழ்ச்சியில் ஒரு மாறுதல். ஜடாயு மோட்சம் என்று போட்டிருந்தது. முன்பு சென்னையில் பார்த்ததுதான். உற்சாகம் குறைந்து விடவில்லை. ரொமானியர்கள் எப்படிப் பார்க்கிறார்கள் என்று பார்க்கலாமே.

ரொமானியர் ஒருவரே நிகழ்ச்சிகளை அறிவித்தார். ஸமஸ்கிருத – இந்திய வார்த்தைகளை நன்றாகக் கேட்டுக் கொண்டு, தீர ஒத்திகை செய்து கொண்டுவிட்டு, ஒரு தப்பு தவறில்லாமல் அறிவித்தார். ரொமானியருக்கு பரத நாட்டியம் பார்க்காத அநுபவம். இந்திய இசையும் (சினிமா இசையில்லை) புதிய அனுபவம். மரியாதையாக ஒன்றிப்போய் பார்த்து கேட்டுக்கொண்டிருந்தார்கள். நிகழ்ச்சி தொடங்குமுன்னரே, ஒரு பத்திரிகையின் கலை விமர்சகர் என்னிடம் வந்து உட்கார்ந்து கொள்ள அனுமதிகேட்டார். பத்திரிகை விமர்சகர் என்றால் கஷ்டமில்லை. ஸர்க்கஸ், கர்நாடக சங்கீதம், இசை நாடகம், சினிமா, கவியரங்கு, ஓவியக் கண்காட்சி – எல்லாவற்றிக்கும் ஒரே நிருபரை எல்லாம் தெரிந்தவரை பல பத்திரிகைகள் அனுப்புவதைப் பார்த்து பழக்கம் எனக்கு. சிக்கனத்தை முன்னிட்டோ, அல்லது உண்மையாகவே வசதியில்லாததாலோ, இப்படி அனுப்புவதால் பல நிருபர்கள் சிறிது காலத்தில் சர்வக்ஞர்களாகிவிடும் பாக்கியம் நம் புராதன நாட்டில் உண்டு.

நாட்டிய நாடகம் முடிந்ததும் கர்நாடக இசைக் கச்சேரி எப்படி நடக்கும் என்று ஒரு மாதிரி காண்பித்தார். ருக்மணிதேவி சங்கரனின் புல்லாங்குழல் கச்சேரி நடந்தது. காரைக்குடி சாம்பசிவய்யர் பேரன் கிருஷ்ண மூர்த்தி மிருதங்கம் வாசித்தார். அவர் தனி ஆவர்த்தனம் வாசிக்கும்போது, உன்னிப்பாகக் கேட்டுக்கொண்டிருந்த ரொமானிய விமர்சகர், “முடிந்ததும் ரொம்ப நன்றாக வாசிக்கிறார். மூன்று அடி கதியை, ஐந்தாகவும், எட்டாகவும் வெகு அழகாக மாற்றி வாசித்தார். நல்ல கால உணர்வு இருக்கிறது” என்று என்னிடமும் பாராட்டினார். “உங்கள் கலை நிகழ்ச்சியில் நல்ல அமைதி இருக்கிறது” என்றார். இசைக் கச்சேரி மட்டுமன்றி, அலாரிப்பு, தில்லானா, கோல்கனி, அறுவடை நடனம், குறவஞ்சி, கதக்களி என்று பல சிறு நிகழ்ச்சி களைக் காட்டி ஒரு குட்டி தென்னிந்தியக் கலை அறிமுகத்தைத் திறம்படச் செய்தார் ருக்மிணிதேவி.

மறுநாள் இன்னொரு காட்சி இருந்ததாக ஞாபகம். ஆனால் காலையில் நாங்கள் க்ளூஷ் நகரம் செல்லவேண்டியிருந்தது. “நீங்கள் மிகவும் அதிர்ஷ்டசாலி. க்ளூஷ் அவசியம் பார்க்கவேண்டிய ஊர். ஊரே படிக்கிற ஊர்” என்றார். க்ளூஷுக்குப் போய் நாங்கள் திரும்பி வரும் போது, கலாக்ஷேத்திரக்குழு ப்ராஸோவ் முதலிய ஊர்களில் சுற்றுப்பயணம் செய்துகொண்டிருப்பார்கள். நாங்கள் வந்தவுடனே ரொமானியாவிலிருந்து புறப்பட்டு விடுவோம்; எனவே அவர்களிடம் விடைபெற்றுக் கொண்டோம்.

# 12

க்ளூஷுக்கும் ரயிலில் தான் போகப் போவதாகவே எண்ணிக்கொண்டிருந்தோம். மறுநாள் காலையில் வந்த நியாகு விமான டிக்கட்டோடு வந்தார். "க்ளூஷ் 300 மைல் தொலைவு, போகவர ஒருநாள் பொழுது ஆகிவிடும். நீங்கள் 11–ம் தேதி புறப்படப் போகிறீர்கள். விமானத்தில் போனால் ஒரு மணி தான் ஆகும் போய்ச் சேர" என்றார். விமானத்தில் போனால் மேகமும் நிலப்படமும் தான் தெரியும். மனிதர்களைப் பார்க்கமுடியாது. பேச முடியாது. டிக்கட் வாங்கியாகிவிட்டது. சரி.

காற்றடி விமானம், பின்ன விமானம், பிரயாணிகள் இருபது முப்பது பேர் இருந்தார்கள். சத்தமும் ஆட்டமும் அதிகம். காது அடைத்து அடைத்து வந்தது. சற்றைக்கொருமுறை விழுங்கி விழுங்கி அடைப்பைச் சரிப்படுத்திக் கொண்டிருந்தோம்.

போகும் வழியெல்லாம் நீர்நிலைகள், மலைக் காட்சிகள், ட்ரான்சில்வேனியா மலையுச்சிகள் பனிமண்டி வெள்ளை வெளேர் என்று தெரிந்தது. மின்னவில்லை. வானம் மூட்டமாக இருந்தது. மேகத்திற்குக் கீழே பறந்தோம்.

நியாகுவுக்கு அது முதல் பயணம். குழந்தை மாதிரி கீழே வேடிக்கை பார்த்துக்கொண்டிருந்தார். பக்கத்தில் இருந்தவரைக் கேட்டுக்கேட்டு எங்களுக்கு ஊர் பெயர்களைச் சொல்லிவந்தார்.

ஒன்றேகால் மணி நேரம் ஆகியிருக்கும். க்ளூஷ் வந்து விட்டது. இறங்கப் போகிறோம் என்று அறிவிப்பு வந்தது. ஊரைப் பார்க்கலாம் என்று

தயார் செய்து கொள்வதற்குள் விமானம் தரை தட்டிவிட்டது. “எங்கேய்யா விமான நிலையம்” என்றேன். “இதுதான்” என்றார் நியாகு. விமானம் ஒரு கட்டிடத்திற்கு முன் நின்றது. சிறிய கட்டிடம். ஓரிருவரைத் தவிர ஆள் நடமாட்டம் இல்லை. சின்ன விமானநிலையம். எதிர் வண்டிக்காக நிற்கிற சிறிய ரயில் நிலையம் மாதிரி இருந்தது. இறங்கினோம். இறங்கிய மூவரும் அந்தக் கட்டிடத்திற்குள்ளேயே போகவில்லை. பக்கத்திலிருந்த திறப்பு வழியாக நடந்து சாலையோரமாக நின்ற ஒரு பஸ்ஸில் ஏறிக்கொண்டோம். ஒரு மைல் போனதும் ஊர் வந்துவிட்டது.

பகல் பன்னிரண்டு மணி. விமான ஆபீஸுக்கு வந்ததுமே டாக்ஸியில் ஏறி ஹோட்டலுக்கு வந்துவிட்டோம்.

“ரொமானியாவின் மிகப்பெரிய நகரங்களில் ஒன்று இது” என்றார் நியாகு. ‘மிகப்பெரிய’ என்றதும் தூக்கி வாரிப்போட்டது. ஏனென்றால் வரும்போது ஒரு சத்தம் சந்தடி இல்லை. கார், பஸ் கூட அதிகம் தெரியவில்லை. அப்போது ஹோட்டல் அறையின் கண்ணாடி வழியாக நகரத்தைப் பார்த்துக்கொண்டிருந்தேன். பெரிய படம் மாதிரி இருந்தது. வானமும் தெளிவாக இருந்ததால் பகல் வெயிலில் ஊரே பளிச்சென்று தேய்த்து விட்டாற் போலிருந்தது. ஒல்லிக்கூம்பாக பல ஆலயங்கள் தெரிந்தன. வலதுபக்கம் ஒரு சின்ன ஆறு. வாய்க்கால் என்று சொல்லலாம். அதற்கப்பால் ஒரு விசாலமான தோட்டம், பர், பைன் மரங்கள் நரையும் கறுப்புமாக, உயரமாக கூம்பி நின்றன. ஒரு இலை இல்லை. குளிர் போய்விட்டதா போய்விட்டதா என்று மரங்களுக் குள்ளேயே கொழுந்தும் தளிரும் கேட்பது போலிருந்தது. போய்விட்டது என்று நிச்சயமாக யாராவது சொன்னால்தான் வெளியே தலை காட்டலாம் என்று காத்திருப்பது போலிருந்தது.

“மிகப்பெரியநகரம் என்றீர்களே? அப்படியென்றால்?”

“ஊரையும் சுற்றியுள்ள பகுதிகளையும் சேர்த்தால் மொத்தம் 2 லட்சம் மக்கள் வசிக்கிற நகரம்” என்றார் அவர். “இரண்டு லட்சம் பேர் இருந்தாலும் எவ்வளவு துப்புரவாக இருக்கிறது பாருங்கள்” என்றார்.

எங்கள் ஊரான கும்பகோணம் ஞாபகம் வந்தது. இன்னும் பல ஊர்களின் ஞாபகம் வந்தது. இந்த எல்லா ஊர் ஜனங்களும் இளம் காளைகளையும், முதியோர்களையும், தாய்மார்களையும், செம்மல்களையும் அழைத்து தட்டிக் கொடுத்து, கூட்டம் போட்டு, தேர்தல் நடத்தி, வோட்டுப் போட்டு முனிசிபாலிட்டி நடத்துகிறார்கள். ஒவ்வொரு வீட்டுக்கு முன்னோ, பின்னோ அனாதைக் கொசுக்களுக்காக சாக்கடைத் தேக்கம் கட்டி, ஒரே தேக்கத்தில் பல்லாயிரம் கொசுக்களை

வளர்க்கிறார்கள். பதினாயிரம்பேர் இருக்கிற ஊரிலேயே இதைச் செய்கிறார்கள். இந்தப் பெருமையை ஏன் நியாகுவிடம் அடித்துக் கொள்ளவேண்டும்? வட மதுரையில், கண்ணன்வாழ்ந்த வடமதுரையில், கீழேகால் வைக்கமுடியாதபடி ஆசார பிராமணர்களிலிருந்து எல்லா வர்ணத்தார்களும் நடுசந்து நடுத் தெருவெல்லாம் எச்சில் துப்புவார்கள். வடமதுரையை விட்டு கிருஷ்ணன் துவாரகைக்கு ஓடியதற்கு நீங்கள்தான் காரணம் என்று சொன்னதும் ஒரு பண்டா என் கழுத்தைப் பிடிக்க வந்து விட்டார். "அடா பிராமணதுரோகி, தெய்வ துரோகி" என்று ஒரு பாட்டம் கத்தினார். மேலே துப்பிவிடப் போகிறாரே என்று ஓட்டம் எடுத்தேன்.

கண்ணாடி ஜன்னல் பளிச்சென்றிருந்தது. கண்ணாடி இருக்கிறதா என்று தெரியவில்லை. வெகுநேரம் ஊரைப் பார்த்துக்கொண்டு நின்ற ஞாபகம். வெறும் வீடுகளும் மாடிகளும், மாதா கோயில்களுமே தெரிந்தாலும், இது வெகு அழகான நகரம் என்று ஏதோ உள்ளே சொல்லிக் கொண்டேயிருந்தது.

இரண்டாயிரம் வருடங்களுக்கு முன்னால் இந்த ஊருக்கு நபோக்கா என்று பெயராம். அதே பெயரிலேயே நாங்கள் தங்கியிருந்த இடத்திற்கும் நபோக்கா ஹோட்டல் என்று பெயரிட்டிருந்தார்கள். 800 ஆண்டுகளுக்கு முன்னால் அந்தப்பெயர் குலுஸ் என்று மாறிற்று. இப்போது க்ளூஷ். சிற்பிகளும், சைத்ரீகர்களும், பொற்கொல்லர்களும் வாழ்ந்து கலைப்பொருட்கள் படைத்து பிரபலமாக்கிய ஊர் இது.

ஊர் சுற்றிப்பார்க்க வெளியே புறப்பட்டு நடந்த போது, பார்க்குமிடமெல்லாம் மாணவர்கள். மாணவர்கள் மாத்திரம் 16 ஆயிரம் பேர்களாம் இங்கு. ஆசிரியர்கள் 1800 பேராம். பல்கலைக்கழகம், பாலிடெக்னிக், வைத்திய மருந்துக் கல்லூரி, விவசாயக் கல்லூரி, கலைக்கல்லூரி ஆசிரியர் கல்லூரி ஆகியவற்றில் மட்டும் இந்தத் தொகை—பள்ளிக்கூட மாணவர்கள் இதைத் தவிர தனி-பல்லாயிரம். படிப்பாளிகள் நகரம், பல்கலைக்கழக நரகம் என்றெல்லாம் இதற்குப் பெயராம். அந்த அமைதி இருந்தது. வேலையில்லாத் திண்டாட்டம் முதலிய தொல்லைகள் இல்லை என்று நினைக்கிறேன். இத்தனை மாணவர்கள் நடமாடுகிற இடத்தில் பஸ் முதலிய போக்குவரத்துகள் பத்திரமாக, நலுங்காமல் நடமாடின. கற்கள் இருந்த இடத்தில் இருந்தன.

* * *

மூன்று நாள் க்ளூஷ் நகரத்தில் இருந்தோம்.

முக்கியமாக நாலைந்து செய்திகள் நன்கு நினைவில் இருக்கின்றன. இதோ அவை.

போன அன்றிரவு ஊரெல்லாம் சுற்றிப் பார்த்து விட்டு ஹோட்டலுக்குத் திரும்பியதும் ஒரு இளம் பெண் கீழே காத்திருந்தாள். எங்கள் முகத்தைப் பார்த்ததுமே அடையாளம் புரிந்துவிட்டது. "நீங்கள்தானே" என்று எங்கள் பெயரைக் கேட்டாள். புகாரெஸ்டில் உள்ள அமலேந்து குஹாவிடமிருந்து, எங்களை கவனித்து, க்ளூஷில் உள்ள முக்கியமான இடங்கள், மனிதர்களை எங்களுக்கு காட்டுமாறு கடிதம் வந்திருந்ததாம். குஹா குஹா என்று சொல்லும் பொழுதெல்லாம் அவளுடைய வெள்ளை முகம் சிவந்தது. நல்ல நீலப்படிகமான கண் மின்னிற்று. குஹா இவரைத்தான் கல்யாணம் செய்துகொள்ளப் போகிறார் என்று மறுநாள் தெரிந்தது. நாங்கள் இந்தியா திரும்பி சில மாதங்களுக்கெல்லாம், இந்த ஸுடஸ்டு எலிசபீடா, எலிசபீடா குஹாவாக மாறி என்னைக் கணவருடன் வந்து பார்த்தார். மிகவும் சாந்தமான சுபாவம். சுமாராக ஆங்கிலம் பேசுவார். மொழி ஒப்பியல் மாணவி அவர். எங்கள் ஹோட்டல் சாப்பாடெல்லாம் வசதியாக இருக்கின்றனவா என்று விசாரித்துவிட்டு, எலிசபீடா விடைபெற்றுக்கொண்டார். மறுநாள் காலை வருவதாகச் சொல்லிப் போனார்.

அவர் போனபிறகு நியாகு புகாரெஸ்ட்டில் ஒரு நாள் சொன்னதை மீண்டும் சொல்லத் தொடங்கினார். "ஹங்கேரியர்கள் மிகவும் நேர்மையுள்ளவர்கள். உணர்ச்சிவசப்படுகிறவர்கள். தன்மதிப்பும் பெருமிதமும் கொண்டவர்கள். ரொமானியர்கள் நேர்மையும் நயமும் தம்மை அடக்கிக்கொள்ளும் அழுத்தமும் நிறைந்தவர்கள்." இது நியாகுவிற்குப் பிடித்த விஷயம் என்று தோன்றிற்று. அவருடைய தாயார் ஹங்கேரியர், தந்தை ரொமானியர். இருவரிடமும் இந்தத் தனி குணங்களைக் காணலாம் என்றார். தன் மனைவி டோராவைப் பற்றி மீண்டும் சொன்னார். "டோரா ரொமானியப் பெண் மிகவும் சூசகமாகப் பழகுவாள். அவள் என் இஷ்டப்படி நடக்கிறவள்தான்; அதாவது தன் இஷ்டப்படித்தான் நடப்பாள்! நுட்பமாகக் கீழ்ப்படிவாள் எனக்கு, கீழ்ப்படிகிறது போல் எனக்குத் தோன்றும்" என்று சிரித்தார் நியாகு. க்ளூஷ் நகரம் அமைந்துள்ள ட்ரான்சில்வேனியா பகுதியில் ஹங்கேரியர்கள் ஏராளமாக வாழ்கிறார்கள். ஹங்கேரி மொழி பேசுகிறார்கள். இது நீண்டகாலம், ஆஸ்ட்ரோ – ஹங்கேரிய சாம்ராஜ்யத்தின் பகுதியாக இருந்தது. 1918–ம் ஆண்டு ரொமானியாவின் பகுதியாக ஆயிற்று. இந்த மொழி போன்ற வித்தியாசங்கள் இருந்தாலும் சகோதரப் பாங்குடனே வாழ்கிறார்கள் எல்லோரும். 'மறுநாள் காலை எலிசபீடா எங்களை அழைத்துப் போனதும் இது நல்ல படிக்கிறவர்கள் வாழ்கிற ஊர். ரொம்ப நாகரீகமான ஊர், நல்ல பண்பாடு உள்ள ஊர் என்று சொல்லிக்கொண்டே வந்தார். நியாகு "பார்த்தீங்களா?" என்று

சொல்வது போல் என் கையை அழுத்திக்கொண்டே வந்தார். முகத்தில் ஒரு குறும்புப் புன்னகை.

* * *

மறுநாள் காலையில் க்ளூஷ் எழுத்தாளர் சங்கத்திற்குப் போனோம். 10 – 12 எழுத்தாளர்கள் இருந்தனர். ஹங்கேரிமொழி, ரொமானியமொழி – இரண்டிலும் எழுதுகிறவர்கள். பெரும்பாலும் இளம் தலைமுறையினர். வாஸிலே ரெப்ரியானு, அகஸ்ட்டின் புஃபூரா, யாய் செஃப், அயன் லுங்கு முதலிய நாடறிந்த சிலர் இருந்தனர். ரெப்ரியானுவின் கவிதைகள் சில ஆங்கிலத்திலும் வந்துள்ளன. உடுங்க், கொரூங்க், ட்ரிபூனா என மூன்று பத்திரிகை களை அவர்கள் காண்பித்தனர். முதல் இரண்டு ஹங்கேரி மொழியில் வருவது. மூன்றாவது ரொமானிய மொழி சஞ்சிகை. “எங்கள் சங்கம் சுயேச்சையாக இயங்கும் சங்கம். உதவிக்கோ யோசனைகளுக்கோ, புகாரெஸ்ட் சங்கத்தை எதிர்பார்ப்பதில்லை” என்றார்கள்.

மீண்டும் அதே கேள்வி. உங்கள் இந்தியாவில் பொதுமொழி எது? எப்படி பல மொழியினர் உறவாடுவீர்கள்! . . .

வெகு நேரம் பேச்சு வளர்ந்தது. கொனியாக்கும் காபியும் கைகொடுத்தன. விடைபெறும்போது உங்கள் நாட்டு சிறுகதைகள், கவிதைகளை ஆங்கில மொழி பெயர்ப்பில் எங்களுக்கு நேராக அனுப்பிவைக்கலாம் என்றார்கள். இதை வாசிக்கும் எழுத்தாளர்களுக்கும் இதைச் சொல்கிறேன். *Unioni Scritorilor, (Writers Association of Romania) Cluj, Romania,* என்று முகவரியிட்டால் போதும் என நினைக்கிறேன்.

* * *

அன்று காலை எலிசபீடா எங்களை ரொமானியாவின் மிகப்பெரிய புகழ்பெற்ற தாவர இயல் தோட்டத்திற்கு அழைத்துப் போனார். பிரம்மாண்டமான தோட்டம். குளிர்நாட்டு மலைச் செடிகளும், மூலிகைகளும், மற்ற தாவரங்களும் நிறைந்தது. திடீர் என்று ஒரு கண்ணாடி மாளிகையில் நுழைந்தோம். காற்றில் நைப்பும் வெப்பமுமாக ஆடிமாதச் சென்னை வெயிலில் நிற்பது போலிருந்தது. உள் கோட்டைக்கூடக் கழற்றவேண்டியிருந்தது. வெப்பமண்டலத் தாவரங்களைப் பயிரிடவே இந்தக் கண்ணாடி வேலி போட்ட தோட்டத்தில் சூடேற்றியிருந்தார்கள். தாழம்பு, அல்லி, வாழை, கள்ளி, கத்தாழை என்று நம் ஊர் தாவரங்கள் இத்தனையும் அங்கிருந்தன. இந்த மூச்சுமுட்டும் புழுக்கத்தில் இது ஒரு நிம்மதி! இத்தனை மண்பித்தா என்று அப்போதுதான் உணர முடிந்தது.

* * *

எங்களை எழுத்தாளர் சங்கத்தில் விட்டுப்போன எலிசபீடா மாலையில் ஒரு நண்பரோடு வந்தார். டாக்டர் ஸ்டிஃபான் பிட்டான் புதிய கார் வைத்திருந்த பேராசிரியர். இலக்கிய ஒப்பியல் நிபுணர். கவிதை விமர்சகர் – "குறியீடுகள் தற்காலத்தவையாக, அந்தந்த நாடு சூழ்நிலையைச் சேர்ந்தவையாக இருக்கவேண்டும். பிறநாடுகளைப் பார்த்து அடிக்கும் காப்பியாக இருக்கக்கூடாது. அதோடு மக்களுக்குப் புரிகிற பழைய குறியீடுகளையும் புதிய தற்காலத் தேவைகளுக்குப் பயன்படுத்தவேண்டும்" என்று ஒரு மணி நேரம் உதாரணங்களோடு பேசினார் ஸ்டிஃபான். பட்டவர்த்தனமாகப் பேசுகிற ஆசாமி. ஒரு நாட்டில், அயல்மொழி படித்தவர்கள், அந்தக் குறியீடுகளை தங்கள் கவிதைக்கு இறக்குமதி செய்வதும், அதனால் மேலிடம், பொதுமக்கள் என்று இலக்கிய ருசியில் முரண்கள் தோன்றுவதும் இப்போது சகஜமாகி வருகின்றன. மேலிடத்தார் புதிதாக வழங்குகிற குறியீடுகளைப்பொது மக்களுக்கும் அறிமுகப்படுத்தாவிடில் இந்த முரணை நிமிர்த்துவதற்கில்லை.

ஸ்டிஃபான் கையில் ஒரு புத்தகம் இருந்தது. ரஷ்ய கிராம கவியான எஸனின் என்பவரைப்பற்றிய விமர்சன நூல் அது. ஸ்டிஃபானே எழுதியது. "ஐரோப்பாவிலேயே எஸனின் கவிதைகள் பற்றிய முதல் விமர்சன நூல் இதுதான். ரஷ்யர்கள் அவரை கிராமக்கவி என்று அழைத்தார்களே தவிர அவரைப்பற்றிய தேர்ந்த திறனாய்வு ஏதும் கொண்டுவரவில்லை. ஆச்சரியமான கவி அவர். பெரிய புரட்சிக்காரர். ஆனால் வன்முறையில் நம்பிக்கையில்லாத புரட்சியாளர். அதனால்தானோ என்னவோ, அரசியல்காரர்களுக்கு அவரிடம் பசை ஏற்படவில்லை, இயற்கையை அவர் ஒரு பெண்ணைக் காதலிப்பது போல் நேசித்தவர். பாடும் பறவைகள், தோப்பு மரங்கள், முகில்கள் – இந்தச் சூழ்நிலையிலேயே வளர்ந்து வசித்தவர். உருக்கமும் துணிச்சலான புதிய படிமங்களும் கொண்ட ஆச்சரியமான கவிதைகளை எழுதியவர் இந்த சுயேச்சை வெறியால்தான் இவருக்கு இஸடோரா டன்க்கன் மீது மோகம் ஏற்பட்டிருக்கவேண்டும். இஸடோராவும் எதற்கும் கட்டுப்படாத கலைஞரில்லையா?" என்று ஒரு கால் மணி நேரம் மாய்ந்து போய்விட்டார் ஸ்டிஃபான்.

ஸர்ஜி அலெக்சாண்ட்ரோவிச் எஸனின் என்பதே எஸனினின் முழுப்பெயர். அவர் கவிதைகளைப் படித்த ஞாபகம் எனக்கில்லை. ஆங்கிலத்தில் சில வந்துள்ளதாகச் சொல்லுகிறார்கள். எனக்குக் கிடைக்கவில்லை. ரஷ்யப் புரட்சியை வரவேற்று 21ம் வயதில் பல கவிதைகள் எழுதியவர் அவர். ஆனால் புரட்சியின் போக்கு அவருக்குப் பின்னர் ஏமாற்றம் அளித்ததாகவும், பல நிராசைகளுடன் அவர் சாவை வரவேற்றதாகவும் சொல்கிறார்கள்.

25 வயதில் எஸனின் தான்தோன்றியாக, ரௌடியாக வாழத் தொடங்கினாராம். அசாத்தியக்குடி. மாஸ்கோ கள்ளுக் கடைகள் என்றே ஒரு கவிதைத் தொகுப்பு எழுதினாராம். இஸடோரா டன்க்கன் என்ற புகழ்பெற்ற அமெரிக்க நாட்டியக் கலைஞர் ஐரோப்பாவில் சுற்றுப் பயணம் செய்து கொண்டிருந்தார், இஸடோரா, நடனத்தில் பழைய மரபுகளை யும், செயற்கைக்கோட்பாடுகளையும் வெறுத்து ஒதுக்கி, நாட்டியத்தையே வெறும் இயந்திரமான சிட்டை கதிகளிலிருந்து விடுவித்தவர். இயற்கையான ஆட்ட அசைவுகளை நாட்டியத்தில் புகுத்தியவர். கலியாணம் ஆகாமலேயே இரண்டு குழந்தைகளைப் பெற்றவர். எஸனினுக்கு அவர்மீது அசாத்திய மோகம் பிறந்தது. இருபது வயது மூத்தவராயிருந்தாலும், அவளைக் கலியாணமே செய்து கொண்டார். ஆனால் மூன்று வருஷம் கூட இந்தக் கல்யாணம் நீடிக்கவில்லை. இரண்டு பேரும் சுயேச்சை பித்துகள். கலியாணச் சிறை மட்டும் என்ன விலக்கு!

முப்பதாம் வயதில் லெனின்கிராட் ஹோட்டல் ஒன்றில் தூக்குப்போட்டுக்கொண்டு செத்துப்போனார் எஸனின்.

சுமார் 50 வயதில் இஸடோராவை சாவே வந்து அணைத்துக் கொண்டது. திறந்த காரில் போகும்போது அவள் கழுத்தைச் சுற்றிப் போட்டிருந்த துணி காற்றில் பறந்து, பின் சக்கரத்தில் சிக்கி அவள் கழுத்தை நெரித்து விட்டது.

* * *

“இந்த எஸனினை நாட்டுப்புறக் கவி என்று ருஷ்யர்கள் சொல்லுவது வழக்கம். ஆனால் அவர் கவிதைகளை விமர்சன பூர்வமாக ஆராய இதுவரை யாரும் முயலவில்லை. எஸனின் ஆச்சரியமான கவி. வன்முறை அவருக்குப் பிடிக்காது. அதனால் தான் அரசியல்வாதிகள் அவரைப் பற்றி அக்கறை கொள்ளவில்லை போலும். இயற்கையை ஒரு பெண்ணை நேசிப்பது போல் நேசித்தார் அவர். இயற்கையின் வனப்பிடையே முழுகி வாழ்ந்தவர் அவர். அவரைப் பற்றி முழுவிமர்சன நூல் ஒன்று முதன் முதலாக எழுதியது நானாகத்தான் இருக்கவேண்டும்” என்றார் ஸ்டிபான் பிட்டான்.

ஸ்டிஃபான் வெகுநேரம் பேசிக்கொண்டிருந்தார். “குறியீடு களை கவிகள் பயன்படுத்துகையில் அவை தற்காலத்தவையாக, தம் சூழ்நிலையிலும் மண்ணிலும் ஒட்டியவைகளாக இருக்க வேண்டும். வெளிநாடுகளிலிருந்து ஒட்டாத குறியீடுகளை இறக்குமதி செய்கிற சபலம் பலருக்கு ஏற்படுகிறது. அறிவாளிகள் என்று அந்தஸ்து பெற்றவர்களுக்கும், சாதாரண மனிதர்களுக்கும் உள்ள இடைவெளி இதனால் பெருகுவதுதான் கண்ட பயன்.

அறிவாளிகள் கையாளும் புதிய குறியீடுகளை பொது மக்கள் புரிந்துகொள்ளுமாறு பழக்கியாகவேண்டும். மக்களுக்குப் புரியும் பழைய குறியீடுகளைப் பயன்படுத்த வேண்டும். அவைகளுக்குப் புதிய தொனிகளை ஏற்றமுடியும். அதே போல பண்டைய நிகழ்ச்சி – பாத்திர – மரபுகளுக்கு, புதிய காலத்திற்கும் தேவைகளுக்கும் ஏற்ப அர்த்தம் செய்து மீண்டும் செலாவணிக்குக் கொண்டுவர வேண்டும்.”

ஸ்டிஃபான் பேசிக்கொண்டேயிருந்தார். நன்றாக இருட்டி விட்டது. விடைபெற்றுக்கொண்டு எங்களைத்தம் காரிலேயே ஏற்றிச்சென்று கடைத்தெருவில் விட்டு விட்டு, பாடம் கற்பிக்க பல்கலைக்கழகம் சென்றார். சொந்தக் கார் வைத்துக்கொண்டிருந்த மிகச்சில பேராசிரியர்களில் ஒருவர் அவர்.

இரவு பத்துமணி நகர மையத்தில் உலாவிவிட்டு ஹோட்டலுக்குத் திரும்பினோம். எலிசபீட்டா நடுவழியில் விடை பெற்றுக் கொண்டார்.

காலையில் பத்தேகால் மணிக்கு புக்காரெஸ்ட்டுக்கு விமானம் ஏறவேண்டும். சீக்கிரம் படுத்துவிட்டோம். வழக்கம்போல் தூக்கம் வரவில்லை.

காலை 9–30மணிக்கு டாக்சியில் விமானநிலையம் சென்ற போது, ஈ காக்காய் இல்லை. ஒரே ஒரு பெண்ணுருவம் தெரிந்தது. நல்ல குளிர். எங்களைப் பார்த்ததும் அந்த உருவம் நெருங்கிவந்தது. எலிசபீடா! வெகுநேரம் முன்பே வந்துவிட்டாராம் அவர். வெறும் வயிற்றோடு வந்துவிட்டார். விமான நிலையத்து உணவு விடுதியிலேயே சாப்பிட்டோம். கிராமத்து ரயில் நிலையம் போலிருந்தது. ஏழெட்டு பேர்தான் பிரயாணத்திற்கு வந்திருந்தனர். புக்காரெஸ்ட்டிலிருந்து வரும் விமானமே, அரை மணியில் திரும்பிவிடுமாம். அதில்தான் நாங்கள் போக வேண்டும். விமானம் இன்னும் வரவில்லை. எலிஸபீடா குஹாவைப்பற்றிப் பேசிக்கொண்டிருந்தார். அவருக்காக ஒரு கடிதமும் கொண்டுவந்திருந்தார். குஹா என்று சொல்லும் போதெல்லாம் அவரறியாமல் ஒரு நாணம், முகத்தில் சிவப்பு. அவர் நல்ல வெள்ளை. கண்கள் பளிர் நீலம். வெளிர் நீலத்தில், கரு நீலத்தை வைத்தது போன்ற பாப்பா. மெதுவாகப் பேசுகிற சுபாவம். வெகுகாலமாக புற்றுநோயில் அவதிப்பட்டு, நடமாட முடியாமல் கிடக்கும் தாயாரைக் கவனித்து கவனித்து, அவர் பேச்சிலும் பார்வையிலும் ஒரு சோகம். எங்களிருவருக்கும் குதிரை வீரன் தீட்டிய ஒரு மரத்தாலான ஞாபகப் பொருளும், ஒரு யூடிகொலோன் பாட்டிலும் கைப்பையிலிருந்து எடுத்து நீட்டினார் அவர்.

அன்று விமானம் சற்று தாமதமாக வந்தது. அரை மணி தாமதமாகப் புறப்பட்டது. வரும்போது இருந்த ஆட்டமும் ஆய்ச்சலும் இல்லை. கார்ப்பேதியன் மலைச்சிகரப் பனியையும் ப்ராஸோவ் போன்ற நகரங்களையும் பார்த்துக்கொண்டே சென்றோம். ஆனால் பாதி இடங்களில் ஒரே மூட்டம். ரொமானியாவின் எண்ணற்ற ஓடைகளும் நதிகளும் கீழே பச்சை குத்தினாற்போல வலைவலையாகத் தெரிந்தன. சரியாக பகல் 12 மணிக்கு புகாரெஸ்ட்டைத் தொட்டது விமானம்.

ஹோட்டலில் கலாக்ஷேத்ரா இல்லை. வெளியூர்களுக்குப் போய்விட்டார்கள்.

மறுநாள் திட்டமிட்டபடி ஸ்நகோவ் ஏரிக்குப் போக முடியவில்லை. புதிதாகக் கட்டப்பட்டுள்ள பெரிய விமான நிலையத்தைத் தொடர்ந்து மேலே இருபது நிமிஷம் செல்ல வேண்டும். ஆனால் நிலையத்தைக் கடந்து ஒரு மைலுக்கப்பால் போகமுடியவில்லை. பழுது பார்க்க சாலையை அடைத்து விட்டார்கள். திரும்பி வந்து புதிய விமான நிலையத்தைப் பார்த்தோம். வியத்நாம் தூதுகோஷ்டி ஒன்று இன்னும் இரண்டுமணி நேரத்தில்வந்து இறங்கப் போவதாகத் தெரிந்தது. அவர்களுக்கு அணிவகுப்பு வரவேற்பளிக்க ஒத்திகை நடந்துகொண்டிருந்தது. அதைப் பார்த்துவிட்டுத் திரும்பினோம். பேராசிரியர் வித்யாசாகர் வீட்டில் அன்று சாப்பாடு. கொண்டுவந்திருந்த அவலையும், மோர் மிளகாயையும் அவருடைய ஸ்ரீமதி ருசியாகப் பக்குவம் பண்ணிக்கொடுத்தார்.

மறுநாள் காலை.

ரொமானியாவை விட்டு பிராஹாவிற்குப் புறப்பட இன்னும் முழுசாக ஒரு நாள் கூட இல்லை.

"ரொமானிய எழுத்தாளர்கள் சங்கம் உங்களுக்கு விடை கொடுக்கக் காத்திருக்கிறது" என்றார் கேபிரியல்.

காரில் ஏறி சங்க மாளிகைக்குப் போனோம். கவிஞர் வர்ஜில் தியோடரெஸ்கும், அயனஸ் ஸாஸூம், ஸ்ரீமதி பாலாபொபெஸ்குவும் இன்னும் ஓரிருவரும் அமர்ந்திருந்தார்கள்.

"ரொமானியா எப்படியிருந்தது?" என்றார் வர்ஜில்.

"என் மனத்தை முகர்ந்து பாருங்கள்" என்றேன்.

ரொமானியாவின் நதிகளும், பனிமலைகளும் உலகிற்கு மற்ற பண்பாடுகளைப்போல அதிகம் அறிமுகமாகாத அதன் பண்பாட்டின் காட்டு மலர்த் தனிமையும், முர்பஃத்லாரும், நாட்டுப்புற இலக்கிய–இசை வளமும் புதிதாகத் துளிர்விட்டுக்

கொண்டிருந்த மரங்களும் காயீஷ், செர்ரி மலர்களும் என்னுள்ளே மண்டிக் கிடந்திருந்தன.

ரொமானியாவுக்கும் இந்தியாவுக்கும் இடையே இலக்கியப் பரிமாற்றம் பெருகவேண்டும் என்பதுதான் நாங்கள் அந்த ஒருமணிநேரம் பேசியதன் சாரம். பிரியாவிடை சூழ்நிலை யாலோ என்னவோ, அந்த நேரம் நெகிழ்ச்சியும் ஒருவிதத் தூய ஏக்கமும் இழைந்து நினைவில் ஊன்றியிருக்கிறது. இனம், நாடு, பண்பாடு, கொள்கைகளையெல்லாம் கடந்த தூயநிலை அது. கலாச்சாரப் பரிமாற்றம், எழுத்து கிழுத்து என்று சாக்குகள் எத்தனையிருந்தாலும், இவற்றுக்கிடையே மனிதர்களிடையே தனிப்பட்ட முறையில் ஒரு ஒட்டுறவும் பிறந்து வளர்ந்துவிடுகிறது. பிரியும் சமயங்களில்தான் இந்த ஒட்டுறவு வேர்விட்டிருப்பது தெரிகிறது. இந்த வேரின் மெல்லிய இழைகள் ஒரு பொழுது அறுகத்தான் செய்யும் சிலர் நெகிழ்கிறார்கள். சிலர் நெகிழ்ச்சி யைக் காட்டிக் கொள்வதில்லை. சிலர் இதைக் கேலி செய்வதும் உண்டு. இவர்களைக் கல் மனிதர்கள் என்றும் சொல்வதற்கில்லை. நெகிழ்வதும் நெகிழாததும் பிறவிக் குணம், ஆண்கள் பெண்கள் இருவரும் இந்த எல்லாப் பிரிவுகளிலும் இருக்கிறார்கள். (நெகிழாதவர்களை பெண்களிடையேதான் அதிகமாகப் பார்த்துள்ள அனுபவம் எனக்கு. இதைப் பற்றி வேறு புத்தகம் எழுதலாம்.)

அன்று பிற்பகல் சாப்பாடு எழுத்தாளர் கிளப்பில். சொன்னேனோ இல்லையோ? எழுத்தாளர்கள் சாப்பிடவும் தங்கியிருக்கவும், ஒரு பழைய பிரபுவின் மாளிகையையே கொடுத்திருக்கிறார்கள். தங்க முலாம்களும், செதுக்கு வேலைகளும் கொண்ட தூண்களும், விசால அறைகளும் கொண்ட ஒரு குட்டி அரண்மனை. டான் குடும்பமும், துமித்ருவும் எங்களுக்கு ஒரு தனிப்பட்ட விருந்தளித்தார்கள்.

வழக்கம்போல அன்று கலகலப்பும் சந்தடியும் காணப்பட வில்லை. கவியும் பத்திரிகையாளருமான ஒருவர் இறந்துவிட்டார். அவர் உடலை ஓர் அழகிய பெட்டியில் வைத்து மாளிகையின் முன்மண்டபத்தில் வைத்திருந்தார்கள். வரும்போது பெட்டியைப் பார்த்தேன். ஆனால் இந்த அனுபவம் இல்லாததால் செய்தி தெரியவில்லை. சாப்பிட்டு முடிந்ததும்தான் டான் சொன்னார்.

பெட்டி படுக்கையெல்லாம் கட்டியாகவேண்டும். அதாவது கழித்தாகவேண்டும். விமானம் 20 கிலோதான் அனுமதிக்கும். எங்களுக்கு விசேஷ அனுமதி இருந்தாலும் பழக்கம் விடவில்லை, கவலை. ஆனால் துமித்ரு விடவில்லை இரண்டு மூன்று நிகழ்ச்சிகள் பாக்கி என்றார்.

சியோல் 20 – அல்லது 20–ம் நூற்றாண்டு சஞ்சிகை என ஓர் அருமையான பத்திரிகை புக்காரெஸ் நாட்டிலிருந்து வெளியாகிறது. கனமான பத்திரிகை. ஒவ்வொரு இதழுக்கும் ஒரு குறிப்பிட்ட பொருளை மையமாக எடுத்துக் கொண்டு அதை அலசி ஆராய்ந்துவிடுகிறார்கள். அந்தப் பொருள் சம்பந்தமான நிபுணர்கள், ஆதாரங்கள் அத்தனையையும் கலந்து மிகப்பொறுப்பாக, ஒரு பிரமாண நூலாகச் செய்துவிடுகிறார்கள். அதன் ஆசிரியரைப் பார்க்க அன்று மாலை போனோம். அவர் ஓவியம், கவிதை, கட்டிட – சிற்பக் கலை விமர்சகர். நடுத்தர வயது. ஒரு சமுத்ரம் போல உட்கார்ந்திருந்தார். இந்திய கட்டிடக்கலையின் தரம் இந்தியக்கலைஞர்கள் மெய்ப்பாட்டைக்காணும் முறை, கோணம் – இவற்றைப்பற்றிப் பேசிவிட்டு, காந்திஜி நூற்றாண்டு விழா சம்பந்தமாகத் தாம் தயாரித்த விசேஷ இதழைக் காண்பித்தார். காந்திஜியைப்பற்றி பல கட்டுரைகள், சித்திரங்கள் வெளியாகியிருந்தன. அதில் லூஷியன் ப்ளாகா காந்திஜி மீது எழுதிய ஒரு கட்டுரையும் வெளியாகி யிருந்தது. லூஷியன் ப்ளாகா, ரொமானியாவின் பெயர் பெற்ற இந்திய இயல் நிபுணர். 1931ம் ஆண்டு ஸ்விட்சர்லாந்தில் மகாத்மாகாந்தியைச் சந்தித்துப் பேசிக் கொண்டிருந்தவர். காந்தியைப்பற்றி மட்டுமன்றி, இந்தியக்கலைபற்றியும் இந்த இதழில் பல கட்டுரைகள் வெளியாகியிருந்தன.

இந்தியக்கலை – கவிதை – இலக்கியம் பற்றி எங்களுக்கு கட்டுரைகள் போட்டோக்கள் அனுப்புங்கள் என்று அந்த ஆசிரியர் கேட்டுக்கொண்டார்.

ரொமானியா நாட்டுப்பாடல் வகைகளில் தோய்னா என ஒரு வகை. பல தோய்னாப்பாடல்களை நான் கேட்டேன். அவையெல்லாம் நம்முடைய ராகங்களில் அமைந்த பாட்டுகள் போலிருக்கும். அதாவது ஒவ்வொரு பாட்டும் ஒரு குறிப்பிட்ட ராகத்தில் அமைந்திருக்கும். உலகத்தில் எந்த நாட்டில் எந்தப் பாட்டைக் கேட்டாலும் அது ஒரு ராகத்தில் அமைந்திருப்பது தெரியும். ஐரோப்பிய சங்கீதத்தில் ஹார்மோனிக்ஸும் எதிர் ஸ்வர முறையும் வந்தபிறகு, ஒரு ஆதாரசுருதியில் பாடும் பாட்டுகளுக்கு மவுஸ் குறைந்து விட்டது. இசைக் கருவிகளில் தொடங்கிய இந்தப்புது மோஸ்தர் வாய்ப்பாட்டிலும் புகுந்துவிட்டது. ஜப்பானில் நான் மோகனம், கல்யாணி ராகங்களில் இரண்டு பாட்டுப் பாடிக்காட்டியபோது, ஒரு ஜப்பானிய நண்பர் இது எங்கள் நாட்டுப்பாடல்போல இருக்கிறதே என்றார். ஒரு ஆதார சுருதியில் ஒரு ராகஎல்லைக்குள் பாடும் முறையே நாட்டுப்பாடல், அதாவது பழைய முறை என்ற அளவுக்கு ஹார்மானிக்ஸின் செல்வாக்கு பரவிவிட்டது. ஐரோப்பிய முறையில் வாத்யக்கூட்டுகள், கௌண்ட்டர், முதலிய புதிய

முறைகள் இந்திய சங்கீதத்திலும் புகுந்து, "சோதனை"களாக இப்போது உலவத் தொடங்கியுள்ளன. செம்பு, கங்காளம், தப்பட்டை, கிலுகிலுப்பை, உடுக்கு, அக்கார்டியன் போன்ற பல ஒலிஎழுப்பிகளின் உதவியால் இப்போது தமிழ்நாட்டுக் கலியாணங்களில்கூட வாத்தியக் கூட்டு இசைக் கச்சேரிகள் நடக்கத்தொடங்கிவிட்டன. பெரும்பாலும் சினிமாப்பாட்டுகளே இவற்றுக்கு நடுநாயகம். இவற்றைப் பார்க்கும்போது நுட்பமான இசைப்பிரக்ஞை நிறைந்துள்ள தியாகராஜர், தீட்சிதர், வடிவேல் பொன்னையா, க்ஷேத்ரக்ஞர் இவர்களுடைய பாடல்களைக்கூட இன்னும், நூற்றாண்டுக்குள் நாடோடிப்பாடல்கள் என்று அழைக்கப் போகிறார்கள் என்று தோன்றுகிறது. மரபில் பற்றுள்ள ஜப்பானே சொல்லத் தொடங்கிவிட்டபோது நம் நாட்டிலும் இந்தப் போக்கு வரக்கூடும்.

"தோய்னா"ப் பாடல்களும் இப்படித்தான் ரொமானியாவிலும் நாட்டுப் பாடல்களாகி விட்டன.

"சியோல் – 20" ஆபிசிலிருந்து வெளிவந்ததும், தோய்னா உணவு விடுதிக்குப் போய்ச் சாப்பிடலாம் என்றார் துமித்ரு. அங்கு ஒரு நாடோடிப் பெண் பாடுவாளாம். அதையும் கேட்கலாம் என்றார். "தோய்னா" என்று உணவு விடுதிக்கே பெயர் வைத்திருக்கிறார்கள்.

டானின் மனைவி, சங்கீத மாணவி கேப்ரியோலா துமித்ரு மூவரும் வந்தார்கள். பாடினவள் நாடோடிப் பெண் மாதிரி இல்லை. ஐரோப்பியச்சி மாதிரியே, நிறம், உடையெல்லாம் இருந்தது. கழுத்து முதல் கால் விரல் வரை, பூட்ஸைக்கூட மறைக்கும் முழு அங்கி அணிந்து மைக்கும் கையுமாகப் பாடினாள் அவள். தோய்னாப் பாடல்கள்கூடப் பாடினாள்.

இரவு நேரம் கழித்தே ஹோட்டலுக்குத் திரும்பினோம். அவசர அவசரமாகப் பெட்டி படுக்கைகளைக் கட்டினோம்.

விடியற் காலையிலேயே விமான நிலையத்திற்குப் புறப்பட்டு விட்டோம். காரவில் காத்திருந்தது. அரைமணிக்குள் ரொமானியா கீழே இருந்தது. விடை கொடுக்க வந்திருந்த பாலா பொகுபெஸ், டான் தம்பதிகள், கேப்ரியோலா, துமித்ரு ஆகியவர்கள் கீழேயே நின்றார்கள். விமானம் மேலே எழுந்தபிறகு இதயத்தில் வந்து நின்று கொண்டிருந்தார்கள்.

ரொமானியாவின் மலைகளும் நதிகளும் கீழே ஓடிக் கொண்டிருந்தன.

ரொமானியா வீடுகளின் அழகிய இரும்பு கேட்டுகள், தோய்னா, முர்ஃபத்லார், கருங்கடல் மலர்ந்தகயீஷ், செர்ரி

மரங்கள், ஜிப்ஸிம் பூக்கடைகள், கிராம ம்யூசியம், கவி ட்யூடர் அர்கேசி ... எல்லாம் நினைவுகள் ...

"ஐரோப்பிய கவிதை வரலாறு ஒன்று எழுதப்படுமானால் அர்கேசியின் பெயர் அதன் மகாகவிகளில் ஒன்றாக நிற்கும். மாறாத மரபு வடிவில் மிகப் புதிய புதுமைகளைக் கூறியவர் அவர் ..."

இலக்கியத்தில் எளிதில் காண முடியாத உருவகப் புதுமையும் சுதந்திர சிந்தனை நாதமும் அவருக்கு இயல்பானவை. ஐரோப்பிய இலக்கியத்திலேயே ஒப்பற்று ஜொலிக்கும் புதிய உருவகங்களைப் படைத்துக் குவித்திருக்கிறார் அவர். அவருக்கு ஒப்பாக கார்ஸியா லார்க்காவைச் சொல்லலாம். ஆனால் அர்கேசியின் வேகம் இன்னும் உயர்ந்த வகையைச் சேர்ந்தது...

இந்த இரண்டையும் முதல் நாள் ஹோட்டலில் படித்த ஞாபகம்.

ஆனால் அர்கேசி போன்ற ரொமானியாவின் இலக்கிய மேதைகள் நமக்குத் தெரியவில்லை. இன்னும் பல சிறிய நாடுகளின் தனிப்பட்ட அழகுகளை நாம் காணவில்லை. வல்லரசு நாடுகளின் படைப்புகள் தான் பிரபலமாகின்றன ... இங்கிலாந்து, ஸ்பெயின், ஜெர்மனி, ரஷ்யா ... இப்படி தன் அழகைக்காட்ட ஒவ்வொரு நாடும் வல்லரசாக ஆக முயல வேண்டும் போலிருக்கிறது.

உலகின் இரைச்சலில்,
நான் வாழும் குகையிலிருந்து,
உன்னைத் தேட முயல்கிறேன்.
அரிய வேட்டை போல
வழிமறித்துக்காண முயலுகிறேன்.
வேட்டையாட எனக்கு உதவும்
பருந்தும், இலக்கும் நீயா ?
உன்னைக் கொல்லட்டுமா ?
பணிந்து தொழட்டுமா ?
நம்பிக்கைக்கும்
நம்பிக்கைஇன்மைக்கும்
உன்னையே நாடுகிறேன்–
பயனில்லை
நீ என் கனவு
நான் செல்லும்
மிக எழிலோடம்–
கிடு கிடு பள்ளத்தில்
ஓடம் வீழ விடுவேனோ!
ஓடும் நீரில் நிழல் போல
நீ இருப்பது போலும்
இல்லாதது போலும்

தோன்றுகிறாய்.
ஓடையின் தலைப்பில்
நீர் அருந்துகையில்
மீனுக்கும் விண்மீனுக்கும்
இடையே காணும் காட்டுப் பன்றி போல
உன்னைக் கண்டேன், ஒரு கணம்.
உன் நெடிய வாழ்வில்,
நான் ஒருவன் தான்
உன்னோடு போராடுபவன் –
பாபியாக.
ஆயினும்
நீயே வெல்ல வேண்டும்
என்று விரும்புகிறேன்
உன்னைத் தொட்டு,
"அவன் உள்ளான்"
என்று நான்
கத்த வேண்டும்.

அர்கேசியின் கவிதை இது. இதுவும் முதல் நாள் இரவு படித்தது.

ரொமானியர்கள் தங்கள் பண்பாட்டைக் கடை வைத்து விற்கவில்லை – விளம்பரப்படுத்தவில்லை ...

மிகநுட்பமான கவிதைகளை அவர்கள் படைத்திருக்கிறார்கள் – கிராமக் கலைஞர்கள் போல – யாராவது மெனக்கட்டுப் போய்ப் பார்த்தால்தான் உண்டு. எனக்கு டில்லியில் வருடா வருடம் நடக்கும் கிராம அழகுக் கலைப் படைப்புகளின் காட்சி நினைவு வருகிறது. ரவீந்திர பவனத்தில் அங்குமிங்கும் உட்கார்ந்து, நீளமயிர் இன்றி விமர்சன பாஷைகளின்றி, விரலால் பிரமிக்க அடித்துக் கொண்டிருப்பார்கள், அஸ்ஸாம், வங்கம், குஜராத் என்று நாற்புறங்களிலிருந்து வந்திருக்கும் கிராமத்தொழிலாளிகள். பக்கத்தில் நின்று நாம் பார்த்துக்கொண்டே யிருக்கலாம். அதைக் கொண்டுவர முயன்றிருக்கிறேன், இதைக் கொண்டுவர முயன்றிருக்கிறேன் என்று அவர்களோ, அவர்களுடைய கூட்டாளிகளோ மார்தட்டிக் கொள்வதில்லை. குழப்புவதில்லை...

எல்லாம் மிக மிக எளிமை
அத்தனை எளிமை –
புரியாத அளவுக்கு
எல்லாம் அருகில்
மிக மிக அருகில்,
அத்...தனை அருகில்
கணபார்க்க முடியாத
அத்தனை அருகில்!

ஸ்டானெஸ்கு என்பவர் எழுதிய ஒரு கவிதையிலிருந்து இந்த வரிகள் ஞாபகத்திற்கு வந்து கொண்டிருக்கின்றன.

“ஹங்கேரி மீது பறக்கிறோம்!” என்றார் விமான ஹோஸ்ட்டஸ்.

ரொமானிய ஆகாயத்தையும் விட்டு விட்டோமா?

“ஓரே சமயம்”
எல்லாத் திசையிலும்
ஓடுவேன்.
சவுக்கடிபட்ட குதிரைகள் பல
பத்துத் திசையிலும் இழுக்கும்
இரதம் போல,
என் இதயம் நோக்கி
ஓடுவேன்.

அதே ஸ்டானெஸ்குவின் பாட்டுதான்.

ப்ராஹா இன்னும் ஒரு மணி நேரத்திற்குள் வந்து விடும்.

ப்ராஹா வந்தே விட்டது.

“பண்பாடு, அழகு, கலைச்சுவை, திரும்பிய இடம் எல்லாம் இசை. காற்றுவெளியெல்லாம் களிப்பு ஒலிக்கின்ற நகரம் இந்த உலகிலேயே ப்ராஹா ஒன்றுதான்.”

அடுத்த வீட்டுக்காரர் – ஒரு சைத்ரீகர், டிசைன் நுட்பக் கலைஞர் – என்னிடம் சொல்லுகிற வழக்கம்.

“கியோத்தோவை விடவா?” என்று நான் கேட்டேன்.

“ப்ராஹாவைப் பார்த்துவிட்டுப் பேசுங்கள்” என்றார் அவர்.

இந்தப் பிரயாணச்செய்தியை முதலில் சொன்னதுமே அவருக்குத் தலைகால் புரியவில்லை. “ப்ராஹா ஒன்றே போதும். திரும்பி வரக்கூடப் பிடிக்காது – அப்படி அங்கேயே ஒட்டிக் கொண்டிருக்கிற நண்பர்கள் எனக்கு இருக்கிறார்கள்.”

இதேமாதிரி அகமதாபாதைச் சேர்ந்த தசரத்படேலும் என்னிடம் சொல்லியிருக்கிறார். அவர் அங்கேயே பல மாதங்கள் தங்கி, உலகப் புகழ்பெற்ற ஸிராமிக் மேதை எக்ஹார்ட்டிடம் ஸிராமிக் கலை பயின்றவர். தமிழ்நாடு மிகவும் அறிந்த, தமிழ் நாட்டுக்கு வந்து அடிக்கடி தங்கிய நண்பர் கமில் ஸ்வெலபிலும் ப்ராஹாவைச் சேர்ந்தவர்.

அந்த ப்ராஹா வந்துவிட்டது.

அகில தேசிய விமானநிலையம் – கழுவிய பீங்கான் போல பளிச்சென துப்புரவாகத் துலங்குகிறது. ஆனால் ஈ காக்காய் இல்லாததுபோல் ஒரு பிரமை. ஹோவென்ற தோற்றம். இறங்கிய பிரயாணிகளும் கொஞ்சம். அயல்நாட்டார் இறங்கி வெளியேபோகும் பகுதிக்குச் சென்றோம். அங்கும் ஓரிரண்டு

அதிகாரிகளைத் தவிர வேறு யாருமில்லை. எங்களை அழைத்துப் போகக்கூட யாரும் இல்லை போல் தோன்றிற்று.

சற்று தூரத்திலிருந்து ஒரு இளைஞர் காலை நீட்டிப் போட்ட நடையாக வந்துகொண்டிருந்தார்.

"இந்தியாவிலிருந்து வருகிறீர்களா?"

"ஆமாம்."

"இப்போது புகாரஸ்டிலிருந்து வருகிறீர்களா?"

"ஆமாம்."

"எழுத்தாளர்களா?"

"ஆமாம்."

"வரவேண்டும். நான் யான் யிரோஷ். உங்களை அழைத்துப் போக வந்திருக்கிறேன்."

அறிமுகம் செய்துகொண்டோம்.

யான் யிரோஷையும், ரொமானிய கேப்ரியல் நியாகுவையும் ஒப்பிட்டுப் பார்த்துக்கொண்டேன். நியாகு உயரம். அவரைவிட இவர் ஒருபிடி உயரம். நியாகு ஒல்லி, நீர்க்கோரைபோல ஒரு லேசான வளைவு. நீலக்கண். இவர் உயரத்துக்கேற்ற கட்டுமஸ்து. நேரான முதுகு. கறுப்புக் கண். காலை வீசி எட்டப்போடும் நடை. விளையாட்டு, உடற்பயிற்சிகளில் கெட்டிப்பட்டது மாதிரி உடல் தோற்றம். இவரும் மாணவர்தானாம். அரசியல், வரலாறு படிக்கிறாராம். எங்களுக்கு துபாஷி.

ஒரு நிமிஷத்தில் எங்கள் பெட்டிகள் விமானத்திலிருந்து வந்துவிட்டன. சுங்க அதிகாரிகளிடம் ஏதோ சொன்னார் யிரோஷ். அவரும் குனிந்து வணங்கினார்.

"போகலாம்" என்றார். போய்விட்டோம்! வெளியே காருக்கு வந்துவிட்டோம். விமானத்தை விட்டு ஐந்து நிமிஷம் கூட ஆகவில்லை. மாஸ்கோ விமான நிலையத்தை நினைத்துக் கொண்டே வந்தோம். பத்தே நிமிஷம்; பார்க் ஹோட்டல் வந்து விட்டது. புதிதாகக் கட்டிய ஹோட்டல். அங்கும் வரவேற்பு முகப்பில் சிறிது நேரம் நின்றோம். நாலாவது மாடியில் பக்கத்துப் பக்கத்து இரு அறைகள்.

"நீங்கள் ரொம்ப களைத்திருப்பீர்கள். தூங்குங்கள். மாலை நாலு மணிவாக்கில் வெளியே போகலாம்... சனி ஞாயிறு இங்கு விடுமுறை. நாளை மறுநாள்தான் சர்க்காரின் பண்பாட்டு அமைச்சராலயத்திற்குப் போக வேண்டும். அவர்கள்

தி. ஜானகிராமன்

தான் உங்கள் விருப்பங்களுக்கு ஏற்ப பிரயாண நிரல்களை ஏற்பாடு செய்வார்கள்."

அப்போது செக் நேரப்படி மணி 9½ இருக்கும். கீழேயிருந்து காபி வரவழைத்து எங்களுடன் அருந்திவிட்டு விடைபெற்றுக் கொண்டார் யிரோஷ்.

இந்திய தூதராலயத்திற்கு போன் செய்ததில், பண்பாட்டு அதிகாரியான ஸ்ரீஜெயின், பத்து நாள் முன்பு தான் இந்தியாவிலிருந்த வந்து வேலை ஒப்புக் கொண்டிருப்பதாகவும், இண்டர் நேஷனல் ஹோட்டலில் தங்கியிருப்பதாகவும் தெரிந்தது. மாலையில் அவரைப் போய்க் காணவேண்டும்.

அடித்துப் போட்டாற்போல் தூக்கம். அன்று பகல் சாப்பாடு சாப்பிட்டோமா என்று ஞாபகமில்லை. அஸ்பாரகஸ் சூப்பும், ஆம்லட்டும் உண்டதாக நினைவு. அஸ்பாரகஸைப் போட்டு இவ்வளவு நன்றாக சூப் செய்ய முடியுமா என்று ஒரு ஆச்சரியம். மற்ற நாட்களில் வேறு ஏதோ ஹோட்டல்களிலும், அதே ஹோட்டலிலும் கேட்ட ஞாபகம்: கிடைக்கவில்லை. ஆக, அன்று பகல் உணவு உண்டது நனவுதான்.

* * *

சொல்லிவைத்தாற்போல் நான்கு மணிக்குப் போன் ஒலித்தது. யிரோஷ் வந்துவிட்டார்.

வெளியே வந்தோம்.

"நல்ல வேளையாக வசந்த காலத் தொடக்கத்தில் வந்திருக்கிறீர்கள். மூன்று வாரம் முன்பு வரையில் பனிபெய்து கொண்டிருந்தது. இந்த வருஷம் பனி கடுமை. மூன்றடி உயரத்திற்கு பனி விழுந்துகொண்டிருந்தது." – யிரோஷ்.

ஆமாம், வசந்தத்தின் தொடக்கம்தான். மரங்கள் இன்னும் கிளையும் குச்சியுமாகத்தான் நின்றன. ஓரிரண்டு மரங்களில் பாசி போல தளிர்கள் பட்டைகளிலிருந்து எட்டிப்பார்க்க முயன்று கொண்டிருந்தன.

ட்ராம் நிறுத்தத்துக்கு வந்து நின்றோம். ஒரு க்ரோனர் (எட்டணா) கட்டணம். ஏறிக்கொண்டோம்.

கீழும் மேலும் வெளியே பார்த்தோம். ப்ராஹா சாலை எல்லாம் உருக்காங் கற்களாகப் பதித்திருக்கிறார்கள். செங்கல்லை பக்கவாட்டில் பதித்தாற்போல. அதனால் மெல்லிய தண்டு போட்ட உயர்குதி ஜோடுகள் அணிந்து போகும் பெண்களுக்கு சிரமம். தள இடுக்குகளில் சிக்கிக் கொள்ளலாம். ட்ராம்

வேகமாக ஓடுகிறது. சோஷலிஸ நாடுகளில் உள்ள மலிவான போக்குவரத்து. இதைப்பற்றி முன்பே ஒரு பாட்டம் டில்லியை நினைத்துக்கொண்டு அழுது விட்டேன். இப்போதும் வேண்டாம். டில்லி பஸ்களின் ஞாபகம் வந்து சற்று தொல்லைப்படுத்தினாலும், ப்ராஹா என்ற கவிதை, ப்ராஹா என்ற இசையில் எல்லாம் அமுங்கிப் போயிற்று.

எங்கேயோ ஒரு இடத்தில் இறக்கி, உயரமான ஒரு இடத்திற்கு எங்களை அழைத்துச்சென்று, நின்று ப்ராஹாவைப் பார்க்கச் சொன்னார் யிரோஷ்.

கூம்பு கூம்பாக நூற்றுக்கணக்கான கோபுரங்கள். வுல்தாவா நதி வளைந்து வளைந்து மந்தமாக நகர்ந்து கொண்டிருந்தது. இன்னும் விளக்குகள் ஏற்றவில்லை. வெயில் பூப்போல விழுந்திருந்தது. வுல்தாவா நதியின் குறுக்கே பல பாலங்கள். அதன் மீது ட்ராம்கள் ஊர்ந்தன. கார்கள் அதிகமாகத் தென்படவில்லை. பாலங்களின் ஓரங்களில் பிரம்மாண்டமான பரோக் பாணி சிலைகள்.

"ப்ராஹா பழைய காலத்து நகரம். ஆயிரம் வயதுக்கு மேல் ஆகிவிட்டது" என்றார் யிரோஷ்.

கட்டிடங்களைப் பார்த்தே தெரிந்தது. தெருக்களைப் பார்த்தே தெரிந்தது. எத்தனையோ சந்துகள். இருமருங்கிலும் பெரிய வீடுகள். சில இடங்களில் படிக்கட்டாக இறங்கிக் கொண்டேயிருக்கும். ஏதோ பழைய காலத்து அரண்மனைக்குப் போவதுபோல் ஒரு தோற்றம். ஆனால் அரண்மனையுமல்ல, வீட்டின் உட்புறமுமல்ல. நடுத்தெரு. பல தெருக்கள் இப்படி இறங்கி ஏறும் படிக்கட்டுகள். படிக்கட்டுகள் சில இடங்களில் நல்ல அகலம். அங்கு சட்டென்று ஒரு கதவு திறக்கும். நாயை அழைத்துக் கொண்டு ஒரு பெண் வெளிப்படுவாள், அல்லது ஒரு ஏழெட்டு வயதுப் பையன் வருவான். அப்போதுதான் இது ஒரு வீட்டு வாசற்படி என்று புரியும். வீட்டு நடுமுற்றம் மாதிரி தோன்றுவதால், சட்டென்று மேலே பார்க்கத் தோன்றும். ஒரு ஜன்னல் தெரியும். அங்கே ஒரு பெண்ணின் முகம் தெரியும். அல்லது சிறு ஒளி தெரியும். அல்லது ஒரு கிழவர் எட்டிப் பார்ப்பார். அல்லது இசை கேட்கும். இசை மிதந்து வந்த ஜன்னல்கள் பல. பழைய காலத்திலிருந்து அழைக்கும் இசை.

"உங்களுக்கு இசையில் பற்று உண்டா?" என்று யிரோஷைக் கேட்கவேண்டும் போலிருந்தது. உடனே அடக்கிக்கொண்டேன். ப்ராஹாவில் சுவர் கல்லெல்லாம் இசை பாடும் என்று ஒரு நினைவு. இசை பிடிக்குமா என்று ப்ராஹா வாழ் மனிதர்களைக் கேட்பது நகைப்புக்கு இடமான கேள்வி.

இசைமேதை மோட்ஸா, ப்ராஹாவின் எழிலைக்கண்டு போதை கொண்டுவிட்டான். முதன் முதலாக (1787) அவன் குதிரை வண்டியில் வந்து ப்ராஹாவில் இறங்கியதுமே, நகரம் அவனை மயக்கிவிட்டது. அன்று காலை அவனுக்காக ஒரு நடனம் ஏற்பாடு செய்தார்கள். அவனுடைய பாட்டுகளுக்கே எல்லா நடனமும். பின்பு வெளியே வந்ததும், தெருக்களில் எல்லாம் அவன் பாடல்கள் ஒலித்தன. கோயில், பள்ளி, வீடு, மதுக்கடை, விடுதி, எங்கு பார்த்தாலும் கீதமாக ஒலித்தது. டான் கியோவானி என்ற ஆப்பெராவை ப்ராஹாவுக்காகவே எழுதினான் மோட்ஸா. பொஹீமியாவில் மோட்ஸா சுற்றிச்சுற்றி வந்துகொண்டிருந்தான். "என் வாத்யக்குழு ப்ராஹாவில் தான் இருக்கிறது" என்பானாம் அவன். உலக இசைமேதைகளில் ஒருவன் மோட்ஸா. அவன் வியென்னாவில் இறந்தபோது அவனை அழுது புதைக்க சில நண்பர்கள்தான் கூடியிருந்தனர். கவனிப்பாரற்ற, அனாமதேயக் கல்லறையில் அவன் புதையுண்டான். ஆனால் மரணச் செய்தி ப்ராஹா நகரை அடைந்தபோது, ஆயிரக்கணக்கான மக்கள் பெரிய செண்ட் நிகோலஸ் ஆலயத்தில் கூடி அஞ்சலி செலுத்தினார்களாம். மோட்ஸாவின் வியென்னா நகரம் தன் அஞ்சலியைச் செலுத்த ஐம்பது வருடம் பிடித்தது!

உள்ளூர்ப் பசு!

மோட்ஸா மட்டுமில்லை. பல இசைமேதைகள் ப்ராஹாவைக் கண்டு மயங்கியிருக்கிறார்கள். கச்சேரி செய்திருக்கிறார்கள், பேட்டோவன், வாக்னர், லிஸ்ட், சோப்பின், செக்கோவ்ஸ்கி, ஸ்டொகொவ்ஸ்கி – இன்னும் பல பெயர்கள். செக்நாட்டுப் பண்பாட்டில் உங்களை மிகவும் கவர்ந்தது எது என்று ஸ்டொகொவ்ஸ்கியைக் கேட்டபோது அவர் மூன்று விடைகள் கூறினாராம். மோட்ஸாவின் மேதையை முதலில் புரிந்து கொண்டது ப்ராஹா; செக் நாட்டின் இசைஞர் ஸ்மேத்தானாவின் மேதை; த்வாரக் (செக் இசைஞர்)கின் இசையின் உணர்ச்சிப் பெருக்கம். இந்த மூன்று விடைகளும் இசைபற்றியவை.

ப்ராஹா நகரம் உலக இசை மேதைகளுக்கெல்லாம் ஒரு பரீட்சைக் கூடம் மாதிரி. ப்ராஹா சபாஷ் போட்டால் வசிஷ்டர் வாயால் வந்த பாராட்டு!

யிரோஷ் பெருமிதத்தோடும் அடக்கமாகவும் சொல்லிக் கொண்டு வருகிறார்.

இருநூறு வருஷம் முன்னாலிலிருந்து கணக்கு வைத்திருக் கிறார்கள். பேட்டோவன் எந்த ஹோட்டலில் தங்கினார், சோப்பின் எங்கு தங்கினார், செக்கோவ்ஸ்கி எங்கு தங்கினார், எந்தெந்த ஆலயங்களில், பூங்காக்களில், ஹால்களில் கச்சேரி

கருங்கடலும் கலைக்கடலும்

செய்தார் என்று கலை நினைவுகளை எல்லாம் நெஞ்சில் வைத்து, தடவித்தடவி போற்றி வருகிறார்கள். ப்ராஹாவில் தெருவில் போகிறவனுக்குக்கூட சங்கீத ஞானம் உண்டு.

செக் நாட்டிலேயே இசைப் படைப்பில் பல மேதைகள் இருந்திருக்கிறார்கள். துவாரக், டூஸெக், ஸ்மேதானா, நொவாக், ஃபோர்ஸ்டர், ஸ்க்ரௌப் (செக் தேசிய கீதம் இயற்றியவர்) — இன்னும் பல பெயர்கள். இவர்கள் நினைவு மக்கள் மனதில் கீதங்களாகவும் மண்ணில் சின்னங்களாகவும் வாழ்ந்து வருகின்றது.

மீண்டும் நின்று பார்த்தோம் — வுல்த்தாவா நதி — இரு பக்கமும் நகரத்தின் பகுதிகளில். எங்கு பார்த்தாலும் பென்சில் போல, உருளிபோல, சப்பரம்போல விமானங்கள் கோபுரங்கள் மிருதுவான அந்தி மயக்கம் — இசை — ஒலி — நூற்றுக்கணக்கில் விமானங்கள் — கோபுரங்கள் — ரோமன், கோத்திக் நடுக்காலத்தின் மறுமலர்ச்சியுகம் — இந்த எல்லா பாணிகளும் தெரிகின்றன. பல நூற்றாண்டு வயதான வீடுகள் இன்னும் இருக்கின்றன. பல நூற்றாண்டு வயதான ஒயின் கடைகள், பீர்க் கடைகள் இன்னும் இருக்கின்றன. பழமைகளைக் காப்பாற்றுவதில் செக் நாட்டினருக்கு அபார அக்கறை. அதே ஜனங்கள் தான் இன்றும் திரைப்படம், ஓவியம், கவிதை முதலியவற்றில் புது புது சோதனை செய்து வருபவர்கள்.

சந்துகள், ஏற்ற இறக்கங்களைப் பார்த்தால், ஒரு திட்டத்திற்கு, ஒரு ஒழுங்குக்கு உட்பட்டு ப்ராஹா நகரம் வளர்ந்ததாகத் தெரியவில்லை. மனம்போனபடிதான் வளர்ந்திருக்கிறது. ஆனால் விகாரமாக இல்லை. இப்போதும் புதிதாக ஒரு பெரிய கட்டிடம், மாளிகை, பொதுக் கட்டிடம் என்று தொடங்குவதற்கு முன், அது சூழ்நிலைக்கு ஒத்திருக்குமா, சூழ்நிலையின் உணர்வை மூளிப்படுத்தாமல் இருக்குமா என்று பல சர்ச்சைகள், வாதங்கள் செய்யப்பட்டு, பிறகுதான் தீர்மானம் செய்கிறார்களாம். இந்தப் பழக்கம் வெகுகாலமாக இருந்திருக்க வேண்டும் என்று தோன்றுகிறது. ஏனெனில் நவீன நகரங்கள்போல திட்டமிட்டு வளராமல் அங்குமிங்குமாக கட்டிடங்கள் வளர்ந்த நகரத்தில் ஆதாரமாக ஒரு அழகு காணப்படுகிறது.

பேசிக்கொண்டே ப்ராஹா கோட்டைக்கும் வந்து விட்டோம். அங்கு ஏகப்பட்ட வெளிநாட்டார் கும்பல்கள், அமைதியாக இருந்தது. பிரம்மாண்டமான கோட்டை — அரண்மனை. ப்ராஹா நகரத்திலே முதலில் எழுந்த கோட்டை. தஞ்சை பெரிய கோவில் கட்டத்தொடங்கியதற்கு 80 வருஷம் முன்பு கட்டின கோட்டை அரண்மனை. இன்னும் இருக்கிறது. பலதடவை வெற்றிக்கும் தோல்விக்கும் ஆள்பட்ட கோட்டை. உலகப் புகழ் பெற்ற

கல்வித்துறை மேதை கொமீனியஸின் சிலை, கவிஸேயரின் சிலை. நீர்க் குமிழிகள், பல அரண்மனைகள், ஆலயங்கள், மதகுருமார் விடுதிகள். வீடுகள் – தெருக்கள் – சதுக்கங்கள், தோட்டங்கள் – சிற்பங்கள், முற்றங்கள் – நிறைந்த பகுதி. செக் நாட்டின் ஆயிரம் ஆண்டு வரலாற்றையும் பார்த்து விடலாம். ஒரு நாளில் பார்க்கக்கூடிய பகுதி அல்ல.

அந்தி நன்கு மயங்கிவிட்டது. மாதிரி பார்த்தாகி விட்டது. இந்திய தூதராலயத்து ஜெயினைப் பார்ப்பதற்காக இண்டர்நாஷனல் ஹோட்டலுக்கு வந்தோம். அவர்தான் சொன்னார், செக் நாட்டு எழுத்தாளர் சங்கம் சிரம தசையி லிருப்பதாக. 1968 ஆகஸ்ட்டில் செக் நாட்டுக்குள் ரஷ்ய டாங்கிகள் புகுந்தன. செக் நாட்டு எழுத்தாளர்கள் சங்கம் மீது அரசின் கண்காணிப்பு கடுமையாகியிருக்கிறது என்று சொன்னார். விமானநிலையத்திற்கு எங்களை ஒரு துபாஷி மட்டும் வரவேற்க வந்ததின் காரணம் புரிந்தது. தர்மசங்கடமான நிலை.

பேசிக்கொண்டிருக்கும்போதே ஒரு மலையாளி வந்தார். மிஸ்டர் நாயர் செக் நாட்டிலேயே பல வருடங்கள் முன்பு வந்து தங்கி, வேலை பார்க்கிறாராம். செக் பெண்ணை திருமணம் செய்துகொண்டு சௌக்கியமாயிருக்கிறார். நாயர் இளைஞர். புதிய கார் வைத்திருந்தார். எங்களை அழைத்துக்கொண்டு சோஃபியா உணவு விடுதியின் பீன்ஸ் சூப்பும், வெண்டைக்காய் குழம்பும், சாதமும் பரிமாறச் சொல்லி, காரிலேயே ஹோட்டலில் கொண்டு விட்டுப் போனார்.

படுத்ததும் தூக்கம் வரவில்லை. ப்ராஹாவின் கோபுரங்களும், படிக்கட்டுத் தெருக்களும், சந்துகளும், நிழலாடின. ப்ராஹா முழுவதையும் பார்க்க ஒரு வருஷம் போதாது போலிருந்தது. சரித்திரத்தில் ஊறிக்கிடந்த நகரம். ஆறு, வீடு, கடைகள், மதுக்கடை, ஆலயங்கள், சுவர்கள், உத்தரங்கள், கதவுகள் – ஒவ்வொன்றும் சரித்திரத்தில் தோய்ந்தவை. இடுப்பளவும், கால் அளவும் மார்பளவும், மூக்களவுமாக வரலாற்று வெள்ளத்தில் நின்று கொண்டிருப்பவை. இந்த மாதிரி பிரயாணங்கள் எல்லாம் போதாது என்று ஒரு மலைப்பு, வருத்தம். முடிந்த வரையில் பார்க்கிறது. மதராஸிலிருந்து ராமேச்வரம் வரையில் ரயிலில் போனால் எத்தனை மதகுகள், பாலங்கள் இருக்கின்றன என்ற கேள்விகள் பொது ஸ்தாபன வேலைகளுக்கு ஆள் எடுக்கும் அதிகாரிகளின் மேதை மூளைக்குத் தோன்றும். நம்மை யாரும் ப்ராஹாவைப்பற்றி அப்படியெல்லாம் கேட்கப்போவதில்லை.

தூக்கம் வந்தது.

# 13

பமாத்னிக் நரோத்னீஹோ பிஸெம்நிக்த்வி.

இப்படி பலபெயர்களை நோட்டுப்புத்தகத்தில் எழுதிக் கொண்டிருக்கிறேன். மேலே இருப்பது கூட சரியான உச்சரிப்போ என்னவோ, நிச்சயமில்லை. நாம் ஆங்கிலத்திற்குப் பயன்படுத்தும் ரோமன் எழுத்தைத்தான் ஐரோப்பாவின் பெரும்பாலான மொழிகளிலும் (ரஷ்ய மொழியைத் தவிர) பயன் படுத்துகிறார்கள். ஆனால் எழுத்துகளின் உச்சரிப்பு நாட்டுக்கு நாடு மாறுகிறது, செக் மொழி *CZ* போன்ற எழுத்துகளை அப்படியே உச்சரித்தாலும் அவற்றின் மீது பிறை, கோடு ஒன்று போட்டால் உச்சரிப்பு மாறிவிடுகிறது. நமேஸ்டி என்று எழுதியிருக்கிறார்கள். ஆனால் நம்யேஷ்ட்யீ என்று வாசிக்கவேண்டுமாம். டெகுஜி என்று எழுதியிருக்கிறது. த்யெகுயீ என்று படிக்கவேண்டும். நெமோக்னிஸே என்பதை நெமொத்ஸ் நீத்ஸே என்று சொல்லவேண்டும். வெசெரெஎன்று எழுதியிருப்பதை வெச்செர்ஷெ என்று சொல்ல வேண்டுமாம்.டெலிவிஷன் என்பதைப் பல ஐரோப்பிய நாடுகளில் தெலிவிஸியோன் என்று சொல்வதைக் கேட்டிருக்கிறேன். இந்திய மொழிகளை எழுத இந்த மாதிரி ரோமன் லிபியைப் பயன்படுத்தினால் எப்படி எல்லாம் சொற்களுக்குக் காயம், சுளுக்கு, முறிவு, முடம் எல்லாம் நேரும் என்று யோசித்துக்கொண்டிருக்கிறேன். இந்தோரில் ஒரு பிரபல ஹிந்திக் கவிஞரோடு மேடையில் உட்கார்ந்திருந்தேன். ஒரு உரையரங்கை அவர் துவக்கிவைக்க இருந்தார். பக்கத்திலிருந்த நான் தமிழன் என்று தெரிந்ததும், திடீர் என்று “வலா

கறி யேமான் ஈந்த விய்யட்டு நட்டீலேலம்...” என்று வேகமாக என்னமோ சொல்ல ஆரம்பித்தார். இரண்டு நிமிஷம் உற்சாகமாக அவர் சொன்னதை காது தொன்னையை மடித்து உன்னிப்பாகக் கேட்டு, என்ன சொல்கிறார் என்று கண்டுபிடிக்க முனைந்து கொண்டிருந்தேன். முடித்துவிட்டு “காந்தி ஜயந்தியின் போது இதை நான்தான் ஹிந்தியில் மொழி பெயர்த்தேன். உங்கள் சுப்ரமணிய பாரதியார் பாட்டு. அப்போதுதான் இதை மனப் பாடம் பண்ணினேன்” என்றார். பிறகுதான் அவர் சொன்னது “வாழ்க நீ எம்மானிந்த வையத்து நாட்டி லெல்லாம்” என்று தெரிந்தது. நாகரி எழுத்தில் மகாத்மா காந்தி பஞ்சகத்தை அவர் படித்து மனப்பாடம் பண்ணியிருக்கிறார். இந்த மாதிரி சங்கடங்கள் ப்ராஹாவிலும் எனக்கு ஏற்பட்டது. பெயர்ச்சீட்டைப் பார்த்துவிட்டு ஒரு அம்மணியை பெக்ளோவா, பெக்ளோவா என்று அழைத்துக்கொண்டிருந்தேன். யிரோஷ் புன்சிரிப்புடன் “அது பெத்ஸ்லோவா” என்று திருத்திக்கொடுத்தார்.

பமாத்னிக் நரோத்நிஹோ பிஸெம்நிக்த்வி என்றால் தேசிய இலக்கிய ஞாபகாலயம் என்று பொருளாம். பிரம்மாண்டமான இந்தக் கட்டிடத்தில் மிகமிக அரிய நூல்களைச் சேகரித்து வைத்திருக்கிறார்கள். செக் இலக்கிய வரலாற்றில் உள்ள பொக்கிஷங்கள் அத்தனையும் உள்ளன. கடல் கொண்டுவிட்டது, கொள்ளைக்காரக் காட்டுமிராண்டிகள் தீ வைத்துவிட்டார்கள் என்றெல்லாம் முன்னோர் அசட்டைக்குச் சப்பைக்கட்டு கட்டாமல், அரிய பெரிய நூல்களை, மூலங்களை கண்ணிமை போல காத்து பத்திரப்படுத்தியிருக்கிறார்கள். பிரஞ்சு ம்யூசியம்களின் விவரங்கள் அடங்கிய ஒரு நான்கு பாகம் கொண்ட அட்டவணையை இந்த நிலையத்திற்கு அன்பளிப்பாக அளித்தார் ஒரு அரசி. அதன் பிரதிகள் மூன்றே மூன்றுதான் இவ்வுலகில் உள்ளனவாம். மற்ற பிரதிகளை, நெப்போலியன் தம் அயல் நாட்டு படையெடுப்புகளில் கொள்ளையடித்த கலைப் பொக்கிஷங்கள் எத்தனை என்று தெரியக்கூடாதென்று அழித்துவிட்டாராம். இந்த நினைவாலயத்தில் தான் புகழ்பெற்ற ஸ்ட்ராஹோவ் நூலகமும் உள்ளது. ஒரு லட்சத்து முப்பதாயிரம் நூல்கள் கொண்ட இந்த நூலகத்தில் உலகில் கிடைக்காத அரிய நூல்கள் பல இருக்கின்றன. கட்டிட அமைப்பும் அபூர்வமான சிறப்புக் கொண்டது. எட்டு நூற்றாண்டுகளாக வளர்ந்து வந்திருக்கிற நூலகம் இது. ஒரு காலத்தில் புலமை பெற்ற துறவிகள் வாழும் மடாலயமாக விளங்கிற்று. அவர்களுடைய புத்தகப் பித்துத்தான் பின்னர் இந்த மாபெரும் இலக்கிய நினைவாலயமாகப் பல்கிற்று. மருந்து, சட்டம், மதம், தத்துவம்,

வரலாறு, இயற்கை அறிவியல் என்று பல்லாயிர நூல்கள். ஒன்பதாம் நூற்றாண்டின் பொன் நிற சித்திரங்கள் அடங்கிய கையெழுத்து பிரதி – இந்த மாதிரி பல வர்ண ஓவிய விளக்கம் கொண்ட எத்தனையோ நூல்கள். இத்தனையையும் வைக்க பரோக் பாணியில் செதுக்கிய மர பீரோக்கள். தத்துவ இயல் மண்டபத்தில் இரண்டு மாடி உயரமுள்ள உத்தரத்தில் மால்பர்ஷ் என்ற பிரபல ஓவியக் கலைஞரின் சுவர் சித்திரங்கள்!

மியூசியத்தின் டைரக்டர் டாக்டர் ப்ராவோஸ்லாவ் நீட்ல், அலுக்காமல் சலிக்காமல் இந்த பிரம்மாண்டக் கட்டிடத்தில், படிகளில் ஏறியும் இறங்கியும், ஒரு பகுதி விடாமலும் புத்தகங்களைத் திறந்தும் மூடியும் எங்களுக்குக் காண்பித்துக் கொண்டிருந்தார். வரும்பொழுது மியூசியத்தைப்பற்றிய ஓவியங்கள் கொண்ட பல வர்ண அட்டைகளையும் ஞாபகார்த்தமாக அளித்தார். "ஒரு 50 ஹெல்லர் செலவழிக்கலாமா?" என்றார் இரோஷ். சுபாஷும் நானும் ஒரு நாணயத்தை எடுத்துக்கொடுத்தோம். ஓரத்தில் ஒரு சின்ன இயந்திரம். அதில் காசைப் போட்டதும் அது ஆங்கிலத்தில் பேசத்தொடங்கிற்று. மியூசியத்தின் வரலாற்றை கடகடவென்று ஒப்பித்தது. வேறு ஸ்விட்சுகளைப் போட்டால், அதையே ஜர்மன், செக் அல்லது பிரஞ்சு மொழியிலும் கேட்கலாமாம்.

நின்று நின்று பார்த்ததில் கால் லேசாக நொந்தது. பசி வேறு, மணி ஆறு, இருட்டிவிட்டது. அர்ச் தாமஸ் ப்ரூவரிக்கு வந்தோம், அது ரொம்ப பழையகாலத்து மதுக்கூடம் – உணவு விடுதி. அங்கேயே பழுப்பு ஏல் வடிக்கிறார்கள். கோயில், நூலகம் முதலியவை போல, நூற்றாண்டுக்கணக்காக இயங்கிவரும் மது வடிப்பு சாலைகளும் செக் நாட்டில் உண்டு.

மதுவாலை என்றதும் செக்நாட்டின் பீரைக் குறிப்பிட்டாக வேண்டும். செக் மக்களுக்கு பீர் என்றால் உயிர். செக் நாட்டின் தேசிய பானம் பீர். பில்ஸனேர் (ப்ராஹாவிலிருந்து சில மைல் தொலைவில் உள்ள பில்சன் என்னும் ஊரில் தயாராகிறது) பீரை உலகிலேயே உயர்ந்த பீர் என்கிறார்கள். ஹாலந்து, ஜப்பான், ஜர்மனி, டென்மார்க் – இந்தநாடுகளும் பீருக்குப் பெயர்போனவை என்றாலும், பில்சன் பீருக்கு இணையாகாது என்றுதான் எனக்கும் தோன்றுகிறது. செக் நாட்டில் அருந்தாத வர்கள் இல்லை என்றே சொல்லிவிடலாம். இந்த அதிசய பில்சன் பீரை எப்படி தயாரிக்கிறார்கள் என்று பார்க்க விருப்பம் எங்களுக்கு. ஆனால் பிரயாண நிரல் தயாரித்தபோது இதைப் பற்றியே நினைவில்லை. அதனால் பில்சன் வழியாக நாங்கள் பிரயாணம் செய்தபோதுகூட, தொழிற்சாலையை வெளியிலிருந்தேதான் போகிற போக்கில் பார்த்ததோடு திருப்தி

அடையவேண்டியிருந்தது. தெளிவான மைசூர் ரசத்தின் லேசான சுவை, படிகத்தெளிவு – இவற்றை நுணுக்கமாக ரசிக்கத் தெரிந்து கொள்வது போல்தான் பில்சன் பீரைத் தரம்கண்டு ருசிப்பதும். பில்சன்பீர் தயாரிக்கும் சாலையைப் பார்க்காவிட்டாலும், மைல் கணக்கில் பரந்து கிடக்கும் ஹாப்ஸ் பயிர்த்தோட்டங்களை கார்லோவிவாரிக்கும் ப்ரூனோவுக்கும் போகும்போது பார்க்க முடிந்தது. ஹாப்ஸ் இலைகள் பீருக்கு ஒரு இன்றிமையாத சாதனம். லேசான கசப்பைத்தருவது இந்த இலைதான்.

மறுநாள்தான் மிரோஸ்லாவ் க்ராஸாவைப் பார்க்க முடிந்தது. க்ராஸாவைப் பார்க்கவேண்டும் என்று டில்லியிலிருந்து புறப்படுமுன்னமேயே ஆவல் கொண்டிருந்தோம். டாக்டர் க்ராஸா "இந்தியாவை நோக்கி" என்று ஒரு நூல் எழுதியிருக்கிறார். இந்தியாவுக்கும் செக் நாட்டுக்கும் இடையே உள்ள பண்பாட்டுறவை ஆதி நாளிலிருந்து இன்றுவரை கோவையான வரலாறாகச் சித்தரிக்கும் நூல் அது. நாங்கள் க்ராஸாவைச் சந்திப்பதற்காக கீழ்த்திசைக் கழகத்துக்குச்சென்றபோது அவர் அங்கு இல்லை. துஷான் ஷ்பாவிதெல் எங்களை வரவேற்றார். அவர் இந்தியாவில் தங்கியிருந்தவர். தாகூர் நூல்களையும் வங்க இலக்கியத்தையும் கரைத்துக்குடித்தவர். வங்க மொழியை "தண்ணீர்பட்ட" பாடாகப் பேசுபவர். சுபாஷின் பழைய நண்பர். சுபாஷைக்கண்டதும் பழைய நினைவுகளில் திளைக்கத் தொடங்கிவிட்டார். வங்க மொழியிலேயே இருவரும் உரையாடத் தொடங்கிவிட்டார்கள். "மன்னிக்க வேண்டும். வங்கமொழியைப் பேச இப்போதுதான் எனக்கு வாய்ப்பு" என்று என்னிடம் வேண்டிக்கொண்டார் ஷ்பாவிதெல். நான் அங்குள்ள நூல்களைப் பார்த்துக் கொண்டிருந்தபோது டாக்டர் க்ராஸா வந்து சேர்ந்தார். செக் நாட்டினரிடையே இந்தியக்கலை–பண்பாடுபற்றி ஊக்கமும் ஆவலும் தோற்றுவித்தவர்களில் பெரும்பங்கு டாக்டர் க்ராஸாவுக்குத்தான். 1969ல் சென்னைவந்து தங்கியிருந்தாராம். இரண்டாம் உலகப்போருக்கு ஓர் ஆண்டு முன் நிகழ்ந்த மூனிச் ஒப்பந்தத்தைப் பற்றி இந்திய அறிவாளிகளும் மக்களும் என்ன நினைத்தார்கள் என்று ஆராய்வதற்காக வந்திருந்தாராம். ஹிந்து பத்திரிகையின் நூலகத்திலேயே அமர்ந்து விட்டாராம். ஹிந்து பத்திரிகை என்ன அவ்வளவு விசேஷம் என்று கேட்டுவைத்தேன். "இத்தகைய ஆராய்ச்சிகளுக்கெல்லாம் நம்பகமான பத்திரிகை ஹிந்து ஒன்றுதான். ஆராய்ச்சியாளர்களுக்கு மிகமிக உதவக்கூடிய பத்திரிகை அது. நடுநிலைமையும், ஏராளமான விவரங்களும், உள்ளது உள்ளபடி செய்திகளை தரும் அக்கறையும் கொண்ட பத்திரிகை உங்கள் நாட்டில் 'ஹிந்து' ஒன்றுதான். மற்ற பத்திரிகைகள் இன்னும் எவ்வளவோ காரசாரமாக சுவையாக இருக்கலாம்.

ஆனால் என்மாதிரி, முழுவிவரங்களும் நடுநிலையான தகவல்களும் வேண்டுபவர்களுக்கு அது ஒன்றுதான் ஏற்ற பத்திரிகை" என்று இந்திய தினத்தாள்களைப்பற்றி போகிற போக்கில் ஒரு தீர்ப்பும் அளித்து விட்டார் க்ராஸா. நவீன தமிழ் இலக்கியத்திற்கு தமிழ் நாட்டில் வெளியாகும் ஆங்கிலப் பத்திரிகைகள் ஏதும் சொல்லக்கூடிய அளவுக்கு செய்யவில்லை என்பதும் அதேசமயம் நினைவுக்கு வந்தது. இதைப்பற்றி க்ராஸாவிடம் சொல்லி என்ன ஆகப்போகிறது? அந்தப் பேச்சை எடுக்கவில்லை.

இந்தக் கீழ்த்திசைக் கழகத்தில் ஒரு செக் பத்திரிகையின் பழைய பிரதிகளையும் பார்க்க முடிந்தது. தமிழ் போன்ற பல இந்திய மொழிகளின் சிறுகதைகள் தமிழ் மொழி பெயர்ப்பில் வெளியாகியிருந்தன. எடுத்து வர, பிரதிகள் கிடைக்கவில்லை.

ஆனால் தமிழ் ஓசை வெகு சீக்கிரமே கேட்டது. சார்லஸ் பல்கலைக்கழகம் பக்கத்திலேயே இருக்கிறது. சற்றுக் கழித்து அங்கு சென்றபோது, "வாருங்கள் வணக்கம்" என்று ஒரு ஐரோப்பியர் எங்களை வரவேற்றார். கமில் ஸ்வலெபில் இல்லை. அவரை முன்பே பலதடவை பார்த்துப் பழகியிருக்கிறோம். இவர் யார் என யோசிப்பதற்குள்ளேயே அந்த இளைஞர் "என் பெயர் யாரோஸ்லாவ் வாத்ஸெக். தமிழும் ஸம்ஸ்கிருதமும் கற்றிருக்கிறேன். சார்லஸ் பல்கலைக்கழகத்தின் கலைத்துறையில் இந்தியஇயல் ஆசிரியராக – ரீடராக இருக்கிறேன்" என்று தமிழிலேயே அறிமுகப்படுத்திக் கொண்டார். பின்னர் அங்கு வந்த ஒரு பெண்மணி சுபாஷைப் பார்த்ததும் வியப்புத் தாங்காமல் "நீங்களா?" என்று கத்தினாள். மறுகணமே ஆஷுன், ஆஷுன் என்று மொழி மாறிவிட்டார். "கீ! கீ! கீ! ஓநொன்தொ! கொக்கோன் அஷெசின் ..."

அந்தப் பெண்ணின் பெயர் டாக்டர் ஸ்ரீமதி ஹனோ ப்ரீன்ஹால் தெரோவா – அதாவது ப்ரீன்ஹால் தெரோவின் மனைவி. ஹனாவும் இந்தியாவில் இருந்து படித்தவர். ஷ்பாவிதேலைப் போல சுபாஷின் பழைய நண்பர். இந்தப் பல்கலைக்கழகத்தில் வங்க மொழி கற்பித்து வருகிறார். அறிமுகமானதும் அவரும் மன்னிப்புக் கேட்டுக்கொண்டார். "நீங்கள் ஒன்றும் நினைத்துக் கொள்ளாதீர்கள். என் வங்கப் பேச்சை பழுது பார்த்து, மெருகேற்ற இதுதான் வாய்ப்பு" என்றார். ஹனாவோடு செக்நாட்டில் பல இடங்களில் சுற்றுப்பயணம் செய்யும் வாய்ப்பு கிடைத்தது, கார்லோவிவாரி, மரையான்ஸ்கி – முதலிய இடங்களுக்கெல்லாம் எங்களை அழைத்துப் போனவர் ஹனாதான். அந்த மூன்று நான்கு நாட்களும் அவர் சுபாஷோடு ஒரு வார்த்தை கூட ஆங்கிலம் பேசவில்லை.

டாக்டர் வாத்ஸெக் தமிழும் ஸம்ஸ்கிருதமும் நன்கு பயின்றிருக்கிறார். என்னோடு தூய இலக்கணத் தமிழில் பேசிக் கொண்டிருந்தார். அதாவது எனக்கும் இலக்கணமாக தமிழ் பேசும் வாய்ப்பளித்தார். சாதாரண அன்றாட கொச்சைத் தமிழில் நான் அவர் வினாக்களுக்கு விடையிறுத்தபோது, அவருக்குப் புரியவில்லை. எனவே எழுத்துத் தமிழுக்கு என் பேச்சை மாற்றிக்கொள்ள வேண்டியிருந்தது. மேல், கீழ் ஸ்வரக் குறியீடுகள் அச்சிட்ட ஒரு ரிக்வேத நூலை எடுத்துக்காட்டி, “ஸ்வரப்படி எப்படி வாசிப்பது” என்று கேட்டார். இந்தியாவில் பயிலப்படும் பற்பல தியான முறைகளைப் பற்றியும் அவருக்கு அசாத்திய அக்கறை.

“எனக்கு எவ்வளவோ கேட்கவேண்டும் போலிருக்கிறது, நாளை இரவு வீட்டுக்குச் சாப்பிடவாருங்கள்” என்று வழி, வரவேண்டிய ட்ராம், இறங்குமிடம் – எல்லாவற்றையும் எழுதிக்கொடுத்தார்.

மறுநாள் மாலை ஓய்வாக இருந்தது. நான் மட்டும் புறப்பட்டேன். நல்ல நடுக்கும் குளிர். ட்ராம் போய்க் கொண்டே யிருந்தது. ஒரு நிமிஷத்திற்கு ஒரு முறை “ஸ்டானித்ஸே துவோர்ஸே” என்று எழுதின சீட்டை ட்ராம் ஓட்டியிடம் காட்டிக் கொண்டேயிருந்தேன். “கவலைப்படாதீர்கள். சரியான இடத்தில் இறக்குகிறேன்” என்று புன்சிரிப்பும் ஜாடையுமாக என் குளிரை நீக்கிக்கொண்டிருந்தார் அவர்.

கடைசியில் ஸ்டானித்ஸே த்வார்ஸே வந்தே விட்டது. ட்ராம் ஓட்டி நிறுத்தி, புன்சிரிப்புடன் விடை கொடுத்தார். காலைக் கீழேவைத்ததும் வைக்காததுமாக புஜத்தை யாரோ இழுத்துத் தழுவுவது போலிருந்தது. “ஓக்கே?” என்று வாத்ஸெக் சிரித்தார். நானே குட்டை. வாத்ஸெக்கும் என் உயரம்தான். பேச, பார்க்க, சௌகர்யமாக இருந்தது.

அதிக நடையில்லை. வீடு வந்துவிட்டது. பல குடும்பங்கள் வாழும் கட்டிடம். அதில் முதல் மாடியில் அவர் வீடு. மணியை அழுத்தியதுமே கதவு திறந்தது. ஒரு கிழவர் வரவேற்றார். வாத்ஸெக்கின் தந்தை காட்டிலாக்காவில் அதிகாரி. தென்பகுதியில் வேலை பார்க்கிறாராம் பிள்ளை – பேரக்குழந்தைகளைப் பார்க்க வந்திருந்தாராம். அவரை அறிமுகம் செய்யும்போதே ஸ்ரீமதி வாத்ஸெக் வந்து கையைக் கூப்பினார். அவர் உடைக்கு மேல் ஒரு மோட்டாத் துணி தொங்கிக்கொண்டிருந்தது. “மன்னிக்க வேணும் என் உடையைப் பார்த்து. சமைத்துக் கொண்டிருக்கிறேன்” என்றார் ஸ்ரீமதி வாத்ஸெக். எங்கிருந்தோ

இரண்டு குழந்தைகள் "நமஸ்தே" என்று சொல்லிக் கொண்டே ஓடி வந்தன. வாத்ஸெக்கின் இரண்டு பெண் குழந்தைகள். *3 ½ – 1 ½* வயது. இரண்டும் பேசிப் பொரிந்து (தள்ளிக்) கொண்டிருந்தன. ஓயாத சிரிப்பு. மடியில் மடியில் விழுந்து துவைத்தன. தோள் மீது ஏறின. கண்ணா மூச்சி விளையாடின. வீட்டுக்குள் படியேறி பதினைந்து நிமிஷத்திற்குள் இத்தனை அமளி. எனக்கு பாஷை புரியவில்லை. மற்ற அத்தனையும் புரிந்தது. அன்றிரவு ஹோட்டலுக்குத் திரும்பியதும் நான் எழுதிய குறிப்புகளில் இப்படி எழுதியிருக்கிறேன் "...இந்தக் குழந்தைகள் பேசுவதைக் கேட்டால், ஏற்ற இறக்கம் தோரணை எல்லாம் தமிழ்க் குழந்தைகள் பேசுவது போலவே இருக்கின்றன. குழந்தைகள் பேசும் தோரணை உணர்ச்சி, விருப்பங்களை வெளிப்படுத்தும் குரல் – உலகெங்கும் ஒரே மாதிரியாக இருக்கிறது. வளர்ந்த பிறகுதான் அவர்கள் ஆங்கிலம், செக், தமிழ், ஹிந்தி என்று பேச்சின் அழுத்தம் – தோரணைகளை மாற்றிக்கொண்டுவிடுகிறார்கள்." குழந்தைகள் சிணுங்குவது, அழுவது சிரிப்பது – சுருங்கச் சொன்னால் அவர்கள் செய்வது, எல்லாம் உலகம் எங்கும் ஒரே அச்சுதான். வளர்ந்து பாஷைகளைக் கற்று முன்னேறும்போது, பாஷைகளின் பின்னுள்ள சுவர்களும் எழுகின்றன. இந்த ஒலிகளே எங்கள் மொழியில் கிடையாது என்று ஷ, ஜ, ஸ போன்ற எழுத்துகள் அடங்கிய புத்தகங்களையே தடை செய்கிற டாக்டர் பேராசிரியர்களின் நினைவு வருகிறது. இந்த டாக்டர்கள் எல்லா மொழிகளிலும் இருக்கலாம். அந்தக் காலத்துச் சீன யாத்திரிகர்கள் இந்தியப் பெயர்களை கழுத்து, கை கால்களை, முறித்தாற்போல எழுதி வைத்திருப்பதும் நாம் இனம் புரியாமல் திண்டாடுவதும் இன்னும் ஒரு உதாரணம். 'இந்த ஒலி எங்களுக்குக் கிடையாது' என்று சொல்லுவதைக் கேட்டால், நமக்கு அடித்துக் கொண்டு அழ அறுபது கைகள் ஏன் இல்லை என்று குறைபட்டுக்கொள்ள வேண்டியிருக்கிறது.

வாத்ஸெக்கின் குழந்தைகளில் ஒன்றுக்கு ஜலதோஷம், இருமல். அது தமிழ், ஜர்மன், சீனம் போன்ற குழந்தைகள் போல்தான் இருமிற்று, சளியைத் துடைத்துக் கொண்டது. நம் பெண்களைப் போலவே, ஸ்ரீமதி வாத்ஸெக்கும், இரண்டு குழந்தைகளையும் நல்ல வார்த்தை சொல்லி, உணவூட்டி, தூங்கப்பண்ணிவிட்டு, எங்களை உபசரிக்கத் தொடங்கினார். என்னால் அவருக்கு கூடுதல் வேலை. சைவச் சாப்பாடு செய்ய வேண்டியிருந்தது. ட்ம்ப்ளிங் செய்திருந்தார். உளுந்து கொழுக்கட்டைகள் போலிருந்தது. ஆனால் ஜாம் வைத்திருந்ததால் இனித்தது. பிரத்யேகமாக தயிரும் வைத்திருந்தார். எங்களோடு

ஸ்ரீமதி வாத்ஸெக் சாப்பிடவில்லை. மாமனாருக்குப் பசியாக இல்லையாம். பிறகு அவருக்கும் பரிமாறி விட்டு, தானும் உண்டு, சமயலறையில் பாத்திரங்களைக் கழுவி சுத்தம் செய்து நருவிசு பண்ணி, பின்புதான் எங்களோடு பேசுவதற்கு வந்து உட்கார்ந்து கொண்டார். அவர் வருவதற்குள் வாத்ஸெக்கும் நானும் எத்தனையோ பேசி விட்டோம். வாத்ஸெக்கிடம் ரஷ்யன், ஜர்மன், சம்ஸ்கிருதம், தமிழ் – ஆகிய மொழிகளில் முக்கியமான நூல்கள் எல்லாம் இருக்கின்றன. தமிழ் அகராதிகள், லெக்சிகன், திருவாசகம், இலக்கண இலக்கிய நூல்கள் என்று எத்தனையோ வைத்திருக்கிறார். மொழி இயலிலும் தேர்ந்தவர். சிந்து வெளி நாகரிகம், அதன் எழுத்துகள் பற்றியும் கட்டுரைகள் எழுதி வந்தார்.

ஜோதிடத்திலும் நல்ல பரிச்சயமுள்ளவர் என்று தெரிந்தது. ஹைதராபாத்திலிருந்து வந்த ஒருவர் அவர் ஜாதகத்தைக் கணித்திருந்தாராம். அதைக் காண்பித்தார். எனக்கு ஜோதிடத்தில் நம்பிக்கையும் இல்லை. ஜாதகங்கள் ஏதோ டிசைன்கள் என்ற தோற்றத்திற்கு மேல் பரிசயம் ஏதும் இல்லை. ஆனால் நானும் அவரும் ஒரே லக்னம் என்றும், என்னுடைய நட்சத்திரத்திற்கு அடுத்த நட்சத்திரம் என்றும், நாங்கள் பிறந்தது ஒரே மாதம் என்றும், பிறந்த தேதி என் தேதிக்கு இரண்டு நாள் முன்னது என்றும் மட்டும் தெரிந்தது. “உங்களுக்கும் என்னைப் போல சனிதசைதான் நடக்கிறது” என்றார் அவர். அப்படியா என்று கேட்டுக் கொள்வதற்கு மேல் ஒன்றும் சொல்லத் தோன்றவில்லை. “உங்களைப் பார்த்தால் ஜி.என். பி. ஞாபகம் வருகிறது. ஜி.என்.பி. பெரிய பாடகர். மதராஸ் ரேடியோவில் வேலை பார்த்த போது நானும் அவரும் ஒரே அறையில் பணி செய்து வந்தோம். அவர் குணத்தில் தங்கமானவர். குழந்தை மனம் படைத்தவர். நல்ல படிப்பும் முக்கியமாக ஜோதிடத்தில் பற்றும் உள்ளவர்” என்றேன். “ஓ! ஜி.என்.பி.” என்று என்னவோ ரொம்பத் தெரிந்தாற்போல சொல்லி விட்டு அலமாரியைக் குடைந்தார் வாத்ஸெக். இரண்டு நிமிஷம் கழித்து ஏதோ கொண்டுவந்து நீட்டினார். “இந்த ஜி.என்.பி. தானே?” என்றார். பார்த்தேன். ஜி.என்.பி. பாடிய இசைத் தட்டு அது. கல்யாணி வாசுதேவயனியும் தோடி, ஆரபி, ஹிந்தோளம் – முதலிய ராகக் கீர்த்தனைகளும் அடங்கிய இசைத்தட்டு. அதை மின்கருவியில் வைத்து புத்தானையும் போட்டார் வாத்ஸெக். நெடுநேர இசைத்தட்டு அது. முழுவதையும் கேட்டோம். முடிந்ததும், வாத்ஸெக்கிற்கு தன் சொந்தப் பிராந்தியமான தென் பொஹீமியாவின் நினைவு வந்து விட்டது. “தென்பொஹீமியா ரொம்ப அழகாக இருக்கும்; அதன் காற்றில் லேசான ஒரு

இளக்கமும் மெல்லிய சோகமும் இருக்கும். எங்கும் ஒரே அமைதி. இயற்கையின் அடக்கமான அழகு விரவி உள்ளுக்குள்ளெல்லாம் புகும்” என்றார்.

பொஹீமியாவும் மொராவியாவும் சேர்ந்ததே செக் மொழி பேசும் பகுதி நாடு. ஸ்லோவக் பேசும் பகுதி ஸ்லோவாக்கியா. மூன்று பகுதிகளும் சேர்ந்ததே செக்கோஸ்லவாகியா. பொஹீமியர்கள் இசைக்கே பிறந்தவர்கள். சுதந்திரப் பிரியர்கள். உல்லாசப் பறவைகள். பாட்டும், கூத்தும் அமளியுமாக இஷ்டப்படி இருக்கும் ஒரு மனிதரை பொஹீமியர் என்று சொல்வது வழக்கம். மேநாட்டு அகராதிக்கு அந்தச் சொல்லை அளித்ததே பொஹீமிய நாடுதான். வாத்ஸெக் சொன்னதிலிருந்து, தென்பொஹீமிய மக்கள் வடபொஹீமிய மக்களைவிட சிறிது அமைதியும் அமர்ந்த சுபாவமுமாக இருப்பார்களோ எனத் தோன்றியது.

வாத்ஸெக் தம்பதிகளும் ருக்மிணிதேவியின் நாட்டியக் குழுவைப் பற்றியும் பேசினார்கள். இங்கு வந்து விட்டுத் தான், அந்தக் குழு ரொமானியா வந்தது. “நாட்டியமும் நாட்டிய – நாடகமும் எனக்கு மிகவும் பிடித்தது. ஆனால் கர்நாடக இசைதான் புரியவில்லை” என்றார் ஸ்ரீமதி வாத்ஸெக்.

இரவு மணி பதினொன்று. கிட்டத்தட்ட ஐந்துமணி நேரப் பொழுது போவது தெரியாமல் போயிருக்கிறது. வாத்ஸெக் என்னை ட்ராம் ஸ்டாண்டில் விட்டார். குளிர் தாங்கவில்லை. அவரைத் திருப்பி அனுப்பிவிட்டேன். லேசாகக் குளிர் காற்றும் சேர்ந்து கொண்டது. நல்ல வேளையாக ஒரு டாக்சி வந்தது.

அன்றைய குறிப்பில் இப்படி எழுதி முடித்திருக்கிறேன். ஏன் என்று ஞாபகமில்லை. “பொதுவாக, எந்த மாணவரும் இங்கு படிப்பில் மிகவும் அக்கறையாக உழைக்கிறார்கள். காரணம், பட்டப்படிப்பு முடிந்ததும் வேலையில்லாமல் திண்டாடும் சிரமமில்லாதது போலும்.”

# 14

செக் எழுத்தாளர் சங்கத்திற்கு மூன்று முறை செல்லும் வாய்ப்பு கிட்டிற்று. பீட்டர் புய்மன் என்னும் விமர்சகரும், திருமதி ஹெர்மா யானோவா என்னும் நாவலாசிரியையும், இன்னும் உதவித்தலைவரும், சில படைப்பாசியர்களும், மொழி பெயர்ப்பாளர்களும் எங்களை வரவேற்றனர். வரவேற்பு என்றால் உபசாரமான பெரிய கூட்டம் அல்ல. மனம் விட்டு அளவளாவ உதவுகிற சிறு குழு. பீட்டர் புய்மன் நன்றாக ஆங்கிலம் பேசுபவர் ஹெர்மாவும் சுமாராகப் பேசுவார். மொழி பெயர்ப்பாளர் தேவைப்படவில்லை. சுபாஷும் நானும் ஆங்கிலத்தில் பேசிக்கொள்வதைப் பார்த்து உங்களுக்கென்று பொது இந்திய மொழி கிடையாதா என்று இங்கும் கேட்டார்கள். நாங்கள் சென்ற பல இடங்களில் இந்தக்கேள்வி எழுந்திருக்கிறது. உடனே ஒரு குட்டி பட்டி மன்றம் நடக்கும் வழக்கம். செக்கோஸ்லவாகியாவில் செக்-ஸ்லோவக் என இருமொழிகள் உண்டு. இரண்டுக்கும் அதிக வித்தியாசமில்லை. எங்கள் மொழி பெயர்ப்பாளர் சொன்னதிலிருந்து தமிழுக்கும் மலையாளம் அல்லது கன்னடத்திற்கும் உள்ள வேற்றுமை கூட இன்றி, தமிழ்நாட்டுத் தமிழுக்கும் யாழ்ப்பாணத் தமிழுக்கும் உள்ள வேறுபாடுதான் இருக்குமோ எனத் தோன்றிற்று. இருந்தாலும் செக்கும் ஸ்லோவாக்கும் வேறு மொழிகள் என்றே நினைக்கின்றனர். இரண்டு பகுதியினரும் ஒருவருக்கொருவர் நன்கு பேசிப் புரிந்து கொள்கிறார்கள். இந்தியா சம்பந்தப் பட்ட வரையில் இந்தி, ஆங்கிலம்-இரண்டும் தேவைதான் – எந்த மொழியாயிருந்தாலும் தேவையிருந்தால் யாரும்

எளிதில் கற்றுக்கொண்டுவிட முடியும். டில்லியில் உள்ள தமிழ்க் குழந்தைகள் நாலைந்து வயதில் தண்ணீர் பட்டபாடாக இந்தி பேசுகின்றன. யாரும் இழுத்து உட்கார்த்திவைத்துச் சொல்லித் தரவில்லை. சிறு கடைகள் வைத்தும் பல தொழில்கள் செய்தும் டில்லியில் வாழும் சேலத்துத் தமிழர்கள் அநாயாசமாக ஹிந்தி பேசுகிறார்கள். தேவைக்கேற்ப மொழியறிவு தானாக அரும்பி மலர்கின்றது. இது உலகெங்கிலும் காணும் கோலம். மொழிகளில் உயர்வு காணும் பிரச்னையே எழவில்லை.

ஜர்மனிக்கு மேல் பயிற்சிக்குச் செல்கிறவர்கள் ஜர்மன் கற்க வேண்டியிருக்கிறது. அதே போல மேல் படிப்புக்கு அல்லது விசேஷப் படிப்புக்காக ஒரு நாட்டிற்குச் சென்றால், அந்நாட்டு மொழியைக் கற்றுத்தானாக வேண்டியிருக்கிறது.

அரசியல் நோக்கில் பார்த்தால்தான் முரண்களும் பூசல் களும் எழுகின்றன. தொண்டையில் வைத்துத் திணித்தால் குலாப்ஜான்கூட கசக்கும். மொழி உணர்ச்சி நெருப்புப்பெட்டி. விளக்கும் ஏற்றலாம், வீட்டையும் கொளுத்தலாம். எங்கள் மொழியே உயர்த்தி என்று பல முட்டாள்கள் சொல்வதால்தான் உலகில் மொழிச் சண்டைகள், அதன் மூலம் நாட்டு – இனச் சண்டைகள் மூள்கின்றன. ஒரு மொழி உயர்வு, இன்னொரு மொழி உயர்வு என்று சொல்வது ராஜபுத்திர ரத்தம், தமிழ் ரத்தம் ஜர்மன் ரத்தம் ஆர்ய ரத்தம் என்று வேறுபாடு காண்பதுபோல. ரத்தம் எல்லாம் ஒரே வகைதான். நுட்பமான ஆராய்ச்சியில் கூட, ஒரு ரத்தத்திற்கு மானம், அறிவு, வீரம் அதிகம் என்றோ, இன்னொரு ரத்தம் கோழைத்தனம் வஞ்சனை மிகுந்தது என்றோ தெரிந்ததில்லை. பகுத்தறிவுக்கு முரணான பேச்சுகள் இவை. நாம் யோசிக்காமல், இயந்திரம்போல் பேசப் பழகிவிட்ட பழக்கங்கள். சுயநலக்காரர் களுக்கும் அரசியல்வாதிகளுக்கும் உதவுகிற கோடரிகள்.

இந்த நேரத்தில் ப்ராஹாவில் இந்திய தூதராக இருந்த திரு. தேசாயைச் சந்தித்த நினைவு வருகிறது. அவர் கொழும்புவில் இருந்த ஒன்பது வருடகாலத்தில் தமிழ் பேசக் கற்றிருந்தாராம். இப்போது அவருக்கு பேசும் வாய்ப்பு இல்லாததால், அது மறந்து விட்டது. தேசாய் ஒரு சம்பவத்தைக்கூறினார். ஜவஹர்லால் நேரு ஒரு முறை "ஹிந்தி பேசவரவில்லை, ஆங்கிலத்தில்தான் சொல்ல முடிகிறது" என்ற சொன்ன ஒரு ராணுவ அதிகாரியைப் பார்த்து உரக்கக்கடிந்து கொண்டிருந்தாராம். அதிகாரி அந்த இடத்தைவிட்டு அகன்றதும், "அது சரி, இவ்வளவு நேரமும் நீங்கள் ஆங்கிலத்தில்தானே அவரை பார்த்து சத்தம் போட்டீர்கள்" என்று தேசாய் சுட்டிக்காட்டியதும் நேருவுக்குச் சிரிப்பு வந்துவிட்டது. "என்ன செய்கிறது. பழக்கம் விடமாட்டேன் என்கிறது" என்று குழந்தை உள்ளத்துடன் ஒத்துக்கொண்டாராம்.

செக் எழுத்தாளர்களில் நாங்கள் சந்தித்த முக்கியமானவர் ஹெர்மா யானோவா என்ற நாவலாசிரியை. ஹை டென்ஷன் என்ற இவருடைய நாவல் ஆங்கில மொழி பெயர்ப்பில் இங்கிலாந்தில் வெளிவர விருந்ததாம். மனம் விட்டுப் பேசுபவர். ஃப்ரான்ஸ்காஃப்காவைப்பற்றி இவர் சொன்ன கருத்து ஸ்வாரஸ்யமாயிருந்தது. "காஃப்காவை உண்மையான செக் எழுத்தாளர் என்று நான் கருதுவதில்லை. அவருக்கு காசநோயைத் தவிர, மன நோயும் அதிகம். தம்மையே தனித்துக்கொண்டு, வலுவிழந்த மனத்தைச் சுமந்து துயர்பட்டவர். அவர் உலகைப் பார்த்த பார்வையும் மனப்பாங்கும் ஒருவித அச்சத்தின் மன அசௌக்யத்தின் அடிப்படையில் உருவானவை. ஆனால் செக் மக்கள் உல்லாசமானவர்கள். ஆரோக்ய உள்ளம்படைத்தவர்கள். வாழ்வில் பிடிப்பும் நம்பிக்கையும் கொண்டவர்கள். நன்கு உருவான ஆளுமை படைத்தவர்கள். அதனால்தான் உண்மை யான செக் படைப்பாளன் என்று காஃப்காவைக் கருத விருப்ப மில்லை எனக்கு. மேலும், யூதராகப் பிறந்தது, காஃப்காவின் துயரத்தை மிகுதிப்படுத்திற்று. நாட்ஸிகள் யூதர்களைப் படுத்திய பாடும், கொடுமையும் காஃப்காவை அளவுக்குமீறி உயர்த்த மறைமுகமாக உதவின. தவிரவும், ஒரு 'ஸ்நாப்' மதிப்பும் அவருக்கு ஏற்பட்டுவிட்டது" என்றார் ஹெர்மா.

"இதை எங்கள் நாட்டு சோதனைப்படைப்பாளர்களிடம் சொல்வீர்களா?"

"சொல்லுகிறேன். என் தோலை உரித்து விடுவார்கள். அவ்வளவுதானே. இங்கேயே அந்த மாதிரி பலர் இருக்கிறார்கள்."

இந்த ஹெர்மாதான் என்னிடம் கேட்டார், "உங்களுக்குக் கடவுளிடம் நம்பிக்கை உண்டா?"

"பூர்ணமாக உண்டு."

அவருக்கு வியப்பாக இருந்தது.

"கடவுளை நம்புகிறதால் நான் நல்லவன் என்று நினைத்து விடவேண்டாம். நான் ஒவ்வொரு நாளும் எத்தனையோ அபத்தங்களைச் செய்கிறேன், நினைக்கிறேன். அதனால் கடவுள் எனக்குத் தேவைப்படுகிறார்."

ஹெர்மா புன்னகையுடன் சுபாஷைப்பார்த்தார். "எனக்குக் கடவுளே தேவை இல்லை" என்று சிரித்தார் அவர். சுபாஷ் நல்ல கம்யூனிஸ்ட்.

"அது சரி, உங்களுக்கு மறு ஜன்மம், வினைப்பயன் இவற்றில் நம்பிக்கை உண்டா?" என்றார் ஹெர்மா.

“உண்டு.”

“என்ன”

“வினைப்பயன், மறு ஜன்மம் என்றெல்லாம் சொல்வதா என்று புரியவில்லை. ஆனால் நான் அமரன். அழிவில்லாதவன். இதோ இந்தக் கல்லைப்போல மிகமிகத் தொன்மையானவன். இதோ தொட்டியில் உள்ள இந்தப் புல்லைப்போல மிக மிகப் புதியவன்” என்றதும் ஹெர்மா பழையபடி சுபாஷைப் பார்த்தார். அவர் சிரித்தார்.

“எப்படி நீங்கள் ஜோடி சேர்ந்தீர்கள்?” என்று சிரித்தார் ஹெர்மா.

“கடவுள், கர்மம் இவைகளில் நம்பும் ஒரு பிறவி வந்திருக்கிறது. அவசியம் அதோடு நீங்கள் பேசவேண்டும்” என்று மேலும் இரண்டு மூன்று எழுத்தாளர்களை தூண்டி அழைத்து வந்தார் இந்த ஹெர்மா.

அப்படி வந்தவர்களில் முக்கியமானவர்கள் லதிஸ்லாவ் ஃபுக் என்பவரும், மிரோஸ்லாவ் ஹோலுப் என்பவரும். ஃபுக் என்பவர் நாவலாசிரியர். கடைசல் பிடித்தாற் போல் இருப்பார். இவருடைய நாவல்கள் பிரஞ்சு, ஜர்மன், ஹங்கரி முதலிய மொழிகளில் மொழி பெயர்க்கப்பட்டுள்ளன. “மிஸ்டர் – தியோடார்மார்ட் ஸ்டாக்” என்ற நாவல் ஆங்கிலத்தில் வெளிவந்துள்ளது. அதைப் பற்றி நியூயார்க் டைம்ஸ் வாரப்பதிப்பில் ஒரு விமர்சனம் வந்திருந்தது. ப்ரான்ஸ் காஃப்காவைவிட சிறந்த படைப்பாளர் என அவரைப் போற்றியிருந்தது அந்த கட்டுரை. ஓரியன் ப்ரஸ் இதை வெளியிட்டுள்ளது. ஒரு நாவல் அமெரிக்காவில் திரைப்படமாக வந்துள்ளது.

செக்மொழியில் திரைப்படமாக வந்துள்ள இவருடைய கதை ‘க்ரிமேட்டர்’ என்பது. படம் பார்த்தோம். மூன்று நாள் தூக்கம் வரவில்லை. நாட்ஸிக் கொடுமையின் கதை. ஒரு சுடுகாட்டின் (பார்த்தால் ஆராய்ச்சி சாலை போன்ற தோற்றம்) உதவி டைரக்டர் டாக்டர் க்ரோபுஹர். நல்ல புத்தி நுட்பமுள்ள அறிஞர். வெடுக் வெடுக்கென்ற கிண்டலும் நையாண்டியுமாகப் பேசும் சுடுநாக்கு. மனைவி, ஒரு மகன், ஒரு மகள் – கொண்ட குடும்பத்தோடு 19 ஆண்டு சுகமாக இல்லறம் நடத்தி வருகிறார். நாட்ஸி ஆட்சியாளர்கள் அவரை மதுவையும் பெண்களையும் காட்டி, வழங்கி, கொஞ்சம் கொஞ்சமாகத் திசை திருப்பி யூதர்களைப் பூண்டோடு அழிக்கும் தங்கள் பெரும் திட்டத்திற்குக் கருவியாகப் பயன்படுத்தத் தொடங்குகிறார்கள்.

ஆயிரக்கணக்கான யூத ஆண்களும், பெண்டிரும் குழந்தைகளும் சுடுகூடத்தில் வெந்து சாம்பலாகிறார்கள். கடைசியில் நாட்ஸிகள், கதாநாயகரின் மனைவியே ஒரு அரை யூதப்பெண் என்றும், எனவே அவளுக்குப் பிறந்த குழந்தைகளிடத்தும் யூத ரத்தம் ஓடுகிறதாகவும் டாக்டரிடம் சொல்லுகிறார்கள். டாக்டர் தன் மனைவியையும், பிறகு மகனையும் தன் கையாலேயே பலிகொடுக்கிறார். பிறகு மகளையும் பலிகொடுக்கிறார். அவள் தப்பி ஓடிவிடுகிறாள். நாட்ஸிகள் அவரை இந்த அனுபவத்திற்காக யூதர்களை ஒழிக்கும் வேறு பெரிய திருப்பணியை முன்னின்று நடத்த காரில் ஏற்றிச் செல்லுகிறார்கள். இது தான் கதை. பார்ப்போர் ரத்தம் உறையும்படி, உணர்ச்சி ஈரமின்றி படம் எடுக்கப்பட்டிருக்கிறது. அதனால் உள்ளது உள்ளபடி நாட்ஸிகளின் கொடூரத்தைப் பச்சையாக எடுத்துக் காட்டுகிறது படம். மனித வர்க்கமே இந்தக் கொடுமைக்குப் பொறுப்பாளி என்றும் பார்ப்பவர் ஒவ்வொருவருக்கும் மிருகங்கள் கூட கூசும் இந்தக் குற்றத்திற்குப் பொறுப்பு என்னும் குறு குறுப்பு நெஞ்சை அறுக்கிறது படம் பார்க்கும்போது. திரைவசனம் எழுதுவதிலும் ஃபுக் கலந்து கொண்டாராம். ஃபுக்கிடமே என் உணர்ச்சியைச் சொன்னேன்.

ஃபுக்கின் நாவல்களும் சரி, மற்ற செக் ஆசிரியர்களின் படைப்புகளும் சரி–இந்தியாவில் வரவில்லை. முன்பு கூறியவாறு இது நம் வரலாற்றால் ஏற்பட்ட வினை. ஆங்கில இலக்கியம்தான் மேற்கத்திய இலக்கியத்தின் உச்சம், பிரதிநிதி என்ற மயக்கம் இன்னும் நம்மை விடவில்லை. ஆங்கிலத்தின் மூலம் நாம் பிரஞ்சு, ஸ்பானிஷ், இத்தாலிய செக், போலிஷ், ரொமானிய, ருஷ்ய, கிரேக்க – படைப்புகளை அறிமுகம் செய்துகொள்ள வேண்டியிருக்கிறது.

நாங்கள் சந்தித்த இன்னொரு பெரும் கவிஞர் மிரோ ஸ்லாவ் ஹோலுப் என்பவர். நோய் தடுப்பு இயலிலும் நுண்கிருமி இயலிலும் பட்டம் பெற்ற ஆய்வாளர் இவர். நுண்ணுணர்வு நிறைந்த கவிஞர். ஹெர்மா கூறுவதைக் கேட்டு, இவர் ஆய்வுக் கூடத்தைவிட்டு எங்களைக் காண விரைந்து வந்தார். அமெரிக்காவில் இரண்டு வருஷம் இருந்தவராம். அமெரிக்காவைப்பற்றியும், இந்திய கவிதை மரபுகள் பற்றியும் இவர் பேச்சைத் திருப்பி விட்டார். செக் நாட்டு முன்னணிச் சோதனைக்கவிகளில் ஒருவர் ஹோலுப். இவருடைய கவிதைத் தொகுப்பு ஒன்று ஆங்கில மொழி பெயர்ப்பில் பெங்குவின் வெளியீடாக வந்துள்ளது. ஹ்ரபால் என்ற மற்றொரு மக்கள் விரும்பும் ஆசிரியரையும் சந்தித்தோம். மக்கள் மொழியைக் கையாண்டு, மண்வாடையுடன் எழுதும் இவரை மக்கள் பெரிதும் போற்றுகிறார்களாம்.

ஒரு நாள் மாலை லதிஸ்லாவ் ஃபுக்ஸ் எங்களை தம் நண்பரான திருமதி ஸோஃபியா பெத்ஸ்லோவாவின் இல்லத்திற்கு அழைத்துச்சென்றார். மாடியில் அவருக்கு ஜாகை. வுல்த்தாவா நதிக்கரையோரமாக வீடு. குளிர் காற்றைத்தடுப்பதற்காக ஆற்றையும் அதன் மீதுள்ள வீதியையும் நோக்கும் பெரும் சாளரத்திறப்பை மூடப்போனார் அவர். அப்போது அடிவானம் செக்கரும் ஓரிரண்டு விண்மீனும் மோனமுமாகத்தவமிருந்தது. மூச்சை நிறுத்தும் வனப்பாக அங்கு அந்தி மயக்கம் கண் மூடும் சமயம். பெத்ஸ்லோவாவும் அதைப்பார்த்து செயலற்று நின்றார். ஐந்து நிமிடம் கழித்துத்தான் திரையத் தொங்கவிட முடிந்தது அவரால்.

பெத்ஸ்லோவா வயதானவர் ரஷ்யாவின் சிறுகதை மேதை செக்காவின் மனைவியின் நண்பர். பாஸ்டர்நாக்கின் நண்பரும் கூட. அவர்களுடைய கையெழுத்திட்ட புகைப்படங்களைக் காண்பித்தார். இந்தியக்கலைகளிலும் தத்துவத்திலும் அபாரப்பற்றுக் கொண்டவர். எங்களுக்காக விதம் விதமாக சிற்றுண்டிகள் தயாரித்து ஏற்பாடு செய்திருந்தார். ஒரு இளம் எழுத்தாளரும் வந்திருந்தார். ஃபுக் எழுதிய க்ரிமேட்டர் படத்தைப்பற்றிப் பேச்சு வந்தது. அதில் நாட்ஸிகளின் கொடுமை தத்ரூபமாகக் காட்டப்பட்டிருந்ததை ஒட்டி, ஸம்ஸ்கிருத நாடகங்களைப் பற்றி பேச்சு வந்தது. ஸம்ஸ்கிருத நாடகங்களில் கொலை, மரணம், குரூரமான கொடுமைகள் இவற்றைக் காட்டுவதில்லை. சாந்தரசம் என்று தனியாகச் சொல்லாவிடினும் ஒரு கலை நிகழ்ச்சியை ரசிப்பவன் மனதில் அமைதியும் சாந்தியும் நிலவும்படி செய்வதே கலைப்படைப்பின் கடைசிக் குறிக்கோள்.

இதைச் சொன்ன போது பெத்ஸ்லோவா மளமளவென்று குறிப்புப் புத்தகத்தில் எழுதிக் கொண்டார். ஸம்ஸ்கிருத காவியம் யாவும் சமுதாய நல்வாழ்வையே இலக்காகக் கொண்டது என்று மம்மடரின் காவியக் குறிக்கோளைச் சொன்னபோது அதையும் குறித்துக் கொண்டார். புகழுக்கும், பொருளுக்கும், மங்கலமல்லாததை நீக்குவதற்கும், காதல் கிழத்திபோல் இன்சொல் கூறி, மக்களுக்கு நல்ல உயர் வழி காட்டவும், ஆத்ம விடுதலைக்கும் பயன்படுவதே காவியத்தின் நோக்கம் என்பது மம்மடரின் வாக்கு, அதை எழுதிக் கொண்டு விட்டு எழுதிய இறக்கைப்பேனாவை எனக்கு அன்பளிப்பாகக் கொடுத்துவிட்டார். ஸம்ஸ்கிருத மரபிற்கு யதார்த்தமும் தன்மை நவிற்சியும் தெரியாதவை அல்ல. ஆனால் அவற்றை வரம்புமீறிக் கொண்டுசெல்வது வியர்த்தமான போக்கு என்று கருதியிருக்கவேண்டும். இதற்கு உடன்பட்டாரோ என்னவோ, ஃபுக்ஸ் இதை உற்சாகமாக குறித்துக்கொள்ளத்

தவறவில்லை. புரட்சி தேவையான காலத்தில் இந்த சாந்த ரசக் குறிக்கோள் பயன்படுமா என்னும் ஐயப்பாட்டை நானே எழுப்ப வேண்டியிருந்தது.

மிரோஸ்லாவுடன் பேசிக்கொண்டிருந்தபோது இலக்கிய சோதனை பற்றி பேச்செழுந்தது. சோதனையை சோதனைக்காக செய்வது சரியல்ல என்று என் வழக்கமான வாதத்தைத் தொடங்கினேன். ஜே. கிருஷ்ணமூர்த்தி கூறும் ஒன்றிப்பு பற்றி பேச வேண்டியிருந்தது. பார்க்கப்படும் பொருளும், பார்ப்பவனும் இரண்டற ஒன்றுவதுதான் தியானம். அந்த முழுமை வெற்றியுடன் உருவானால், காவியத்தில் புதுமையும் உருவாகும். (சோதனை என்ற பெயரே தேவையின்றி) ஹோலுப் "அப்படியானால் கலைக்கு மட்டும் என்ன, எல்லாக் காரியங்களுக்கும் இந்த ஒன்றிப்பு தேவைதான்" என்றார். உண்மை. இந்திய மரபில் கலைகள் கவிதை, இசை, சிற்பம், ஓவியம், நடனத்தோடு நின்றுவிடவில்லை. சமையல், ஆணை மயக்கி இன்புறுத்துவது உள்பட அறுபத்து நான்காக நீண்டிருக்கின்றன. செய்யும் காரியம் எல்லாம் கலைதான்.

எங்களுக்கிருந்த அவசரத்தில் குண்டரா, ஃப்ளோரின் போன்ற பல எழுத்தாளர்களைப் பார்க்க முடியாது போனது பெரும் இழப்புத்தான்.

\* \* \*

டிலியா என்ற ஸ்தாபனத்தின் தலைவர் கஸ்டாவ் பெர்னோவ். இலக்கிய நூல்களும், நாடக நூல்களும், சர்வதேச அளவில் பிரசுரமாக இந்த நிறுவனம் ஏற்பாடு செய்கிறது. தனி உரிமை நிறுவனம் அது. நூல்களின் எழுத்துப் பிரதிகளைப் பரிசீலனை செய்து பிரசுரகர்த்தர்களுக்குச் சமர்ப்பிக்கிறது இந்த ஸ்தாபனம். பிரசுரகர்த்தர்களுக்கு அந்நூல்களை ஏற்கவோ, மறுக்கவோ உரிமை உண்டு. ராயல்ட்டி நிர்ணயம், ஒப்பந்தம் எழுதுவது முதலிய சட்டபூர்வமான நடவடிக்கைகளையும் இந்த ஸ்தாபனம் செய்கிறது. சுயேச்சையான வெளியீட்டு முறைகளைக் கடைப் பிடிக்கும் நம் நாட்டில் இது சாத்தியமில்லை. அகில இந்திய எழுத்தாளர் யூனியன் ஒன்று இருந்தால் இது சாத்தியமாகலாம் என்று யோசனை கூறினார் பெர்னோவ். எழுதுபவர்களையும் பிரசுரகர்த்தர்களையும் இணைத்து, நூல்களை வெளியிட இத்தகைய ஒரு ஸ்தாபனம் உதவும் என்பது அவர் கருத்து. அயல்நாட்டு நூல்களை செக் மொழியில் வெளியிடும் வசதிகள் பற்றியும் அவர் சொன்னார். செக் மொழியில் பல வெளிநாட்டு இலக்கியப் படைப்புகள் வெளிவந்துள்ளன. ஆனால் காகிதப்

பற்றாக்குறையாலும், அயல் நாணயச் செலாவணியின் பற்றாக் குறையாலும் பெரும் அளவுக்கு வெளிநாட்டு நூல்களை வெளியிட முடியவில்லை என்றும் கூறினார் அவர். எல்லா நாடுகளிலும் போல கவிதையை விட நாவல்கள் மிகுதியாக இங்கும் விற்கின்றன. ஆனால் இந்தியாவில் புத்தக விற்பனை படும் திண்டாட்டம் அங்கு காணப்படுவதில்லை. இருபதாயிரம், அறுபதாயிரம் என்று நூல் பிரதிகள் விற்கின்றன. கிழக்கு ஐரோப்பிய சோஷலிஸ்ட் நாடுகளில் புத்தகங்கள் வாங்கிப் படிப்பது காபி சாப்பிடுவது போல. சர்வ சகஜமாக புத்தகங்களை வாங்கிப் படிக்கிறார்கள். அதனால் விலையும் குறைவாக வைக்க முடிகின்றது.

***

இந்திய இலக்கியங்களை செக் மொழிக்குப் பெயர்ப்பதில் ஏறக்குறைய 155 ஆண்டுகளாக முயற்சிகள் செக் நாட்டில் நிகழ்ந்து வந்துள்ளன. 1852–ல் பேராசிரியர் ஷ்லீச்சரும் கவிஞர் ஸோஹஜூம் சேர்ந்து மகாபாரதத்து நள தமயந்தி கதையை மொழி பெயர்த்தார்கள். அதைத் தொடர்ந்து காளிதாசனின் எழுத்துக்களும், உபநிடதங்களும், ஹிதோபதேசமும், வேதஸ்துதிகளும், பௌத்த நூல்களும் விவரமான உதவிக்குறிப்புகளுடன் மொழி பெயர்க்கப்பட்டன. இந்தப்பணியில் முன்னணிக் கவிகளான, விருச்லிக்கி, ஹ்ருபின் முதலியோர் கலந்து கொண்டிருக்கிறார்கள். 1945க்குப் பிறகு இந்தியாவின் புதிய இலக்கியங்களில் அக்கறை பெருகிற்று. சார்லஸ் பல்கலைக்கழகத்தில் ஹிந்தி, வங்காளி, தமிழ் பிரிவுகள் நிறுவினார்கள். ப்ராஹா கீழ்த்திசைக் கழகம் இந்திய மொழியிலக்கணம், இலக்கியம், வரலாறு ஆகிய துறைகளில் ஐரோப்பாவிலுள்ள முக்கிய ஆய்வுக் கூடங்களில் ஒன்றாகத் திகழ்கின்றது.

ஸம்ஸ்கிருத இலக்கியத்தினின்று மட்டுமின்றி வங்காளி, உருது, ஹிந்தி, தமிழ், மலையாளம் ஆகிய இலக்கியங்களிலிருந்தும் மொழிபெயர்ப்புகள் செய்து வருகிறார்கள். இதைத் தவிர மராத்தி, குஜராத்தி, தெலுங்கு போன்ற மொழி இலக்கியங்களினின்றும் தொகுப்புகள் வெளிவந்துள்ளன. பர்த்ருஹரி, ஹலன், ஜயதேவர், வால்மீகி – இவர்களோடு தாகூர், மைக்கேல் மதுசூதனதத்தர், சரத்சந்திரர், வள்ளத்தோல், புதுமைப்பித்தன், விந்தன், சிதம்பர ரகுநாதன். தகழி, பாபானிபட்டாசார்யா, கே.ஏ. அப்பாஸ், கமலாமார்க்கண்டேயா, பொட்டெக்காட், கிஷன்சந்தர், இக்பால், சித்திக்கி, ப்ரேம்சந்த் – முதலிய பலரின் காவியங்களும் வசன நூல்களும் மொழி பெயர்க்கப்பட்டுள்ளன. தமிழ் நூல்களை கமில் ஸ்வலபில் மொழிபெயர்த்தது போல, உருது நூல்களை

நாஸிர் அகமத் ஸொபேரி பாவெல் ஹுடிக்கும், நாதுபின்ஸ்கியும் யான் மரேக்கும் மொழிபெயர்த்துள்ளனர். வங்காள இலக்கிய படைப்புக்களை மொழிபெயர்த்துக் குவித்திருக்கிறார் துஷான் ஷ்பாவித்தெல்.

சுருங்கச்சொன்னால் ஜெர்மனி, ருஷ்யாவுக்கு அடுத்த படியாக இந்திய இலக்கியங்களில் பெரும் அக்கறை காட்டியுள்ள ஐரோப்பிய நாடு செக்கோஸ்லவாகியா தான். செக்கோஸ்லவாகியாவின் பீ.ஈ.என். கழகம் *1945*–லிருந்து *1968*–ம் ஆண்டுகள் வரை செக்கோஸ்லவாகியாவில் செய்யப்பட்டுள்ள இந்திய இலக்கிய மொழி பெயர்ப்பு நூல்கள் பற்றி ஒரு 24 பக்கப்பட்டியலே தயாரித்து அச்சிட்டுள்ளது.

* * *

புத்தகப் பண்பாட்டுப் பிரிவுக்கு ஒரு நாள் சென்றோம். அதன் தலைவர் டாக்டர் கிறிஸ்தெக் எங்களை திராட்சை மதுவுடன் வரவேற்றார். பிரசுரகர்த்தர்களுக்கு நல்ல நோக்கங்களைக் காட்டவும், வழிகாட்டவும் இந்தத் துறை அமைந்திருக்கிறதாம். "சோஷலிஸ நாடு பிரசுராலயங்களைக் கண்டபடி இயங்கவிட முடியாது. விற்பனையையே குறிக்கோளாகக் கொண்டால், ரசாபாசமும் கீழ்த்தரச் சுவைகளும் ஓங்கிவிடும் என்பது உலகெங்கும் அனுபவ பூர்வமாகக் கண்ட உண்மை. நெறியான ஆரோக்யமான சிந்தனையில் சமுதாயத்தை வழிப்படுத்துவதும், பண்புள்ள வாசகர்களை உருவாக்குவதும் நமது தவிர்க்க முடியாத கடமை" என்று இந்தக் கட்டுப்பாட்டின் நோக்கங்களை விளக்கினார் கிறிஸ்தெக். "துப்பறியும் நாவல்களும், பொழுதுபோக்கு நூல்களும் அதிகமாக விற்கத்தான் செய்கின்றன. வாசகர்களை மிகப் பயனுள்ள நூல்களையே படிக்கச் செய்ய முற்படுவது கடினமான காரியம். ஆயினும் தரம்கெட்ட தீயதடங்களில் சிந்தனையைப் புரட்டிவிடும் நூல்களையாவது தவிர்க்கத்தான் வேண்டும்" என்று கிறிஸ்தெக் இந்தப் பணியின் சங்கடங்களையும் ஒப்புக் கொண்டார். புதுக் கவிதை பற்றி பேச்சு வந்தபோது ஒரு ரகத்தைப் பற்றிக் குறிப்பிட்டார் அவர். ஒரு கவிஞர் தம் கவிதைகளின் கையெழுத்துப் பிரதி ஒன்றைக் கொண்டு வந்தாராம். பிரதி முழுவதையும் நன்கு பார்த்தபோது 'காட்சிக்' கவிதைகளாகவே இருந்ததாம். அதாவது வரிகளை மேல் கீழாகவும் குறுக்காகவும் சவாரி செய்வது போலவும் இன்னும் பல கோணங்களில் அமைத்து அப்படியே அச்சிட வேண்டும் என்று வற்புறுத்தினாராம் கவிஞர். "இந்த நூலை ஏற்றுக்கொள்ள முடியவில்லை. யோசித்து யோசித்துப் பார்த்தேன். அச்சிடும் செலவு மாளிகைகட்டும் செலவாக ஆகும் போலிருந்தது. ஒரு பிரதிக்கு *600* க்ரோனர் *(300*

ரூபாய்) ஆகும் என்று தோன்றிற்று. பிரசுரிப்பது சாத்தியமில்லை என்று சொல்லிவிட்டோம். கவிஞருக்கு ரொம்ப கோபம். நீங்கள் கவிதையின் விரோதி என்று எனக்குப் பட்டம் சூட்டினார் 'என்ன செய்வது? உங்கள் கவிதைகளை ஆலிவெட்டிதான் அச்சிட வேண்டும். அதற்கு, ராக்கபெல்லரோ, ஃபோர்டோதான் பணம் கொடுக்க வேண்டும்' என்றாராம் கிறிஸ்தெக். ஆலிவெட்டி தட்டச்சுப் பொறி தயாரிக்கும் ஸ்தாபனம்.

கிறிஸ்தெக் நுட்பமான நகைச்சுவை படைத்தவர். பார்ப்பதற்கு ரொம்ப சீரியஸ் ஆக இருப்பவர். பேசத் தொடங்கினால் நமுட்டு ஹாஸ்யங்கள் விருக் விருக் கென்று வந்துகொண்டேயிருக்கும். ஜனநாயகம் என்ற பெயரில் நாற்றம் வீசும் நூல்களைத் தெருவில் விடக்கூடாது என்று அவர் பேச்சை கேட்ட பிறகு ஒப்புக் கொள்ளத் தான் வேண்டியிருந்தது.

நாங்கள் விடை பெறும்போது ஸ்பானியப் பெரும் கவிஞர் க்ரேஸியா லோர்க்காவின் கவிதைகளின் ஒலிப்பதிவு ஒன்றை எங்களுக்கு அன்பளிப்பாகத் தந்தார் கிறிஸ்தெக். தேர்ந்த நடிகர்களும், பிரமுகர்களும் குரல் கொடுத்த ஒலிப்பதிவுகள் அவை. அத்தோடு பலரின் கவிதைகள் அடங்கிய அந்தந்தக் கவிஞர் கையெழுத்தில் அச்சிட்ட பிரதியொன்றையும் கொடுத்தார் கிறிஸ்தெக். இந்தப் பிரயாணத்தில் எங்களுக்குக் கிடைத்த அரிய பொருட்களில் ஒன்று இது.

* * *

ம்லாதா ஃப்ரண்ட்டா என்றால் இளைஞர் முன்னணி அது ஒரு நூல் வெளியீடு நிறுவனம். பெரும்பாலும் இளைஞர் கல்விக்காகவே பணியாற்றுவது. மூலங்களும் மொழிபெயர்ப்பு களுமாக விஞ்ஞானம், கதைகள், வரலாறு, விமர்சனம், பிரயாண நூல்கள் போன்ற பல வகை நூல்களை இளைஞர்களுக்கெனவே வெளியிடுகிறது இந்த ஸ்தாபனம். இந்தியாவைப் பற்றியும் ஒரு அழகிய நூலை வெளியிட்டுள்ளார்கள். நாங்கள் போன சமயம் அது பிரதிகள் தீர்ந்துவிட்டிருந்தது. ஃப்ரான்ஸ் காஃப்காவின் வாழ்க்கை வரலாறு ஒன்றைப் பார்த்தேன். ஜர்மனி மொழியிலிருந்து செக் மொழியாக்கம் அது. "காஃப்காவைப் பற்றிய மிகச் சிறந்த வாழ்க்கை வரலாறு இது தான்" என்றார் ஸ்தாபனத்தைச் சேர்ந்த டாக்டர் கொச்சொலிக். "இந்தியா சம்பந்தமான நல்ல நூல்களாக இருந்தால் சொல்லுங்கள், நாங்கள் செக் மொழியில் வெளியிடுகிறோம்" என்றார்கள்.

ம்லாதா ஃப்ரண்ட்டாவைப் போல மற்றொரு நிறுவனமும் உண்டு. அது மிகச் சிறிய குழந்தைகளும் அதிக வயதாகாத

இளைஞர்களும் படிக்கக்கூடிய நூல்களை கவர்ச்சியாகப் பதிப்பித்து வெளியிடுகிறது. அதன் பெயர் ஒரு பட்சியின் பெயர். "ஆல்பட்ராஸ்". குழந்தைகளின் அதிசய உணர்வுக்கும் கற்பனைக்கும், அவற்றை சீரிய வகையில் வழிபடுத்தவும் ஈர்க்கவும் நூல்களை கவனமாகத் தேர்ந்தெடுத்து, பதிப்பித்து, படிக்கத் தூண்டும் அளவுக்கு வர்ணங்களுடன் படங்களுடன் மிகக் கவர்ச்சியாக வெளியிடுகிறது இந்த நிறுவனம்.

சோஷலிஸ நாடுகள் அனைத்திலும் குழந்தைகளின் வாழ்விலும் கல்வியிலும் பெரும் முயற்சிகள் மேற்கொண்டிருக்கிறார்கள். எந்தக் காரணத்தைக் கொண்டும் தொடக்கப்பள்ளியைக் குழந்தைகள் பாதியில் விட்டுவிடுவதில்லை. ஆரம்பப்பள்ளிகள் அழுது விடிவதில்லை. சிறைக்கூடம் போல் தோற்றம் அளிப்பதில்லை. சிக்கனத்தின் பெயரில் சாணித்தாளில் புத்தகங்களை அச்சிட்டு படிப்பிலேயே கசப்பூட்டுவதில்லை. வளர்ந்துவரும் நாடுகள் பலவற்றில் தொடக்கக்கல்வி தான் இடறி விழுந்து கொண்டேயிருக்கிறது. அழுது வடிகிறது. டம்பத்திற்கும் பெருமைக்கும் உயர் மேல் கல்வியில் அளவுக்கு மீறிச் செலவிடுகிறார்கள். அந்தக் கல்லூரிப் படிப்பும் தரக்குறைவாகச் செயல்படுகிறது. நம் நாடும் இதற்கு விலக்கில்லை. குழந்தைகள் கல்வியில் மகிழ்வும் கவர்ச்சியும் முதலீடும் சேராவிட்டால் எந்த நாட்டின் வருங்காலமும் லாட்டரியடிக்கும்.

# 15

மனிதன் இயந்திரத்திற்கு அடிமையாகும் அவலத்தைக் கிண்டல் செய்து ஆர்யூ ஆர் என்று ஒரு நாடகம் எழுதினார் செக் நாடக ஆசிரியர் கார்ல் கேப்பர். ரோபட் என்னும் இயந்திர மனிதர்கள் அதில் பாத்திரங்களாக உலவுகிறார்கள். அதையொட்டி ஆங்கில அகராதிக்கும், உலக மொழி அகராதிகளுக்கும் ரோபட் என்ற சொல்லே கிடைத்துவிட்டது. அந்த நாடகத்தை ஆங்கில மொழி பெயர்ப்பில் படித்தது முதல், கார்ல் கேப்பக்கின் நகைச்சுவை எழுத்துகளைப் படித்ததுமுதல் செக், நாடகங்களைப் பார்க்க ஆசை. ஆனால் தெரியாத மொழியொன்றில் நாடகம் பார்ப்பது சிரமம். முழுக்க முழுக்க, வசனங்களின் நுட்பத்தில், சொல் நயத்தில் வளரும் நாடக நுணுக்கங்களைப் புரிந்து கொள்வது கடினம். அதனால் ஓரிரண்டு ஹாஸ்ய நாடகங்களைப் பார்ப்பதோடு திருப்தி அடைந்தோம்.

செக் நாடகக்கலை ஐரோப்பாவில் புகழ் பெற்றது. இரண்டாம் யுத்தத்திற்குப்பிறகு பெரிய நகரங்களையே நம்பிக்கொண்டிருந்த நாடகக்கலை பிராந்திய சிறிய நகரங்களிலும் பரவி நிலை பெற்றுள்ளது என்று சொன்னார்கள். சுமாரான நகரங்களில் கூட, இசை நாடகங்களும் நாட்டியக் குழுக்களும் தற்போது உள்ளனவாம். இரண்டு மூன்று இசை நாடகங்களும் பாலே நடனங்களையும் ப்ராஹாவிலும் ப்ரூனோவிலும் ப்ராட்டிஸ்லாவிலும் பார்த்தோம். எனினும் என்னைக் கவர்ந்தது செக் நாட்டின் பொம்மையாட்டக்கலைதான். பப்பெட்ரி

எனப்படும் பொம்மையாட்டம் நடத்தும் குழுக்கள் செக் நாட்டில் சுமார் ஆயிரம் இருப்பதாகச் சொன்னார்கள்.

ப்ராஹாவிலேயே வெவ்வேறு வயது குழந்தைகளுக்காக நான்கு பொம்மையாட்ட தியேட்டர்கள் இருக்கின்றன. 4–6, 7–8, 9–10, 10–14 வயதினர்க்குத் தனித் தனி பொம்மையாட்ட அரங்கங்கள் இருப்பதாகச் சொன்னார்கள். 4–6 வயதுக் குழந்தைகளின் அரங்கத்திற்கு அன்று சென்றோம், சார்லஸ் பல்கலைக்கழகத்து வாத்ஸெக் தம் முதல் குழந்தையை அழைத்து வந்திருந்தார். கொட்டகை இளம் தாய்மார்களும் குழந்தைகளுமாக நிரம்பி வழிந்தது. இந்திய தூதராலயத்தின் பண்பாட்டுப் பிரிவுத் தலைவர் ஜெயினும் அவர் மனைவியும், இந்தியாவிலிருந்து வந்து ப்ராஹாவில் பொம்மையாட்டக் கலை பயின்று வந்த கால்ரா என்ற இளைஞரும் வந்திருந்தனர். குறும்பை குறும்பையாக ஐந்து வயதுத் தலைகள் சிரித்து கொம்மாளமடித்தன. பொம்மைகளை ஆட்டு முன்னர், இயக்கும் இளைஞர் வந்து பொம்மைப் பாத்திரங்களை அறிமுகப்படுத்திக் கதை சொல்வார். ஒவ்வொரு காட்சி முடிவிலும் வந்து அடுத்த காட்சிப் பாத்திரங்களையும் கதையையும் அறிமுகப்படுத்துவார். மனிதர்கள், குதிரைகள், கரடிகள் என்று பல பாத்திரங்களை அறிமுகப்படுத்தி அவர் கதை சொல்லும்போது குழந்தைகள் சாக்லேட் வழியும் வாயும் பிசுக்குமாகக் கைதட்டும். நாற்காலி மீது ஏறிக் குதிக்கும்; ஆடும். ஒரு இரண்டு மணி நேரம் அத்தனை குழந்தைகளும் கற்பனை உலகத்தில் திரிந்து துள்ளிக்கொண்டிருந்தன.

ஜப்பானிய டெலிவிஷனிலும் நாள்தோறும் காலையில் ஒரு பொம்மையாட்டக் காட்சி நடக்கிறது. பொம்மைக் கதைகள் மூலமே, கதைகள் மட்டுமின்றி சுகாதாரம், நல்ல பழக்கம், மரியாதை, சூழ்நிலை அறிவு அனைத்தையும் மறைமுகமாக குழந்தைகளின் உள்ளத்தில் ஏற்றி விடுகிறார்கள். ஜப்பானில் மிக மிகப் பிரபலமான குழந்தை நிகழ்ச்சி இது.

ப்ராஹாவில்தான் யுனிமா என்ற அகில உலக பொம்மை யாட்ட அரங்குகளின் சங்கம் இயங்கிவருகிறது. நாங்கள் பார்த்த ஸ்லுனிச்கோ அரங்கோடு ஸ்பெய்பல்–ஹுர்வினெக் தியேட்டரும் உலகப் புகழ் பெற்றதாம். காலம் சென்ற பேராசிரியர் ஸ்கூப்பா அதை நிறுவினார். வருடாவருடம் ஷ்ரூடிம்மில் அமெச்சூர் பொம்மையாட்டப் போட்டி நடக்கிறது. செக் நாடு ஆவலுடன் எதிர்நோக்கும் நிகழ்ச்சி இது.

மறுநாள் கால்ரா என்னை பொம்மையாட்டப் பயிற்சிப் பள்ளிக்கு அழைத்துச் சென்றார். பல அயல் நாட்டு மாணவர் களும் இதில் பயிற்சி பெறுகிறார்கள். பள்ளியின் டைரக்டர்

டாக்டர் கொல்லார் நடு வயதானவர். வசீகரத் தோற்றம். பேச்சிலும் நடையிலும் இயல்பான ஒரு பெருமிதம், ஒரு நிச்சயம், ஒரு அடக்கம். "உங்கள் நாட்டில் உள்ளதுபோல, அவ்வளவு பழைய கலை இல்லை, இங்குள்ள பொம்மையாட்டக் கலை. முந்நூறு ஆண்டுகளாகத்தான் நிலவிவருகிறது, ஆனால் செக்நாட்டின் தேசியக்கலை என்ற அளவுக்கு வளர்ந்திருக்கிறது. முதலாவது–இரண்டாவது உலக யுத்த இடைக்காலத்தில் செக் நாட்டில் மூவாயிரம் பாவையாட்ட அரங்குகள் இருந்தன. இப்போதுள்ளவை ஒரு ஆயிரம்தான். முக்கியமாக குழந்தைகளைத் தான் கவர்கிறது இந்தக் கலை. ஆனால் 40 வயதுக்கு மேற் பட்டவர்களும் ரசிக்கிறார்கள். குழந்தை மனம் படைத்தவர்கள் பற்றுக் கொண்டு ஈடுபடுகிறார்கள்." இதைச் சொல்லிவிட்டு டாக்டர் கொல்லார் எங்களை பள்ளியின் வெவ்வேறு பிரிவு களைக் கொண்டு காட்டினார். பொம்மைகள் தயாரிக்கும் பிரிவுக்குப் பிறகு, நடிப்புப் பிரிவுக்குச் சென்றோம். ஒரு புதிய ஒத்திகை நடந்து கொண்டிருந்தது. அது ஒரு செய்யுள் நாடகம். பொம்மைகளை இயக்கியவாறே, மாணவர்கள் பாட வேண்டும்; பேச வேண்டும். அரை மணி இருந்து பார்த்தோம். டாக்டர் கொல்லார் பயிற்சியில் கடுமையானவர் என்று புரிந்தது. வாட்டி வளைவெடுக்கிற கண்டிப்பு. பேச்சோ, பாவை இயக்கமோ பிசிறு குறையின்றி தேர்கிற வரையில் அடுத்த படிக்குப் போக விடுவதில்லை.

விடைபெற்றுத் திரும்பியபோது கால்ராவும் ஹோட்டலுக்கு வந்தார். எனக்கு சட்டென்று நினைவு வந்தது. பள்ளியில் நடந்த ஒத்திகையில் பாவைகளின் கண்களோ வாயோ அசையவில்லை. ஏன் என்று கேட்டேன். "கண் வாயசைவுகள் ரொம்ப யதார்த்தம். இப்போது பத்தாம் பசலியாகி விட்டது. யதார்த்தத்தை இப்போது கை விட்டு விட்டார்கள். இப்போது பாவைகள் ஒரு சின்னம் ஒரு குறியீடு, அவ்வளவுதான். அப்ஸ்ட்ராக்ட் முறைகள் இப்போது கையாளப்படுகின்றன. குழந்தைகள் இதை நன்கு புரிந்து கொள்கிறார்கள். உதாரணமாக ஒரு மனிதனோ, மிருகமோ குணத்தில் முரடாக, நயமில்லாததாகக் காட்ட வேண்டும் என்றால் வெறும் மரக்கட்டையை அங்குமிங்கும் சற்றுத் தீயில் காட்டி கருக வைத்தாலே போதும். கண், காதுகளை லேசாக எழுதினாலே போதும், அது கூடத் தேவை இல்லை" என்றார் கால்ரா.

குழந்தைகள் உயிருள்ளது போன்ற தத்ரூப பொம்மையைக் கொடுத்தால் சிறிது விளையாடிவிட்டு பிறகு தூக்கி எறிந்து விடுகின்றன. ஆனால் ஒரு வெறும் தலைக்குயர மரக்கட்டையை

வைத்துக் கொண்டு அக்கா, அப்பா, அம்மா, குழந்தை என்று என்னென்ன கற்பனைகளெல்லாம் செய்கின்றன! வெறும் கட்டை கற்பனைக்கு மேலும் மேலும் இடம் தந்து கொண்டேயிருக்கிறது. தத்ரூப பொம்மை கற்பனைக்கு வரம்பு கட்டிவிடுகிறது. இது அன்றாட அனுபவம்.

அதனால் கால்ரா சொல்வதை ஒப்புக்கொள்ளாமல் என்ன செய்ய?

குழந்தை – சிறுவர் கல்விக்கும் பொழுது போக்கிற்கும் பாவையாட்டத்தை விட சிறந்த, கற்பனை பூர்வமான சாதனத்தை நினைத்துப் பார்ப்பது சிரமம். தொடக்க, நடுநிலைப்பள்ளி மாணவர்க்கு ஒரு சில இடங்களிலாவது பாவையாட்டக் காட்சிகளை நிறுவினால் பயனுள்ளதாக இருக்கும்.

# 16

கார்லோவிவாரி என்ற பெயரை தரமுள்ள திரைப்படங்களில் பற்றுள்ளவர்கள் சிலராவது கேள்விப்பட்டிருப்பார்கள். இரண்டாம் உலகயுத்தம் முடிந்த பிறகு, அந்த ஊரில் அகில உலக திரைப்பட விழாக்கள் நடந்து வருகின்றன. ஐம்பது நாடுகளுக்கு மேல் தங்கள் படங்களை அங்கு அனுப்பி விழாவில் கலந்து கொள்கின்றன. ஆனால் நாங்கள் அங்கு போனது சினிமா பார்க்க அல்ல. செக் சினிமாக்கலை பற்றி பின்னர் பார்க்கலாம். கார்லோவிவாரி ஒரு ஆரோக்கிய ஸ்தலம். செக் நாட்டின் மேற்குக் கோடியில், எல்லைக்குச் சில மைல்கள் இப்பால் உள்ள ஊர். காரில் சென்றோம்.

கார்லோவிவாரி இயற்கையான ரசாயன ஊற்றுகள் நிறைந்த ஊர். கார்லோவிவாரி என்றால் சார்லஸின் உஷ்ண ஊற்று என்று பொருள். காடாரம்பமான பகுதி. பேரரசன் சார்லஸ் அங்கு ஒரு நாள் வேட்டைக்குப் போனாராம். ஒரு மானை அம்பால் அடித்து வீழ்த்தியிருக்கிறார். மலையிலிருந்து விழுந்த மான் ஒரு வெப்பமான ஊற்றில் விழுந்தது. அடிபட்ட காயம் ஆறிவிட்டதாம். அடிபட்டு அது அலறுவதைக் கேட்டு ஓடின சார்லஸ், ஊற்றில் அது விழுந்து கிடப்பதைக் கண்டாராம். ஊற்றின் மருந்து சக்தி அப்போதுதான் அவருக்குத் தெரிந்ததாம். அவர் மூலம்தான் கார்லோவிவாரி வெளி உலகிற்குத் தெரியத் தொடங்கிற்றாம். இது ஊரின் தல புராணம். 1958ம் ஆண்டில் இந்த ஊருக்கு 600வது பிறப்பு விழா நடந்தது.

காரில் எங்களுக்கு துபாஷியாக வந்தவர் சார்லஸ் பல்கலைக் கழகத்து வங்காளி ஆசிரியையான டாக்டர் திருமதி ஹானா ப்ரீன்ஹெல்தெரோவா (ப்ரீன் ஹெல்தெரோவின் மனைவி – புருஷன் பெயரோடு ஒரு ஆவன்னா சேர்த்தால் ஸ்ரீமதி இன்னார்). போகும் வழியில் பல கோட்டை வீடுகள் – ஆலயங்கள். பரோக் கலைப்பாணியில் பல கட்டிடங்களைப் பார்க்க முடிந்தது. ஹானா பரோக் கலையையும், கட்டுமுறைகள் பற்றியும் கூறிக் கொண்டு வந்தார். வழியெல்லாம் ஏகர் ஏகராக பீருக்குக் கசப்புத் தரும் ஹாப்ஸ் தோட்டங்கள். நாங்கள்போன சமயம் கொடிகள் இல்லை. கொடிக் கொம்புகள்தான் தயாராக நிறுத்தி வைக்கப்பட்டிருந்தன. ஹாப்ஸ் நடவு இனிமேல் தானாம். இளவேனில் காலத்தில் நடுவார்கள். அறுவடை காலத்தில் பள்ளிக் குழந்தைகள் பெற்றோர்க்கு அறுவடையில் உதவுவார்களாம். அதனால் பள்ளிகளில் கூட ஆஜர் குறைவாக இருக்குமாம். ஹானா ஒன்று விடாமல் சொல்லிக்கொண்டு வந்தார். திடீர் என்று ஒரு குன்றின்மீது அரண்மனை ஒன்றைக் காட்டினார் அவர். "ரஷியாவின் சக்கரவர்த்தி மகாபீட்டர் கேள்விப்பட்டதுண்டா? அவர் ஹாலண்டில் கப்பல் கட்டும் கலைகற்ற பிறகு பொஹீமியா வந்தார். ஒரு நாள் இரவு அந்த அரண்மனையில்தான் தங்கினார். அதனால் இதற்கு பீட்டர் க்ராட் என்று பெயர். அவரும் கார்லோவிவாரியில் வந்து தங்கியிருந்தார்." சினிமா விழா வந்த பிறகு கார்லோவிவாரி அகில உலக சுற்றுலாத்தலமாகி விட்டது.

ஹோட்டலுக்குப் போவதற்கு முன் இரண்டு பொருட்காட்சி களைப் பார்த்தோம். ஒன்று கண்ணாடி – பளிங்கு செதுக்கு கலைக் காட்சி, இன்னொன்று பீங்கான் பொருட்காட்சி. கண்ணாடிகளையும் பளிங்குகளையும் அறுத்து ஒப்பற்ற கலை நயமுள்ள பொருட்கள் படைப்பதில் செக்கோஸ்லவாகியா உலகிலேயே முதலிடம் பெற்றுள்ளது. அதே போல பீங்கான் கலையிலும் சீனா, ஜப்பானுக்கு நிகரான ஸ்தானம் அதற்கு உண்டு. உலகப் பிரசித்தி பெற்ற பீங்கான் கலைஞர் எக்கார்ட் செக் நாட்டினர். அவரிடம் இந்திய மாணவர் சிலர் பயிற்சி பெற்றிருக்கிறார்கள். அகமதாபாதின் தசரத் பட்டேல் அவர் மாணவர். 'எக்கார்டை சந்தியுங்கள்' என்று அவர் எனக்கு அனுப்பிய அறிமுகக் கடிதம் இந்தியா திரும்பியதும் கிடைத்தது! செதுக்கு கண்ணாடிப் பொருட்களும் பீங்கான் பொருட்களும் செக் கலை உள்ளத்தின் தனித்தன்மையுடன் உருவாகின்றன. செக் கலைஞர்களுக்கு புதுமை படைப்பது தண்ணீர் பட்ட பாடு. வந்த ஞாபகமாக சில பீங்கான் பொருட்களை வாங்கிக்கொண்டு பார்க் ஹோட்டலுக்குள் நுழைந்தோம். அறைக்குப் போய் ஜன்னலைத்

திறந்ததும் எங்கும் குன்றுகளும் காடுகளும் காட்சியளித்தன. முன்பக்கம் ஒரு சிற்றாறு கரைபுரண்டு ஓடிக்கொண்டிருந்தது. மலை மீதுள்ள பனி உருகி வெள்ளம் பெருகியிருந்தது. நாங்கள் வரும் வழியில் பல இடங்களில் குன்றுச் சரிவுகளிலும் சாலை ஓரங்களிலும் பனியாகத்தான் இருந்தது. வசந்தம் இன்னும் முழுதும் மலராத காலம். ஹோட்டல் மூன்றாவது மாடி அறையி லிருந்து பார்க்கும்போது, ரிஷிகேசம் நினைவு வந்தது. ஆனால் அதைவிட சோலைகள் அதிகம். கரும் பறவைகளும் பலவகைக் குருவிகளும் பேசியும் பாடியும் கொண்டிருந்தன. ரிஷிகேசத்திலும் இந்த ஆழ்ந்த அமைதி உண்டு. இந்த சுத்தம்தான் இல்லை.

இறங்கி வெளியே உலவத் தொடங்கினோம். கார்லோவிவாரி யில் 12 வெப்பநீர் ஊற்றுகள் உள்ளன. ஒவ்வொன்றிலும் வெவ்வேறு உஷ்ணநிலை. ஒவ்வொன்றுக்கும் ஒரு ருசி. ஆனால் ஜப்பானிலும் வஜ்ரேச்வரியிலும் பத்ரிநாத்திலும் வீசும் கந்தக வாடை இல்லை. சோடா குடிப்பது போலிருந்தது. ஒவ்வொரு ஊற்றிலும் குழாய்கள் வைத்து ஒழுங்குபடுத்தியிருக்கிறார்கள். நீரை ஏந்த அழகிய தட்டையான சிறு பீங்கான் கிண்டிகள் விற்கிறார்கள். அவற்றில் ஊற்று நீரைப்பிடித்து அருந்துகிறார்கள். அருந்திக்கொண்டே நடக்க வனப்பான வளைவுக் கூரைகள் வேய்ந்த நீண்ட பெரும் நடைகள் அமைத்திருக்கிறார்கள். நாங்கள் போகும்போது நல்ல கூட்டம். எப்போதும் இந்தக் கூட்டம் இருப்பதுண்டாம். முக்கால் வாசிப் பேர் 'நோயாளிகள்'. நாள் பட்ட ஈரல் நோய்கள். பித்தநாளக் கோளாறு, மூத்திரக் குழாய்க் கோளாறு, இரைப்பை நோய், ஊளைச்சதை, தோல் வியாதி, ஜீரணக் கோளாறு, வயிற்றுப்புண் இப்படி வருந்துகிறவர்கள். கார்லோவிவாரி ஊற்றுகளில் நீர் அருந்த வருகிறார்கள். டாக்டர்களின் யோசனைப்படி, வாரக்கணக்கில் தங்கி, வியாதிக் கேற்ப வெவ்வேறு ஊற்று நீர்களைப் பருகுகிறார்கள். நடையில் உலவுகிறார்கள. நன்றாக இருக்கிறதே என்று ஒரு ஊற்று நீரை சற்று அதிகமாகவே பருகத் தொடங்கினோம். "இரண்டு கப்புக்கு மேல் சாப்பிடாதீர்கள் – ஆபத்து" என்று எச்சரித்தார் ஹானா. எல்லாம் மருந்துச் சத்து நீர். அளவோடு உட்கொள்ள வேண்டும். கெட்டி அதிகமில்லாத சில ஊற்று நீர்களை இஷ்டப்படி சாப்பிடலாமாம்.

இரவு எட்டு மணி – நதிக்கரையிலும் மற்ற இடங்களிலும் உலவினோம். திரும்பி வரும்போது உள்ளூர் மது விடுதி ஒன்றில் ஒரு பானம் அருந்தினோம். மருந்து மூலிகைகள் போட்டு வடித்த மதுவாம். அதைச் சிறிது சாப்பிட்டு, இரவு உணவு உண்டு, 10½ மணிக்கு ஹோட்டலுக்குத் திரும்பினோம்.

கார்லோவிவாரி கடைகளில் ஏகக்கூட்டம். பல நிறங்களில் பளிங்கு படிக மாலைகளையும் செதுக்குக் கண்ணாடிப் பொருட்களையும் வாங்கும் கூட்டங்கள். ரோஜா போன்ற மலர்களை ரசாயன ஊற்று நீரில் வைத்து வைத்து, அதன் மீது ஒரு ரசாயன உப்பு படிந்து, மலர்கள் சிவப்பும் பழுப்புமாக மரத்தில் செய்ததுபோல கெட்டியாகி விடுகின்றன. இவற்றை வாங்கும் கூட்டம் ஒரு பக்கம்.

கார்லோவிவாரியைப்போல செக் நாட்டில் பல இயற்கை ஊற்றுத்தலங்கள் உண்டு. மரையான்ஸ்கி, லுஹாத்ஸோவிஸீ, பீஸ்தானி, தெப்ளீஸீ, ஸ்லிபாத்ஸ் என்று பல ஊர்கள். மலடு, நரம்பு வியாதிகள், முடக்கு வாதம், கீல்வாதம், ஆஸ்த்மா, நுரையீரல் கோளாறுகள், இதய நோய்கள், ரத்தக்குழாய் இறுக்கம், எலும்பு முறிவால் வரும் பின் உபாதைகள் என்று ஒவ்வொரு ஊரிலும் ஒவ்வொரு ஊற்று நீரை அருந்துமாறு டாக்டர்கள் நோயாளிகளை அனுப்புகிறார்கள். நோயாளிகளின் மனத்தை மகிழ்விக்க, இயற்கை வனப்பும் பறவைகளின் கீதங்களும் காத்திருக்கின்றன.

இரவு முழுவதும் சுவர்க்கோழியின் தொலை ஓசையையும், சிற்றாற்றின் மெல்லிய சலசலப்பையும் தவிர வேறு ஒரு ஓசை இல்லை. ஒரு படுமௌனம் ஊர் முழுவதும் போர்த்திருந்தது. வாயில் லவங்கம் – கிராம்பு மணம், இரவு பருகிய மருந்து மதுவின் மணம். தூக்கம் வெகு நேரம் கழித்துத்தான் வந்தது.

காலையில் எழுந்தபோது சிறு தூற்றல். மூட்டம் – சூரியன் தெரியவில்லை. மரங்கள் அடர்ந்த குன்றுகள் – குன்றுகள் மீது தவழும் நெடிய கட்டிடங்கள். அவற்றிலிருந்து புகை இழைகள் நெளிந்து எழுந்து கொண்டிருந்தன. இரண்டே பறவைகளின் ஓசை. ஒன்று பீங்கானில் ஆணி கிழிப்பது போன்ற கீச்சுக்குரல். இன்னொன்று பக்கெட்டிலோ, தகரத்தின் மீதோ கம்பால் அடிப்பதுபோல முழுங்குகிறது. மற்றபடி ஒரே நிசப்தம். உள்ளம் கிறங்கும் காட்சிச் சூழல். கண்ணாடி ஜன்னல் வழியாகப் பார்க்கிறேன். கீழே மேல் கோட்டுகள் அணிந்து, குளிரைப் பொறுத்த வண்ணம் ஆணும் பெண்ணுமாக பலர் ஆற்றோரம் நடக்கிறார்கள். பேச்சு மட்டும் இல்லை. படம் மாதிரி இருக்கிறது எல்லாம்.

விருப்பமில்லாமல் 9½ மணிக்கு ஹோட்டலை விட்டுப் புறப்பட்டுக் காரில் வந்து உட்கார்ந்து கொண்டோம். இரு மருங்கிலும் காடுகள் அடர்ந்த சாலை வழியாக கார் பறந்தது. எங்கு பார்த்தாலும் நூறு அடி உயரமுள்ள ஃபர் மரங்கள்,

ஒரே செங்குத்தாக மாதாகோயில் ஆர்கன் இசைக் கருவியின் குழாய்கள்போல் நிற்கின்றன. சாலையோரம் எல்லாம் பனி. இப்போது நாங்கள் திரும்பிப் போகும் சாலை வந்த வழியல்ல. வேறு வழி. உயரம் அதிகம். ஒரு சிற்றாறு கனவேகமாக எங்களோடு வந்து கொண்டிருந்தது. அதன் லேசான இரைச்சலோடு! சிர் சிர் என்று கத்தியும், நீண்டு கூவியும் நெடிய மரங்களின் அரும்பு, காய்போல் அமர்ந்துள்ள பறவைகள். வழியில் சில இடங்களில் மேகங்கள் ஊடே சென்றது வண்டி. காரை ஓட்டிச் சென்றவர் சராசரி நூறு கி.மீ. வேகத்திற்குக் குறைவதேயில்லை; முன்னால் ஒரு கார் போவது அவருக்குப் பொறுக்காது. மரையான்ஸ்கி நொடிப் பொழுதில் வந்துவிட்டது போலிருந்தது.

மரையான்ஸ்கி இன்னொரு இயற்கை ஊற்று நீர்த் தலம். கார்லோவிவாரியை விட உயரம். அதைவிட ஜன நடமாட்டம் குறைவு. அமைதியும் அதிகம். வியாபார நோக்கும் குறைவு. நகரச் சூழலும் அவ்வளவாக இல்லை. இசைமேதை மோட்ஸா இங்கு வந்து தங்கியிருந்ததாக ஹானா சொன்ன ஞாபகம். அமைதியின் காரணமாக ஹானாவுக்கு இந்த ஊர் அதிகம் பிடித்திருந்ததாம். ஊர் முழுவதும் நடந்து நடந்து சுற்றினோம். அநேகமாக எல்லா ஊற்று நீர்களையும் சிறிது சிறிது அருந்தினோம். மூச்சுக் குழாய் – இதய – சிறுநீர்வழி – ஜீரண – தோல் – சூலைக்கட்டு நோய்களினால் வருந்துபவர்களுக்காக ஏற்பட்டவை மரையான்ஸ்கி ஊற்று நீர்கள். நான்கு மணி நேரம் சுற்றிவிட்டு காரை நோக்கி வரும் வழியில் ஒரு அழகிய கிறிஸ்தவ ஆலயம் தெரிந்தது. புறநோக்கில் ருஷ்ய ஆர்த்தொடாக்ஸ் ஆலயம் போலிருந்தது. உள்ளே சென்றோம். விலையுயர்ந்த பல வர்ணக் கற்களால் எங்கும் இழைத்துப் பதித்திருந்தது. கொபால்ட் நீலக்கற்கள் இந்தியாவிலிருந்து வந்தவையாம். கருவறை பல வர்ணக்கற்கள் இழைத்த பீங்கானால் ஆக்கப்பட்டிருந்தது. நேரமில்லாத நேரம். ஆயினும் ஆலய அதிகாரி எங்களுக்காகத் திறந்து விளக்கினார். இரண்டாம் உலக யுத்தத்திற்குப் பிறகு செக்கோஸ்லவாகியாவின் கீழ்ப்பகுதி ஒன்றை ருஷ்யர்கள் இணைத்துக் கொண்டதால், சுமார் 4 லட்சத்து சொச்சம் குடும்பங்கள் இடம் பெயர்ந்து செக்கோஸ்லவாகியாவின் பல பகுதிகளில் குடியேறினார்களாம். மரையான்ஸ்கி பகுதியில் 54 ஆயிரம் குடும்பங்கள் குடியமர்ந்தனர். அவர்களுக்கு உதவுகிற இந்த ஆலயம் சுமார் 80 ஆண்டுகளாக இயங்கி வருகின்றதாம். நேர்த்தியாக நின்ற பீங்கான் சிலுவை அக்காலத்து ரஷ்யர்களின் அன்பளிப்பாம். இங்கு வழங்கும் மொழி பல்கேரிய மொழி. சிறிது தொலைவில் ஆங்கில ஆலயம் ஒன்றிருந்தது.

வெளியே வந்து ஃபர் மரங்களிடையே மீண்டும் உலவினோம். ஓய்வுக்காக வந்திருந்த வேறு சிலரும் அங்கு உலவிக் கொண்டிருந்தனர். அவர்கள் கையில் எதையோ வைத்துக் கொண்டு மரத்தைப் பார்க்கிறார்கள். சட சடவென்று இரண்டு மூன்று அணில்கள் இறங்கி வந்து, அவர்கள் கையிலிருந்த கொட்டைகளையும் பருப்புகளையும் எடுத்துத் தின்னுகின்றன. முதுகில் பட்டை இல்லாத பழுப்பு அணில்கள். புகைப்படம் எடுக்க முடியவில்லை. காமிராவில் இருந்தது குறைந்த வேக பிலிம்.

இந்த ஊரையும் விட்டு மனமின்றிக் கிளம்பினோம். ஊர்களின் இயற்கை வனப்போடு, நம்மை இந்த நாடுகளில் கவர்வது, சுத்த உணர்வு; தூசு தும்பு, குப்பை சிறுநீர் நாற்றம் – இவை தவமிருந்தாலும் கிடைக்காது. நம் நாட்டு புண்யத் தலங்களையும், பஸ் ஸ்டாண்டுகளையும் நினைத்துப் பார்க்காமலிருக்க முடியவில்லை. நினைவில் சிறுநீர் வாடை துளைத்தது. இரண்டு தடவை தன்னறியாமல் நாசி சிலிர்த்தது. ஹானா திரும்பிப் பார்க்கிறார்.

"பைன் மர மணம் எவ்வளவு சுகமாக இருக்கிறது!" என்று என் நினைவைக் கலைக்கிறார்.

காரில் ஏறினோம். என்னமோ ரேஸில் ஓட்டுவது போல ஓட்டுகிறார் தோழர். இருபது நிமிஷத்திற்குள் ஒரு கிராமம் வந்துவிட்டது. அதே சுத்தம். தூசு துரும்பற்ற சுத்தம். ஹானா என்னமோ சொல்கிறார்; ஒரு வீட்டின் முன் கார் நின்றது. ஒரே அமைதி. ஜன நடமாட்டம் அதிகம் இல்லாத கிராமம்.

"இறங்கலாம். இது எங்கள் அப்பா வீடு."

கார் நின்ற மறுகணம் ஹானாவின் பெற்றோரும் சகோதரியும் படியிறங்கி வரவேற்றார்கள். ஹானாவின் தாயார் உள்ளூர் குழந்தைப் பள்ளி ஆசிரியையாம். பக்கத்தில் தான் இருந்தது பள்ளி. முதலில் அங்கு அழைத்துப் போனார் அவர். அரை மணி நேரம் அங்கிருந்தோம். 3 – 5 வயதுக் குழந்தைகள் பள்ளி. குழந்தைகள் வர்ணங்களை அப்பிக் கொண்டிருந்தன. ஒரு பக்கம் ஆட்டம், எங்களுக்காக ஒரு பாட்டும் பாடின.

திரும்பி வீட்டுக்கு வந்தோம். சிறிய மாடி வீடு. நேராக சாப்பாட்டறைக்கு அழைத்துப் போனார் மிஸ்டர் ப்ளிதானெக் (ஹானாவின் தந்தை). செகண்டரி பள்ளி ஆசிரியராக இருந்து ஓய்வு பெற்றவராம். வீட்டின் கீழ்ப் பகுதி அவருக்கு சொந்தம். வீட்டு ஒப்பனை பகட்டின்றி, சுவையோடு செய்யப்பட்டிருந்தது. ஓவியத்திலும் நல்ல தேர்ச்சி உள்ளவர். அவர் மனைவி ஓவியங்களை எடுத்துக் காண்பித்தாள். ஒரு கண்ணாடி பீரோ முழுவதும்,

சோழிகளும், பெரும் பெரும் சங்குகளும், பவழக்கிளைகளும் பலகோலங்களில் கடல் உயிர் ஓடுகளுமாக நிரம்பி வழிந்தது. உலக நாடுகளில் சுற்றுப் பயணம் செய்து வந்த மாணவர்கள் ப்ளிதானெக்குக்குப் பரிசாக அளித்தவையாம். போன தலைமுறை ஆசிரியர், லட்சிய உணர்வும் மாணவர்களிடம் அன்பும் நிறைந்தவர் என்று பேச்சும் பரிசுகளும் முழங்கின.

அவர் மனைவி மேஜையில் உணவு வகைகளை அடுக்கிக் கொண்டே யிருந்தாள். மேஜை நெருக்கடியைப் பார்த்ததும், காலையிலிருந்தே இதே வேலையாக இருந்திருக்கிறார் என்று தெரிந்தது.

மாட்டிறைச்சி அழகாக வரிசைப் படுத்தி வைத்திருந்தது. ஹானா "எனக்கு மறந்தே போய்விட்டது" என்று என்னைப் பார்த்துச் சிரித்தார். "இவர் சாக பட்சிணி" என்றாா. தாயாரின் முகத்தில் பரிவும் வருத்தமும் படர்ந்தது. அவர் பட்ட சிரமம் ஒரு காரணம். உலகத்தின் நல்ல சுவைகளில் முக்கால்வாசியை இழந்து விட்டீர்களே என்று சொல்லும் வருத்தம். "பீர் தாவரத்திலிருந்து செய்ததுதான்" என்றார் ஹானா.

"மாமிசத்தால் செய்தாலும் செக் நாட்டு பீரை கடும் தவசிகூட விடமாட்டான்" என்று ஈடுகட்டிக் கொண்டேன்.

ஹானாவின் சகோதரியும் இரண்டு மகன்களோடும் உட்கார்ந் திருந்தார். அவர் கணவர் ஸ்கோடா கனத் தொழில் ஆலையில் டிசைனராம். எங்களை வரவேற்பதற்காகவே பில்சனிலிருந்து பிள்ளைகளுடன் வந்திருந்தார்.

ப்ளிதானெக், ஹானா, சுபாஷ், பையன்கள் எல்லாரும் பாடினார்கள். பழைய காலத்து ஆசிரியர் என்றேனே, அவருக்குத் தெரியாதது கிடையாது. நன்றாகவும் பாடினார். நான் கூட பாடினேன். அவர்களுக்குப் புரியும்படியாக, தாளம் போடும் படியாக எதைப்பாடுவது? இருக்கவே இருக்கிறது, ரகுபதி ராகவ ராஜாராம், ப்ரூஹிமுகுந் தேதி.

என் முகக்கோணலைப் பார்த்து, பையன்கள் இருவரும் சிரிப்பது தெரியாமல் சிரித்தார்கள். தம்பி, ஓடற பாம்புக்கு கால் எண்ணுவேண்டா என்று தமிழில் சொன்னேன்.

"என்ன ?" என்றார் ஹானா.

"ஒன்றுமில்லை. நீ இன்னொரு பாட்டு பாடு என்றேன். இந்தப் பையன் இன்னும் பாடவில்லை."

அவன் வெட்கப்பட்டான்.

டிரைவர் கடிகாரத்தைப் பார்ப்பது போலிருந்தது. விடை பெற்றோம். ஒரு குழந்தைகளுக்கான வர்ணப் புத்தகத்தைப் பரிசளித்தார் ப்ளிதானெக். செக் மொழி இன்னும் புரியவில்லை படம்தான் கதை சொல்கிறது.

காரில் வரும்போது "மறந்து விட்டேனே" என்று ஆரம்பித்தார் ஹானா.

"என்ன?"

"மரையான்ஸ்கியில் இரண்டு சிலைகள் பார்த்தோமே யாருடைய சிலை என்று கேட்கவில்லையே நீங்கள்!"

"எவ்வளவுதான் ஞாபகம் வைத்துக் கொள்வது."

"ஞாபகம் இருக்கோ இல்லையோ, நான் உங்கள் வழித் துணைவி. சொல்லி விடுகிறேன். மரையான்ஸ்கி நிலங்கள் ஒரு காலத்தில் தெப்ளா மடாலயத்துக்குச் சொந்தமாயிருந்த நிலங்கள். பாதிரி நிலங்களை விற்க மறுத்து விட்டார். ஒரு டாக்டர் அவரை மன்றாடி மன்றாடி விற்க வைத்து விட்டார். நெஹ்ர் என்ற அந்த டாக்டர்தான் நோய் தீர்க்கும் ஊற்று நீர் ஸ்தலமாக மரையான்ஸ்கியை மாற்றினவர். பிறகு யான்ஸ்னிக் என்ற கட்டிடநிபுணர் தான் வளைவுகளையும் நடைகளையும் கட்டினவர். நாம் பார்த்த இரண்டு சிலைகளும் அந்த டாக்டரும் பாதிரியும் தான். எனக்கு கார்லோவிவாரியை விட மரையான்ஸ்கி தாம் ரொம்பப் பிடித்த இடம். ஒரு இடுக்கு விடாமல் தெரியும் எனக்கு அந்த ஊரில். எப்படி அதைச் சொல்லாமல் விடுவேன்."

வரும் வழியில் பில்சன் பீர் ஆலை பிரம்மாண்டமாக நின்றது. வெளியே இருந்தே தரிசனம் செய்துகொண்டே வந்தோம்.

ப்ராஹாவில் ஹோட்டலுக்குத் திரும்பி, டயரி எழுதி விட்டு, படித்து விட்டு, படுப்பதற்காக கோட்டைக் கழற்றும்போது பகீர் என்றது. பாஸ்போர்ட்டைக் காணவில்லை. மேல் கோட்டைப் பிரித்துப் பிரித்துத் தேடினேன் காணவில்லை. பாஸ்போர்ட் இல்லாமல் அயல் நாட்டில் எங்கு அடி எடுத்து வைக்க முடியும்? என்ன மறதி! என்ன முட்டாள்தனம்! தூக்கம் வரவில்லை. வயிற்றில் கலக்கம். கார்லோவிவாரி ஹோட்டலில் பாஸ்போர்ட்டை வாங்கி வைத்துக்கொண்டார்கள். புறப்படும்போது வாங்கிக் கொள்ள மறந்து விட்டது. நமநமவென்று வயிறு கலங்க பக்கத்து அறையிலிருந்த சுபாஷுக்குப் போன் செய்தேன். இரவு ஒரு மணி இருக்கும். மூன்று நான்கு நிமிஷம் கழித்துத் தான் போனை எடுத்தார் சுபாஷ்.

"யாரு?"

"நான்தான். உங்கள் பாஸ்போர்ட் இருக்கிறதா!"

"இல்லை. கார்லோவிவாரியில் விட்டு வந்து விட்டோம்."

"என்ன செய்கிறது!"

"காலையில் பார்த்துக் கொள்வோம்" என்று நிதானமாக, பாஸ்போர்ட்டை மறக்க வேண்டியது அவசியமான காரியம் போன்ற குரலில் பதில் சொன்னார்.

"டக்."

போன் பேசவில்லை.

சுபாஷ் கவலையில்லாமல் படுக்கைக்குள் நுழைந்திருக்க வேண்டும். மன்னன்.

தூக்கம் பிடிக்கவில்லை.

காலையில் ஆறு மணிக்கு, விடிய ஒரு மணிக்கு முன் அவசர அவசரமாக ஹானா வீட்டுக்கு போன் செய்தேன். ஐந்து நிமிஷம் கழித்து அவரை யாரோ எழுப்பி போன் பக்கம் அனுப்பினார்களாம்.

"கவலைப்படாதீர்கள், அயல் நாட்டினர் இந்த பாஸ்போர்ட்டை மறப்பது புதிதல்ல. விசாரித்து சாப்பாட்டுக்கு முன்னமே சொல்லி விடுகிறேன்."

"ரொம்ப நன்றி."

"ஒரு விஷயம்; இனிமேல் போன் செய்வதானால் காலேஜுக்கு ஒன்பது மணிக்குப் பிறகு செய்யுங்கள். நான் இருப்பது மாமியார் வீட்டில். எல்லாருக்கும் காலை சிறு பொழுதுத் தூக்கம். தவறாக எண்ணாதீர்கள்" என்று சிரித்தார் ஹானா.

ஹானாவின் சிரிப்புக்கு என்ன அர்த்தமோ? இரக்கமோ, அலுப்போ.

எதாயிருந்தால் என்ன? பாஸ்போர்ட் விஷயமாச்சே!

தி. ஜானகிராமன்

# 17

பாஸ்போர்ட் கவலை வயிற்றைப் பிடுங்கும் போது வழக்கத்திற்கு மாறாக காலை ஏழரை மணிக்கே எங்களை அழைத்துப் போக வந்து விட்டார் யான் இரோஷ். செக் நாட்டுப் பிரயாணத் திட்டத்தில் நல்ல செக் திரைப்படங்கள் பார்க்க விருப்பம் தெரிவித்திருந்தோம். ஏழெட்டு படங்களை எங்களுக்காகப் பொறுக்கி வைத்திருந்தார்கள். இரண்டு நாளில் பார்க்க வேண்டி யிருந்ததால் காலை எட்டு மணிக்கே “ஆல்ஃபா”வில் இருக்க வேண்டும் என்றார் இரோஷ். சவரம், குளியல் இன்றியே புறப்பட்டோம்.

செக் திரைப்படத் தொழிலுக்கு 1970–ம் ஆண்டோடு 72 வயதாகி விட்டது. பழைய ஆஸ்திரிய–ஹங்கேரி பேரரசின் கீழிருந்த காலத்தில் ப்ராஹாவில் தான் முதல் முதலில் 1901–ல் சினிமா தொடங்கிற்று. 1250 கதைப் படங்களுக்கு மேல் எடுத்து விட்டார்கள் இந்த 72 ஆண்டுக்குள். ப்ராஹாவிலும் ப்ராட்டிஸ்லாவா விலும் பெரிய திரைப்பட ஸ்டுடியோக்கள் உள்ளன. கொட்வால்டோவ் என்னும் இடத்தில் விஞ்ஞான, தொழில் நுட்பப் படங்கள் தயாரிக்கிறார்கள். 1945லிருந்து தயாரிப்பு, விநியோகம், ஏற்றுமதி எல்லாம் அரசின் பொறுப்பாகிவிட்டது. ப்ராஹாவில் உள்ள இசை நாடக அக்காதமியின் ஒரு பிரிவு திரைப்படத் தொழிலர்க்குப் (டைரக்டர், நடிகர், காமிராமென் உள்பட) பயிற்சி அளிக்கிறது. நாங்கள் போகும்போது விசுவநாதன் என்ற தமிழர் மூன்று வருடப் பயிற்சியைத் திறம்பட, நல்ல பெயருடன் முடித்திருந்தார்.

ஆண்டுதோறும் சராசரி 40 முழு நீளக் கதைப் படங்கள் வருகின்றனவாம் – பாவை, கார்ட்டூன்

திரைப்படங்கள் தவிர, வயது வந்தோர் கல்விக்காக ஒரு திரைப்பட பல்கலைக் கழகமும் ரசாயனம், உயிரியல், வானியல் முதலிய பல துறைகளில் கல்விப் படங்கள் தயாரிக்கிறது. இவற்றை லட்சக் கணக்கான மக்கள் நாடெங்கும் பார்த்துப் பயனடைகிறார்கள்.

நாளுக்கு இரண்டிரண்டு படமாக நான்கு பார்த்தோம். மேலும் பார்க்க நேரமில்லை.

ஒரு சிறிய ப்ரொஜக்ஷன் அறையில் எங்களுக்காகப் பிரத்யேகமாகத் திரையிட்ட அந்தப் படங்களில் க்ரிமேட்டர் என்பதைப் பற்றி முன்பு சொன்னேன் இன்னொரு படம் "பசியும் புகழும்" என்ற படம். அந்நியர் ஆட்சிக் கொடுமையில் சொத்துக்கள் பறிமுதலான ஒரு நிலக்காரரின் வாழ்க்கை பற்றிய படம். அந்நியக் கொடுமையை எதிர்த்து அவர் புரட்சி செய்கிறார். கதாநாயகர் பெரிய குண சித்திர நடிகர். அவரேதான் க்ரிமேட்டரிலும் முக்கிய பாத்திரமாக நடிக்கிறார். இரண்டும் முற்றிலும் வேறு பட்ட பாத்திரங்கள். அந்த நடிகரா இவர் என்று நம்ப முடியவில்லை. இந்த நடிகரை எங்களைச் சந்திக்க அழைத்து வருவதாகச் சொன்னார் நாவலாசிரியர் ஃபுக்ஸ். திடீர் என்று நடிகருக்கு அவசர வேலை வந்ததால், அந்த வாய்ப்பு நழுவிவிட்டது.

நிலக்காரரும் அவர் ஆட்களும் சொல்லொணாத கொடுமைக்கு ஆளாகிறார்கள். இதே போல சித்திரவதைகளை தத்ரூபமாகக் காட்டும் படம் "சூனியக்காரிக்கு சம்மட்டி" என்ற படம். 17–ம் நூற்றாண்டில் மதத்தின் பெயரால் நடந்த ஒரு மிருக வெறி பிடித்த விசாரணை பற்றிய படம். வரலாற்று நிகழ்ச்சியை ஆதாரமாகக் கொண்டு கதையாக படம் தயாரிக்கப்பட்டிருந்தது. ஒரு கிராமத்தில் ஒரு தொண்டு கிழவி, மாதா கோவிலுக்குத் தொழுகைக்குப் போகிறாள். அப்பமும் மதுவும் தெய்வ ஊனாகவும் குருதியாகவும் மாறும் சடங்கு. ஆளுக்கு ஒரு வில்லை ரொட்டித் துண்டு வழங்குகிறார்கள். கிழவி அதை உண்பதுபோல் வாயில் போட்டுக்கொண்டு, உடனேயே அதைத் துப்பி கைக்குட்டையில் வைத்துக்கொள்கிறாள். இதை ஒரு பாதிரி பார்க்கிறான். அவளைப்பிடித்து, மிரட்டி சூன்யக்காரி என்று பட்டம் சூட்டுகிறான். அவள் அண்டை வீட்டுக்காரியின் பசு சரியாகக் கறக்கவில்லையாம். இந்தப் பிரசாதத்தை மாட்டுக்குக் கொடுத்தால் சரியாகிவிடும் என்று கிழவி அதை பத்திரப்படுத்தி யிருக்கிறாள். உடனே இரண்டு கிழவிகளும் சூன்யக்காரிகள் என்று தீர்மானம் செய்கிறார்கள். கைது செய்து உள்ளூர் சீமாட்டியிடம் கொண்டு நிறுத்துகிறார்கள். அவள் பலரை யோசனை கலந்து, இது கடுமையான சூன்யக் குற்றம்; உள்ளூர்

மத்தியஸ்தர்கள் தாராளமாக இருந்து விடுவார்கள் என்று, எங்கோ தொலைவிலிருந்து, பதவியை விட்டு விலகி உணவு விடுதி நடத்தி வந்த ஒரு நீதிபதியை, விசேஷ ஜட்ஜாக இந்த வழக்கை விசாரிக்கத் தருவிக்கிறாள். இந்த நீதிபதியும் அவனுடைய உதவியாளனும் காமுகர்கள். மொந்தைக் குடியர்கள். இரண்டு கிழவிகளையும் சித்திரவதை செய்து ஊரில் இன்னும் யார் யாரோ சூன்யம் பழகுகிறார்கள் என்று பொய் சொல்லுமாறு கட்டாயப்படுத்தி, கொஞ்சம் கொஞ்சம் நிலபுலம் உள்ள புள்ளிகளை யெல்லாம் கைது செய்து விசாரிப்பதுபோல் பாவனை செய்து சித்திரவதை செய்து அத்தனை பேரையும் ஒருவர் பின் ஒருவராக உயிரோடு எரிக்கிறார்கள். மக்கள் இந்தக் கொடூரங்களைச் சகிக்க முடியாமல் தவிக்கிறார்கள். எரிக்கப்பட்டவர்களின் சொத்துகள் பாதி ஜட்ஜுக்கும் பாதி சீமாட்டிக்குமாக கபளீகரமாகின்றன. கொடுமைகளை எதிர்த்துப் பேசிய ஆலய மத குருவே விசாரணைக்குள்ளாகிறார். அவரும் சூன்ய மந்திரவாதி என்று குற்றச்சாட்டு. தாய் தந்தையை இழந்த ஒரு அனாதைப் பெண் அவர் வீட்டில் வேலை செய்கிறாள். அழகி. அவள் மீது நீதிபதிக்கு ஒரு கண். அவளை வசப்படுத்த முடியவில்லை. ஆதலால் அவளும் சூன்யக்காரி. மதகுருவையும் அந்தப் பெண்ணையும் காணக் கூசும் சித்திரவதைக்குள்ளாக்கி, வாதை தாங்காமல் தாங்கள் சூன்யம் பழகுவதாக ஒப்புக்கொள்ளுமாறு கட்டாயப்படுத்தி, இருவரையும் உயிரோடு எரித்து விடுகிறார்கள். கடைசியில் திரைப்படம், "இவ்வளவையும் செய்துவிட்டு, சொத்துகளைச் சேர்த்து, அந்த நீதிபதி பிறகு சுகமாக வெகுகாலம் வாழ்ந்தார்" என்ற ஒரு வாக்கியத்துடன் முடிகிறது.

படம் பார்ப்பதுபோலில்லை. ரத்தம் கொதித்தது. பார்த்த படங்களில் ஒன்றில்கூட டப்பாங்குத்து ஆட்டம், ஒப்பாரி ரகமான பாடல்கள், மரம் நடுவே காதல், மழையில் நனையும் காதல், கிழவர்கள் இளங்காளைகள் போல் காதல் புரிவது – ஒன்றுமே இல்லை. எந்த இஸமும் பிரசாரமும் இல்லை. அடுக்கு மொழி இல்லை. குறிப்பாகக் காட்டி அநீதிக்கு எதிராக உள்ளத்தில் தீ மூட்டுகிறார்கள். படம் பார்ப்பவர்களை முட்டாள் என்று மதியாமல் அவர்களுடைய புத்திக்கும் கற்பனைக்கும் கௌரவம் காட்டுகிறார்கள்.

எனக்கு மேலே பார்க்க முடியவில்லை. "பார்க்கும் படமெல்லாம் ஒரே சித்திரவதையாக இருக்கிறதே. கொடுமைகளை இப்படி தத்ரூபமாகக் காட்டவேண்டுமா?" என்று கேட்டேன்.

"செக் மக்கள் வரலாற்றில் பட்ட கொடுமைகள் அப்படி, காட்டாமல் என்ன செய்வது?" என்றார் கூட இருந்த பெண் டைரக்டர் ஒருவர்.

வியப்பாக இருந்தது. இசையிலும் நளின கலைகளிலும் இயல்பான பற்றுக்கொண்டவர்கள் செக் மக்கள். நுட்பமான கலை உள்ளம் படைத்தவர்கள். இந்தக் கொடுமைகளை எப்படிச் சித்திரிக்கத் துணிகிறார்கள்?

ஆனால் அந்தப் பெண் சொன்னது போல செக் வரலாறே அநீதிகளையும் அக்ரம ஆட்சிகளையும் எதிர்த்து வந்த நெடும் காட்சி. ஆஸ்ட்ரியா, ஹங்கேரி, ஜர்மனி போன்ற ஐரோப்பிய நாடுகள் அதை மாற்றி மாற்றிக் கொடுமைப் படுத்தியிருக்கின்றன. அடிமைப் படுத்தியிருக்கின்றன. காரணம், எப்போதுமே அது முன்னேற்ற வாதத்தில் பற்றுக் கொண்டிருப்பதுதான். சார்லஸ் பல்கலைக் கழகம் சீர்திருத்தத்திற்கும் தேசியத்திற்கும் நடுநாயகமாக நின்று புரட்சிக் கருத்துகளைப் பரப்பி வந்திருக்கிறது. அக்காலத்து மதக் கொடுமைகளை மக்கள் ஜான் ஹுஸ் என்ற ப்ராஹா பல்கலைக் கழகத்துப் பேராசிரியரின் தலைமையில் எதிர்த்து எழுந்தார்கள். 1415–ம் ஆண்டு அவரை மத விரோதி என குற்றம் சாட்டி உயிரோடு கொளுத்தினார்கள். நகரத்து ஏழைகளுக்காகவும் விவசாயிகளின் நலத்திற்காகவும் போராடியவர் அவர். மக்களைச் சுரண்டிவந்த மத குருக்களையும் நிலப் பிரபுக்களையும் எதிர்த்து நின்றவர். இரண்டு நூற்றாண்டுகளுக்குப் பின்னர், இதே போல மதக் கொடுமைக்கு ஆளாகி நாடுகடத்தப்பட்டவர், குழந்தைகளுக்கான போதனைக் கலையில் புதுமைகள் புகுத்திய மதகுரு அமோஸ் கொமீனியஸ். முப்பதாண்டுப் போரிலும் பின்னரும் செக் நாடு பட்ட கொடுமைகள் கொஞ்ச நஞ்சமல்ல. புரட்சிக்கொடி எப்போதும் அங்கும் உயர்ந்திருப்பதில் வியப்பில்லை. வியப்பிற்குரிய செய்தி, இத்தனை கொடுமைகளுக்கு இடையே, இசையிலும் மற்ற கலைகளிலும் செக் மக்களுக்குள்ள தீராத பற்றும் நுட்பமான குறிப்புணர்வும்தான்.

“கொடுமைக் காட்சிகள் இல்லாத ஒரு படம் இருந்தால் போடுங்களேன்” என்றேன்.

புன்னகையுடன் எழுந்தார் அந்தப் பெண்.

ஒரு விஞ்ஞானக் கதை தொடங்கிற்று. மனோ தர்மக் கற்பனை அது. கால இயந்திரம் ஒன்றின் உதவியால், சில விஞ்ஞானிகள் 1911–ம் ஆண்டுக்குப் பயணமாகி, ஐன்ஸ்டீனைக் கொல்ல முயலுகிறார்கள். உயர்தரமான ஹாஸ்யமும் விஞ்ஞான சிந்தனையும் நிறைந்த படம்.

படம் பாதி ஓடும்போது எங்களை விட்டுப் போயிருந்த இரோஷ் ஓடிவந்தார். “நேரமாகிவிட்டது விருந்துக்கு, புறப்படுங்கள்” என்று கிட்டி கட்டினார். கலாச்சார அமைச்சு எங்களுக்கு பகல் விருந்து ஏற்பாடு செய்திருந்தது. பாதியில் பிய்த்துக்கொண்டு மனமின்றிப் புறப்பட்டோம்.

# 18

மறுநாள் செக் நாட்டின் மொராவியா, ஸ்லோவாக்கியா பகுதிகளைப் பார்க்கப் புறப்பட்டோம்.

அதே கார், அதே கார்ஓட்டி, அதே ராட்சத வேகம். முன்பு சொன்னேனே, முன்னால் ஒரு காரைப் பார்த்தால் அவருக்குப் பொறுக்காது என்று; ஒரு வண்டி மிச்சமில்லாமல் முந்திச் சென்றார். சராசரி 65 மைல் வேகம். சில இடங்களில் 75 மைலுக்கு மேல் வேகம். நடுவில் ஒரு ஓட்டலில் நிறுத்தி சாப்பிட்டு இளைப்பாற ஒரு மணி நேரமாயிற்று. அப்படியும் பிற்பகல் இரண்டு மணிக்கு ப்ரூனோவில் கொண்டு தள்ளிவிட்டார் ட்ரைவர். இண்டர் நாஷனல் ஹோட்டலில் நுழைந்ததும் வயிற்றில் பால் வார்த்தார் ஹோட்டல் அதிகாரி. பெயர்களைக் கேட்டதும் “உங்கள் பாஸ்போர்ட் இரண்டும் கார்லோவிவாரி பார்க் ஹோட்டலிலிருந்து வந்துவிட்டது” என்றார். “பத்திரமாக வந்துசேரும் என்று எனக்குத் தெரியும்” என்று புன்னகை பூத்தார் சுபாஷ்.

மொராவியா பகுதியின் பிரதான நகரம் ப்ரூனோ. ப்ராஹாவைப் போன்ற பழைய நகர மில்லை. எனவே சற்று சீராக அமைந்திருந்தது.

நாங்கள் வந்திறங்கிய அரை மணிக்கெல்லாம், ஒரு பெண் உருவம் துடிப்பும் துரு துருவென்ற ஆங்கிலப் பேச்சும் நொடிக்கொரு ஹாஸ்யமுமாக எங்களைத் தேடி வந்தது. இந்த அலீனா பெர்னாஷ்கோவா சுபாஷின் நண்பராம். சில ஆண்டுகட்கு முன் பெய்ரூட்டில் நடந்த ஆப்பிரிக்க–ஆசிய எழுத்தாளர் மாநாட்டில் சிநேகமானவராம்.

நாடகங்களும் நாவல்களும் எழுதுபவர். புரு புருவென்று, தீட்டிய காதும் கண்ணும், துள்ளும் சுறுசுறுப்பான பிறவி. கூர்மையான புத்தி. பட் பட்டென்று பதில். கணத்திற்குக் கணம் விழிப்புடன் இயங்கும் உள்ளம். இரண்டுநாள் எங்கள்கூட இருந்து முக்கியமான இடங்களையெல்லாம் சுற்றிக் காண்பித்துவிட்டார்.

13–ஆம் நூற்றாண்டில் கட்டிய ஒரு கோட்டை அரண்மனை. முப்பதாண்டுப் போரின்போது இங்கு பத்தாயிரம் கைதிகளைச் சிறை வைத்திருந்தார்களாம். செக் நாட்டின் துன்ப வரலாற்றுக்கு இன்னொரு ஞாபகச் சின்னம். ஏறி உள்ளெல்லாம் பார்த்தோம். சுற்றிலும் வனப்பான இயற்கைக்காட்சி. ப்ராஹாவுக்கு முந்தியே ப்ருனோவுக்கு வசந்தம் வந்துவிட்டது. நாலா பக்கமும் ஆப்ரிகாட், செஸ்ட்நட், செர்ரி மரங்கள் பூத்துக் குலுங்கின. வேறுபல மரங்கள் துளிர்த்து இளம் பச்சை போர்த்திருந்தன.

அடுத்து ஒரு பீர் விடுதி. பல நூற்றாண்டுகளாக இயங்கி வருகிறதாம்! எழுத்தாளர் யூனியன் கட்டிடத்துக்கு அடுத்த கட்டிடம். பீர் விடுதிக்குள்ளிருந்தே அங்கு போக ஒரு வழியும் இருந்தது.

பிறகு பொஹீமா ஹோட்டல். அங்கு டாக்டர் ராஞ்ச் என்ற நாடகாசிரியரை சந்தித்தோம். அவர்களோடு அன்று ஒரு இசைநாடகம் பார்த்துவிட்டு, அவர்களோடேயே சாப்பிட்டோம்.

ப்ருனோவில் அன்று அகில உலக வர்த்தகச் சந்தை ஒன்று ஆரம்பமாயிற்று. எண்பது நாடுகள் அதில் பங்கு கொண்டிருந்தனவாம். மறுநாள்தான் போய்ப்பார்த்தோம். தூணில்லாத ஒரு பிரம்மாண்டமான எஃகு மண்டபம். மாபெரும் குடை வடிவில் மத்தியில் நூற்றுக்கணக்கான ஸ்டால்களையும், காட்சி அரங்குகளையும் தன்னில் கொண்டிருந்தது. இந்தத் தூணில்லாத ஜியோடிஸிக் அதிசயத்தை உருவாக்கிய என்ஜினீர் அலீனாவின் சிநேகிதராம். அலீனாவின் கணவன் ஒரு என்ஜினீர். அவரும் அவருடைய நண்பராம்.

அந்தத் தூணில்லாத குடை மத்தியப்பகுதி. அதைத் தவிர பல ஏக்கர் பரப்பில், பெரும் பெரும் கட்டிடங்களில் பொருட்காட்சி பரந்திருந்தது. பீங்கான் மரசாமான்கள், கண்ணாடி, பளிங்கு, ஆடை, இயந்திரங்கள், எலெக்ட்ரானிக் பொருட்கள், சமையலறை சாமான்கள், விளையாட்டுக் கருவிகள், உணவு ரகங்கள், கார்கள், மீன் பிடிக்கும் சாதனங்கள், நீராவிப் படகுகள் வீட்டுக்கு உதவும் உபகரணங்கள், ரேடியோ, டெலிவிஷன், விளையாட்டு–உடற்பயிற்சி சாதனங்கள், விதம் விதமான சூதாட்ட சாதனங்கள் கூட –பல்லாயிரக் கணக்கான பொருட்கள். ஆனால் அதிசயம் என்னவென்றால் இத்தனையும் அணி செய்யப்பட்டிருந்த புதிய மாதிரி தான். மலர்த் தோட்டங்களுக்கு நடுவே இத்தனையும். மண், தூசி, தும்பு –துளி இல்லாத சுத்தம்.

இந்த நிகழ்காலத்திலிருந்து திடீரென்று அலீனா எங்களைப் பழமைக்குக் கொண்டுபோய் விட்டார். ப்ரூனோவிலிருந்து ஒரு மணிப்பயணம். ஒரு குட்டி அரிக்கமேடு ஹாரப்பா போலிருந்தது. தொல்பொருள் துறை மண்ணைத் தோண்டி பண்டைய மக்களின் எலும்புடல், ஆயுதங்கள், கருவிகள், ஆபரணங்கள் முதலியவற்றை எடுத்து பத்திரப்படுத்தி காட்சிப் பொருளாக வைத்திருந்தார்கள். “எங்களுக்கும் தொல்லிய பழமை உண்டு சார், உங்கள் மாதிரி ஹாரப்பா மொஹஞ்சதாரோ, வேதங்கள் என்றெல்லாம் பழமை இல்லாவிட்டாலும். எங்களுக்கும் பழமை உண்டு”, என்று அலீனா மன்னிப்புக் கேட்டுக் கொள்வது போல் சொன்னார். அகழ்வாய்வு டைரக்டர் ஒரு பெண்மணி. அவர் எங்களை அழைத்துச்சென்று அகழ்வுகளையும் பொருட்காட்சிகளையும் விளக்கிக் காண்பித்தார். பழைய காலத்தில் எப்படி மனிதர்களைப் புதைத்திருந்தார்களோ, அதேபோல, எலும்புக்கூடுகளை குழிகளில் ஆயுதம், மற்ற உபகரணங்களோடு வைத்திருந்தனர். ஓக்மரத்தில் செதுக்கிய பண்டைக்கால ஓடங்களையும் படங்களையும் அகழ்வுகளில் கண்டெடுத்து காட்சிக்கு வைத்திருந்தனர். இது இத்தனை ஆயிரம் வருடம், அது அத்தனை ஆயிரம் வருடம் என்று பெருமிதத்தோடு வயது சொல்லிக்கொண்டே நடந்தார் அந்தப் பெண்மணி.

“கல் தோன்றி மண் தோன்றா.......”ப் பல்லவி நம்முடைய ஊரில் தான் என்று நினைத்தேன். உலகமெங்கும் ஒலிக்கிறது அது. சென்றதையே திரும்பித் திரும்பிப் பார்த்துக்கொண்டே நிற்பதாக நம்மைப் பற்றிக் குறை கூறுகிறார்கள். அவர்களோ எங்களுக்குத் திரும்பிப் பார்க்க ஒன்றிருக்கிறது என்று பெருமைப்படுகிறார்கள்.

நாங்கள் திரும்பி வரும் சாலை நெடுகிலும் ஒரு புறம் வெகு தூரம் வரை சதுப்பு நிலமாக இருந்தது. சிறிது காட்டுப்பாங்கான நிலம் கூட. ஆஸ்ட்ரியாவுக்கும் செக் நாட்டுக்கும் இடையே உள்ள எல்லைப்பகுதியாம் அது. காடே அரணாக ஒரு இயற்கைப் பாதுகாப்பு அது.

வரும் வழியில் மெக்லோவி ஒரு சிறிய ஊர். அங்கு எழுத்தாளர்கள் வந்து தங்குவதற்காக ஒரு தனி வீடு. ஓய்வுடன் நிம்மதியாக எழுத ஏற்ற இடம். தினமும் மூன்றே ரூபாய் வாடகையாம். அதில் ஒரு திராட்சை மதுக் கிடங்கும் இருந்தது. அலீனா எங்களை உட்கார்த்தி வைத்து, ஒப்ளாத்கி, அந்த வீட்டில் சேமித்திருந்த மது, காபி எல்லாம் தன் கையாலேயே வழங்கினார்.

“ஒப்ளாத்கி” –செக்நாட்டிலும் ஜெர்மனியிலும் போலந்திலும் இந்தத் தின்பண்டம் கிடைக்கிறது; பார்த்தால் அப்பளம் போலவே இருக்கும். மைதா, சர்க்கரை, வேண்டுமென்றால் சாக்கலேட் அல்லது வாசனைத்திரவியம் ஏதாவது சேர்த்து –

கலவையைப் பிசைந்து ஒருவட்டவடிவ அச்சில் வைத்து அழுத்தி சிறிது சூடு காட்டி எடுக்கிறார்கள். ஒரு புத்தக அட்டை கனத்திற்கு ஒரு இனிப்பு அப்பளம் வருகிறது. இதைச் சுடவோ, பொரிக்கவோ தேவை இல்லை. அப்படியே சாப்பிடலாம். நம் ஊர் அப்பளக்கட்டு போலவே அடுக்கி "பாக்" பண்ணி விற்கிறார்கள். "அப்பளம்" என்ற வார்த்தை ஒப்ளாத்கியிலிருந்து வந்ததா, அல்லது அப்பளத்திலிருந்து ஒப்ளாத்கியும் (அல்லது ஒப்ளாதீக்) வந்ததா என்ற ஆராய்ச்சியை மொழி வல்லுநர்களுக்கு விட்டுவிடுகிறேன். பப்படம், அப்பம், அப்பளம், ஒப்ளாத்கி எல்லாம் சிறிது தட்டையான, வட்டமான தின்பண்டங்களைக் குறிப்பிடுவது போல தோன்றுகிறது. இந்தியாவில் பல பகுதி மக்கள் மத்தியதரைக்கடல் பிராந்தியத்திலிருந்து வந்தவர்கள் அல்லது அந்த இன உறவுள்ளவர்கள் என்று சொல்கிறார்கள்.

உணவுப்பழக்கங்கள் பல தென்னாட்டை ஒத்திருக்கின்றன. ரொமானியாவிலும் காலை ஆகாரமாக ரொட்டிச் சுருளும் தயிரும் சாப்பிடுகிறார்கள். எள் தூவிய ரொட்டிச் சுருள் அங்கு சகஜம். எள் பண்டங்கள் முக்கியமாகப் பெண்களுக்கு சத்தான உணவு என்று புகாரெஸ்டில் ஒரு கட்டுரையில் படித்தேன். நம் ஊரில் பூப்புச் சடங்குகளில் எள் பண்டங்களுக்குத்தான் முக்கிய இடம்.

நாங்கள் தங்கி ஒப்ளாத்கியும் காபியும் சாப்பிட்ட இடத்தி லிருந்து ப்ரூனோ 50 கிலோ மீட்டர். முப்பது நிமிடத்திற்குள் கார் அங்கு புகுந்து விட்டது.

ஹோட்டல் ஹாலுக்குள் நுழைந்தவுடன் கைகளைக் கூப்பி நின்றார் அலீனா.

"வருகிறேன், விடை கொடுங்கள்."

"என்னது! அதற்குள்ளாகவா! கொஞ்சம் உட்கார்ந்து ஏதாவது சாப்பிட்டு விட்டு –"

"என் புருஷன் உதைப்பான், கலியாணமான பெண் ஐயா" என்று சிரித்தாள் அலீனா. "என் கையால் சாப்பிடாவிட்டால், காலையில் துரும்பாய் இளைத்துக் கிடப்பான். என் விலாசம் உங்களிடம் இருக்கிறது. எழுதுங்கள்" என்று பதில் பேச இடம் தராமல் புறப்பட்டு விட்டார்.

அலீனாவுக்கு ஐம்பது வயதுக்குமேலிருக்கும். ஆனால் பேச்சு, நடமாட்டம் எல்லாம் இருபது வயது. மின்னல் போன்று வெட்டித்துள்ளும் அறிவு – பேச்சு, உடை, முடி – இந்த சிங்காரங் களில் பெண்மையின் நாட்டம் அற்றவர். அறிவுஜீவி.

ப்ரூனோவில் நாங்கள் கண்ட, கேட்ட காட்சிகளில் நினைவில் ஓங்கி நிற்கும் ஒன்று இந்த மின்னல் வடிவம் தான்.

தி. ஜானகிராமன்

# 19

செக்கோஸ்லவாகியா இரண்டு பகுதிகள் சேர்ந்தது. பொஹீமியாவும் மொராவியாவும் அடங்கிய செக்பகுதி. ஸ்லோவாக்கியா என்ற கிழக்குப்பகுதி. ஸ்லோவாக்கியாவின் பிரதான நகரம் தான் ப்ராட்டிஸ்லாவா.

மூன்றுநாள் தான் அங்கு தங்கினோம்.

இன்னும் கிழக்கே தள்ளி எல்லைப்பக்கமாக, டட்ரா மலைகளுக்குப் போனால், எத்தனையோ மலைகள் மீது ஏறலாம். நாட்டுப்பாடல்களுக்கும், நாட்டுக்கதைகளுக்கும் பேர் போன இடம். போலந்தின் சிறந்த படைப்பாளரான காலம் சென்ற காஜிமீர் டெட் மேஜர், டட்ராமலைவாசிகளின் வாழ்க்கை – ஆசாபாசங்கள் – காதல் – வீரம் – வஞ்சம் பற்றியெல்லாம் அற்புதமான கதைகள் எழுதியிருக் கிறார். போக எங்களுக்குத்தான் நேரம் இல்லை.

ஸ்லோவாக்கியா வெகுகாலம் வரை ஆஸ்ட்ரோஹங்கரி பேரரசின் பகுதியாக இருந்து வந்த நாடு. பல அல்லல்களுக்கு உள்ளான நாடு. 1945க்குப் பிறகு தொழிலிலும் வாணிபத்திலும் அபார வளர்ச்சி கண்டிருக்கிறது. நாங்கள் போன சமயம் எங்குபார்த்தாலும் புதிய கட்டிடங்கள் எழுந்து கொண்டிருந்தன. பழைய கட்டிடங்கள் இடிக்கப் பட்டுச் சரிந்து கொண்டிருந்தன. ப்ராஹாவைப் போல இங்கு ட்ராம் போக்குவரத்துத்தான் அதிகப் புழக்கமான சாதனம். கூட்டமும் நெறிசலும் மருந்துக்குக்கூட இல்லை. அவசரமும் தலைதெறிக்கிற நடையும் இல்லை.

எங்களுக்கு இந்த மூன்று நாட்களில் இரண்டு துபாஷிகள் ஒருவர் பின் ஒருவராக வந்தார்கள். ஒருவர் பானி நெம்சோவா என்ற பெண்மணி.

இன்னொருவர் ஜார்ஜ் என்ற மாணவர். ப்ராட்டிஸ்ஸாவில் நெம்சோவாவிடம் எங்களை ஒப்படைத்துவிட்டு இரோஷு்ம் காரில் ப்ராஹா திரும்பிவிட்டார். அலீனாவை ஒரு கோட்டின் கோடியில் வைத்தால், மறு கோடி நெம்சோவா. நிதானமான பேச்சு, மெது நடை. அதனால் எங்களுக்கும் அழகிய மாதா கோயில்கள், டவுன் ஹால், ருஷியப் படைவீரர் நினைவுச் சின்னம், அரண்மனைகள், டான்யூப் நதி – எல்லாவற்றிற்கும் நிதானமாகப் போய் வரமுடிந்தது. ஆற்றைக்கண்டால் அயர்ந்து மனதை ஓயவிட்டு நிற்கிற பழக்கம் எனக்கு. நெம்சோவா அவசரப் படுத்தாமல் பார்க்க அனுமதித்தது வரப் பிரசாதமாக இருந்தது. டான்யூப் நதிக்கு அக்கரையில் ஆஸ்ட்ரியா. அந்த நாட்டையும் இக்கரையிலிருந்து பார்த்து விட்டோம். டான்யூப் நதியில் கரை புரளும் பிரவாகம். ஆனால் மந்தமாக ஊர்வது போலிருந்தது.

காலை பத்தரை மணிக்கு ஊருக்குள் வந்தபோது ஹோட்டல் அறை தயாராகவில்லை. எனவே நேரத்தை வீணாக்காமல் ஊர்சுற்றினோம். திரும்பி இரண்டு மணிக்கு வந்தபோது அறை தயாராகிவிட்டது. ஆனால் இரண்டு பேருக்கும் ஒரே அறை, இரட்டைப் படுக்கை. அறைக்குள்ளிருந்த கழிவிடமும் சரியாக இயங்கவில்லை. நெம்சோவா ஹோட்டல் அதிகாரிகளோடு பேசி தனித்தனி அறையாக வாங்கிக் கொடுத்தார். அங்கு குளியல் கழிவிட, வசதி இல்லாவிட்டாலும் பாதகமில்லை என்று மாற்றிக் கொண்டோம். எலிப்பொந்தாயிருந்தாலும் தனிப்பொந்து தான் சுபாஷு்க்குப் பிடிக்கும். எனக்கும்தான்.

நெம்சோவா "கோழி உணவுவிடுதி" என்ற விடுதிக்கு எங்களை அழைத்துச் சென்றார். அதில் எங்கு பார்த்தாலும் ஒரே கோழி உருவங்கள். கோழி ஓவியங்கள். கோழி சிற்பம், வர்ணக் கண்ணாடி பதித்த கோழிகள், கோழி உருவம் இட்டதட்டுகள். அரசு கோழிப் பண்ணையினர் நடத்தும் உணவு விடுதியாம்.

"நீங்கள் சாக பட்சிணி என்று சொன்னீர்களல்லவா? அதனால்தான் இங்கு அழைத்து வந்தேன்" என்று சூடியாகச் சிரித்தார் நெம்சோவா.

முட்டையும்மீனும் தான் சைவஉணவு என்று ஐரோப்பாவில் கற்றுக் கொண்டிருந்தேன். கோழியும் சைவம் என்று இப்போது புரிந்துவிட்டது.

"இருந்தாலும் நான் கோழி சாப்பிடுவதில்லை" என்று கூறி உணவு அட்டையைப் பார்த்தேன். சுபாஷு்ம் பார்த்தார். ஒரு நிமிஷம் கழித்து "இதோ" என்று வியப்புடன் அவர் கண அகண்டது. "அரிசியும் இந்திய கறியும்" என்று எழுதியிருந்தது.

"கொண்டு வா" என்றோம்.

நெம்சோவா இந்தியாவைப் பற்றிக் கேட்டார். ஸ்லோவாக்கியாவைப் பற்றிச் சொன்னார். விடாமல் பேசினோம். "காய்கறிகளால் என்ன சமைக்க முடியும். கொதிக்க வைத்து உப்பு, மிளகு போட்டுத் தின்பதைத் தவிர? என்று கேட்டார் நெம்சோவா.

"சுமார் தொண்ணூறு வகைகளில் தொண்ணூறு வகை ருசிகளில் சமைக்கமுடியும்" என்றேன்.

நெம்சோவாவுக்குத் தூக்கிவாரிப் போட்டது. அவர் நம்புவதாக இல்லை. "நீங்கள் கட்டாயமாக இந்தியாவுக்கு வந்து என்னோடு தங்குங்கள். என் மனைவி இந்தத் தொண்ணூறையும் தயாரித்துப் போடுவாள்" என்று அழைப்பு விடுத்த பிறகுதான் அவர் சிறிது நம்புவது போலிருந்தது.

இந்தப் பேச்சில் முக்கால் மணி ஆகிவிட்டது. ஆர்டர் கொடுத்த உணவு வரவில்லை.

மணியைப் பார்த்துவிட்டு, நெம்சோவா சமையலறைக்குப் போனார். ஐந்து நிமிடம் கழித்து வந்தார்.

"பட்டியலில் இருக்கிறதே தவிர, சமையல்காரருக்கு அதைச் சமைக்கிற விதம் தெரியாதாம். இன்னொரு பெரிய ஹோட்டலின் பிரதான சமையல்காரருக்கு டெலிபோன் செய்து முறை தெரிந்துகொண்டு விட்டாராம். தயாராகிறது. இதோ வந்துவிடும்."

இதோ என்கிற இருபது நிமிஷம் கழித்து இரண்டு தட்டுகளில் தட்டுக்கு இரண்டு கை சாதமும் அதன் மீது சிவப்பாக ஏதோ பொடியுமாகக் கொண்டு வைத்தார் சிப்பந்தி.

"இதுதானா இண்டியன் கர்றி?" என்று கேட்டார் நெம்சோவா.

"இந்த ஊரில் இதுதான் இந்திய கறி" என்று இரண்டே வாயில் அள்ளிப் போட்டுக்கொண்டு வெளியே வந்தோம். இந்த மாதிரி சமயங்களில் செக் நாட்டு பீர் எங்களுக்கு கை கொடுக்கிற வழக்கம். பீரில் புரதசத்தும் கணிசமாக உண்டு என்று என் நண்பர் பீர் அபிமானி சொல்லுகிற வழக்கம், அது ஹைட்ரலைஸ்ட் ப்ரோட்டீன் என்று ஸம்ஸ்கிருத சாஸ்திரிகள் போல அவர் பெருமையாகச் சொல்லுவார்.

வெளியே வந்து உலவினோம். ஒரு பழைய அரண்மனையைக் காட்டி, "இது அரசி மேரி தன் ஆசை நாயகரான ஒரு ராணுவ தளபதிக்குக் கொடுத்த அன்பளிப்பு" என்றார். அந்த அரசி சுயேச்சையாக, இட்டது சட்டமாக வாழ்ந்தவராம். இங்கிலாந்து அரசி முதலாம் எலிசபெத் போன்ற அபூர்வமான பெண்ணாம்.

டான்யூப்பைப் பார்த்த பிறகு மாலை 5½ மணிக்கு எங்களை ஹோட்டலில் விட்டு விடை பெற்றார் பானி.

மறுநாள் காலை பத்து மணிக்கு ஸ்லோவாக் எழுத்தாளர் யூனியனுக்குப் போனோம். ஸ்லோவாக்கியாவின் முக்கியமான பதினைந்து எழுத்தாளர்கள் எங்களை வரவேற்றார்கள். எல்லோரையும் அறிமுகப்படுத்திய காரியதரிசி, "இந்த யூனியனின் செயற்குழுவினர் எல்லாரும் அசல் எழுத்தாளர்கள், குமாஸ்தாக்கள் இல்லை" என்று சேர்த்துக் கொண்டார். ரொமானியாவின் காய கற்பம் பற்றி இங்குதான் நான் முதலில் சொன்ன கதையைச் சொன்னார் உதவிச் செயலாளர். களை கட்டுவதற்காகச் சொன்னார் போலிருக்கிறது. அந்தச் சிரிப்பிலிருந்தே பேச்சு சூடு பிடிக்கத் தொடங்கிற்று. வழக்கம் போல இங்கு பொது மொழிப் பிரச்சினை எழாமல் இல்லை.

மேல்நாட்டு இலக்கிய ஆசிரியர்கள் யார் யாருடைய பாதிப்பு இந்தியாவில் விரவியிருக்கிறது என்று தெரிந்து கொள்ள ஆசை. ஷேக்ஸ்பியர், மில்ட்டன், கோல்ட்ஸ்மித் ஷெல்லியிலிருந்து தொடங்கி, டால்ஸ்டாய், புஷ்கின், டர்கினீவ், செக்கோவ், ஷொலோகோவ், கொகோல், அனடோல், ப்ரான்ஸ், ஜீட், தாமஸ்மான், ப்ரூஸ், பிராண்டல்லோ, ஸார்த்ர், காமு, ஃபாக்னர், வால்ட் விட்மன், ஸால்பெல்லோ, அயனஸ்கு, குண்ட்டர்க்ராஸ், என்று நீளமாக அடுக்கினோம். அவர்களுக்கு பரம திருப்தி. மெத்தப் படித்த இந்திய வாசகர்களுக்கும் படைப்பாளர்களுக்கும் இத்தனை பெயர்கள் தெரியும், ஆனால் பக்கத்து இந்திய மொழிகளில் நடக்கும் விவகாரங்கள் தெரியாது என்று அவர்களிடம் சொல்லவில்லை. இந்திய இலக்கிய அக்காதமிகள் பற்றியும், மொழி இலக்கிய வளர்ச்சிகள் பற்றியும் பேச்சு திரும்பிற்று. ஸ்லோவாக்கிய பிரசுரங்கள் சிலவற்றை எடுத்துக் காண்பித்தார்கள். அவற்றில் ஒன்று வாத்ஸ்யாயனரின் காம சூத்திரம். புராதன இந்திய சிற்பங்களோடு இந்த மொழி பெயர்ப்பு வெளியாகி யிருந்தது. செக் மொழியிலும் இதே போல பிரசுரமாகி யுள்ளது. யூதர்களின் தொழுகை கூடத்திற்குப் போன போது அங்குள்ள யூத மத குரு தாமே அதை மொழி பெயர்த்ததாகச் சொன்னார். அயல்நாட்டு மொழிகளில் பெயர்க்கப்படும் இந்திய படைப்புகளில் காம சூத்திரத்திற்கு "மவுஸ்" அதிகம். ராமாயணம், கீதை, குறள் மறைகள் – இவைகளுக்கு இணையான செல்வாக்கு!

சோஷலிஸ்ட் நாடுகளின் புத்தகப் பித்துக்கு ஸ்லோவாக்கியாவும் சான்று கூறிற்று. இரண்டு மாதங்களுக்கு முன்பே வெளியான ஒரு கவிதைத் தொகுப்பு பதினாயிரம் பிரதிகளுக்கு மேல் விற்றுவிட்டதாம், ஸ்லோவாக்கியாவின் பரப்பு தமிழகத்தின் பரப்பில் மூன்றில் ஒன்று கூட இராது.

கவிதையில் மக்களுக்கு இருந்த பற்று உடனடியாக உறுதிப் பட்டது. ஸ்லோவாக் ரேடியோ நிலையத்திற்குச் சென்றபோது,

நிகழ்ச்சிகளில் முப்பது சதவிகிதம் கவிதைகள் பற்றியவைதான் என்றார் நிகழ்ச்சி அதிகாரி. ப்ராட்டிஸ்லாவாவில் உருது இலக்கியப் புலமை பெற்ற இந்திய முஸ்லிம் ஒருவர் இருக்கிறாராம். ஸ்லோவாக் பெண் ஒருத்தியைக் காதலித்து மணந்து அங்கேயே தங்கியிருக்கிறார். உருது கவிதைகளையும் இலக்கியப் படைப்பு களையும் இன்னும் சில இந்திய மொழிகளையும் அவர் ஸ்லோவாக் வானொலி நேயர்களுக்கு அடிக்கடி அறிமுகப்படுத்தி வருகிறாராம்.

எழுத்தாளர் யூனியனிலிருந்து விடைபெற்று வெளியே வந்ததும் நெம்சோவா, "அந்தக் காரியதரிசி எவ்வளவு அழகாக இருக்கிறார் பார்த்தீர்களா?" என்றார்.

காரியதரிசி அழகர்தான். எடுப்பான தோற்றம். ஒரு நான்கு தடவையாவது அவர் அழகைப் பற்றிச் சொல்லியிருப்பார் பானி.

"வருஷா வருஷம் இவரைத்தான் மீண்டும் மீண்டும் காரியதரிசியாக்கி வருகிறார்கள். இவருடைய தோற்ற அழகும் இதற்கு ஒரு காரணம் என்று தோன்றுகிறது" என்றார் நெம்சோவா.

ஒப்புக்கொண்டோம்.

ஹோட்டலில் எங்களிடம் விடை பெறும்போது, "விடை கொடுங்கள். பிற்பகல் வேறு துபாஷி வருவார்! நான் அவசரமாக வெளியூர் போகிறேன்" என்று விடை பெற்றுக்கொண்டார் நெம்சோவா.

பிற்பகல் எங்களை ஏற்றுக் கொண்டவர் ஜார்ஜ் என்ற ஒரு ஆறரை அடி உயர இளைஞர். மாணவர், சாது. அன்றும் மறுநாளும் எங்களை பாலே, மருந்து ம்யூசியம் டான்யூப் நதி இங்கெல்லாம் அழைத்துச் சென்று, ப்ராஹாவுக்கு விமான டிக்கட்டையும் வாங்கிக் கொடுத்து விட்டு, சாப்பிடச் சொல்லியும் கேளாமல் புறப்பட்டு விட்டார் அவர். இரோஷுக்கு நேர்விரோதம். இரோஷும் நியாகுவும் அலீனாவும் பாதரசங்கள். இவர் கொஞ்சம் அமர்ந்த சுபாவம். அயல்நாட்டுப் பயணங்களில் துபாஷிகள் வகையும் ஒரு மறக்க முடியாத அனுபவம். என்னதான் நமக்கு சுயபுத்தியிருந்தாலும் துபாஷிகள் தங்கள் நாட்டைத் திறந்துவிடும் ஜன்னல்கள். ஜன்னல் பலவிதம்.

மாலை ஐந்து மணிக்கு விமானத்தில் ஏறி உட்கார்ந்தோம். காற்றாடி விமானம். ஐம்பதே நிமிஷத்தில் ப்ராஹா வந்துவிட்டது.

ஊருக்குத் திரும்ப இரண்டே நாட்கள் இருந்தன. ப்ராஹா இசைக்கடல், கலைக்கடல். இரண்டு மூன்று இசையரங்குகளுக்குச் சென்றோம். வயோலா உணவு விடுதியில் பல்கலைக் கழகத்து மட்ரிகாலாக் குழு ஆண்களும் பரோக் பெண்களுமாக இசை,

கவிதைகளை யெல்லாம் வசந்தத்தை வரவேற்கும் வனப் பறவைகள் போல் பாடினார்கள்.

மறுநாள் இரவு மொஹிந்தர் சிங் (எக்கார்ட்டிடம் பீங்கான் கலை பயிலும் ஓவியக் கலைஞர்), விசு, இரோஷ், ஹர்பால் சிங் இன்னும் இரண்டு மாணவர்கள் எல்லாரும் எங்களைக் கட்டி இழுத்துக்கொண்டு உஃப்ளேகாவிற்குள் நுழைந்தனர்.

உஃப்ளேகா என்பது வெகுகாலமாக இயங்கி வரும் கறுப்பு பீர் விடுதி. பழையகாலத்துக் கட்டிடம். பழைய காலத்து மேஜை நாற்காலிகள். உள்ளே தாங்க முடியாத கூட்டம்; எல்லாம் இளைஞர்கள். ஒரே சுருட்டு, சிகரெட்டு புகை. கறுப்பு பீர் இங்கு விசேஷமாம். அங்கேயே வடிக்கிறார்கள் போலிருக்கிறது. பெரிய மேஜைகள். ஒவ்வொன்றையும் சுற்றி நெருக்கி நெருக்கி மாணவர்களும், இளைஞர்களும் அமர்ந்திருந்தனர். பின்மேஜையில் பெரிய சிரிப்பு–இரைச்சல். பதினெட்டு வயது முடிந்ததும்தான் மது அருந்தலாமாம். அன்று ஒரு மாணவனுக்கு 18 வயது முடிந்திருக்கிறதாம். அதைக் கொண்டாடுவதற்காக ஒரு பத்துப் பதினைந்து சகாக்களை அழைத்துக்கொண்டு வந்திருந்தான். அவர்கள் விட்ட சுருட்டு, சிகரெட்டுப் புகை விடுதி முழுவதும் மூட்டம் போட்டுக் கொண்டிருந்தது. அந்த மூட்டத்தில் மின்னலிட்டன–சிரிப்பும் பாட்டும். இதைத் தவிர ஆங்காங்கு இன்னும் பல்வேறு நண்பர் குழுக்கள்.

பக்காப் படியில் பாதியளவுக்கு கண்ணாடி மக்குகளில் கறுப்பு பீர், நுரைக்க நுரைக்க வந்து கொண்டிருந்தது. ஒவ்வொரு சுற்றுக்கும் ஒருவர் பணம் கொடுக்க வேண்டும். அப்படித்தான் நாங்களும் செய்தோம். இரோஷும் மொகீந்தரும் மாற்றி மாற்றி கதை சொன்னார்கள். அதோடு இரோஷ் அஷ்டாவதானம் செய்து கொண்டிருந்தார். அவர் தேர்ந்த கார்ட்டூனிஸ்ட் என்று அப்போதுதான் தெரிந்தது. கூட இருந்த இத்தனை நாளும் அதைப்பற்றி வாய் திறக்கவில்லை. ஒவ்வொரு நண்பரையும் கோட்டுச் சித்திரமாக வரைந்து கையெழுத்துப் போட்டுக் கொடுத்தார் அவர். எழுதும் போதே எதிராளியின் ஹாஸ்யத்திற்கும் படீர் என்று சிரிப்பார். அபிப்பிராயம் சொல்லுவார். அவர் கண், காது, வாய், எல்லாம் துரு துருவென்று இயங்கிக் கொண்டிருந்தன. செக் வ்யக்தியின் மெய்யான மாதிரி அவர். அவ்வளவு உற்சாகம், கலையார்வம், உல்லாசம் அறிவு நுட்பம்.

இவரை விட்டுப் பிரிவதுதான் சிரமமாயிருந்தது. மறுநாள் காலையில் ஊருக்குப் புறப்படுவதற்காக அறையில் பெட்டிகளைப் பூட்டித்தட்டி, கோட்டை அணியும்போது அறைக்குள் வந்தார் இரோஷ்.

"என்ன உங்களுக்குப் பரிசு கொண்டுவந்திருக்கிறேன்; பார்க்காமல் என்னமோ செய்து கொண்டிருக்கிறீர்களே" என்றார்.

"என்ன?" என்று அவர் கையைப் பார்த்தேன். கையில் ஒன்றும் இல்லை. அந்த கை, அறையின் பெரிய கண்ணாடிச்சாளரத்தின் திரையை விலக்கிற்று. லட்ச லட்சம் தும்பைப் பூக்கள் வெள்ளை வெளேரென்று வெளியே உதிர்ந்து கொண்டிருந்தன.

"நீங்கள் கடவுளை நம்புகிறவர் ஆச்சே. அதனால் உங்களுக்காக பிரத்யேகமாக இந்த மலர் மாரி தூவச் சொன்னேன்."

பார்த்தேன். ஒரு கண்ணாடிக் கதவைத் திறந்து விட்டார். பூப்பூவாக பனி பெய்துகொண்டிருந்தது. தூற்றல் ஓசையில்லாமல், மௌனமாக பனிமலர் வானை நிறைத்து மண்ணில் விழுந்தன.

பனி நின்று ஒரு மாசம் ஆயிற்று. இன்று உங்களுக்காகப் பெய்கிறது.

பனி பெய்யும் காட்சி சொல்லுக்கெட்டாத அழகு, அமைதிக் கோலம்.

"இன்று மே தினம். தொழிலாளர்க்குப் பெய்யும் பூ மழை" என்று பெட்டியைத் தூக்கிக்கொண்டார் இரோஷ்.

பூமழையினூடேயே காரில் ஏறினோம். மே தின ஊர்வலங்களைப் பார்த்துக்கொண்டே விமான பஸ் நிலையத்திற்கு வந்தோம்.

பெண்களும் குழந்தைகளும் சாலையில் செல்லும் மே தின ஊர்வலத்தை நோக்கிக் கைகளை வீசி ஆர்ப்பரித்துக் கொண்டிருந்தார்கள். நான் விமான நிலைய பஸ்ஸில் உட்கார்ந்திருந்தேன். சுபாஷ் என்னைப் பார்த்து கெக்கே காட்டுவது போல் சிரித்தார். அவர் ஹங்கேரி போய் விட்டுத்தான் இந்தியா வரப்போகிறார். ப்ராஹாவில் பிறந்த தோரணையுடன் எனக்கு விடை கொடுத்தார்.

பஸ் நகர்ந்துவிட்டது. குழந்தைகள் ஊர்வலத்திற்கு கை வீசிக் கொண்டிருந்தார்கள்.

எழுத்தும் தொழில்தான், அந்தக் கைவீச்சு எனக்கும் உண்டு என்று நம்பிக்கொண்டே சுற்றிமுற்றிப் பார்த்துக்கொண்டே சென்றேன். விமான நிலையம் வருவதற்குள் பனி நின்று, மூட்டம் கலைந்து கதிரொளி பரவிற்று.